आपल्याला काही गोष्टी आठवतात– अगदी लहानपणच्यासुद्धा. पण अनेक अगदी काल-परवाच्या घटनाही स्मरणातून लुप्त होतात. अगदी ५-१० मिनिटांपूर्वी चश्मा, किल्ल्या किंवा पैसे कुठे ठेवले हेसुद्धा लक्षात राहत नाही. डिमेन्शिया झालेल्या माणसाला तर ध्यान आणि भान, दोन्ही राहत नाही आणि अल्झायमर झालेला माणूस या जगात असून नसल्यासारखा असतो.

स्मरण आणि विस्मरणाच्या या हिंदोळ्यावर आपण का असतो? काही जण अतिशय उत्तम आणि प्रगल्भ अशा कविता करतात. काही जण उत्तम चित्र काढतात. काही जण वैज्ञानिक संशोधन करून आपल्या ज्ञानशाखा रुंदावतात, काही अचाट साहस करतात, तर काही जण तरबेज क्रीडापटू होतात. काही माणसांकडे प्रकट किंवा अप्रकट अशी सर्जनशीलता असतेच. परंतु ही सर्जनशीलता कुठून येते?

काही माणसांना कशाबद्दलच आत्मविश्वास वाटत नाही. काहींना अनामिक भयाने ग्रासलेले असते. काही जण वेडे होतात (म्हणजे आपण त्यांना वेडे म्हणतो!) बहुतेक जण थोडा फार भ्रमिष्टपणा करतात; परंतु प्रत्येक माणसाची मानसिक प्रकृती अशी वेगवेगळी का? आपण ज्याला मन म्हणतो ते नक्की कुठे असते? आपल्या काळजात प्रेम असते. मग राग-लोभ कुठे असतो? प्रेम आणि मत्सर, स्नेह आणि विद्वेष, स्वार्थ आणि परमार्थ– ही सर्व त्याच मनाची विविध प्रतिबिंबे! म्हणूनच या मनाचा शोध वैज्ञानिकांनी सुरू केला. त्या शोधयात्रेत त्यांना मनाचे बहुतेक सर्व खेळ आणि तरंग, अंतर्विरोध आणि समतोल वृत्ती, सामंजस्य आणि सूडभावना– असे अनेक पैलू माणसाच्या मेंदूत दिसू लागले.

विश्वाचा शोध घेणे जितके कठीण, तितकेच कठीण व दुर्गम या मेंदूत शिरणे. पण वैज्ञानिक व मुख्यतः मेंदूवर संशोधन करणाऱ्या शास्त्रज्ञांनी वरवर लहान दिसणाऱ्या या मेंदूचा (म्हणजे लहान व मोठ्या मेंदूचा) अनेक पद्धतींनी वेध घेतला. 'अचपळ मन माझे - नावरे आवरिता' या ओळीचा प्रत्यय जसा प्रत्येक माणसाला येतो, तसाच या शोधवैज्ञानिकांना येऊ लागला.

त्या अथांग आणि अगाध मेंदूचा हा डॉ. अनिल गांधींनी घेतलेला वेध आणि शोध. अर्थातच जगभर हे हजारो शास्त्रज्ञ या साहसी शोधात सामील झाले आहेत. त्यांच्या शोधांचे हे विलक्षण वाचनीय असे विवेचन! निसर्गाच्या या अथांग मनःशक्तीचा, मेंदूचा हा अभ्यास वाचकाला विनम्र करील आणि विचक्षकही!

– कुमार केतकर

डॉ. अनिल गांधी यांनी आणखी एक झकास पुस्तक लिहिले आहे. या वेळी त्यांनी मेंदू हा विषय निवडला आहे. 'अफलातून मेंदू' हे शीर्षकच प्रथम वाचकांचे लक्ष वेधून घेते. मेंदूची रचना, कार्य, मेंदूच्या संशोधनासाठी उपयुक्त तंत्रज्ञान, इ.इ.जी., सी.टी., एम.आर.आय., ब्रेनस्पायवेअर कृत्रिम बुद्धिमत्ता यांबद्दल सोप्या भाषेत विवेचन केले आहे. उत्क्रांतीच्या तत्त्वाच्या आधारे प्राण्यांपासून मानवाच्या मेंदूचा विकास कसा झाला, यावर प्रकाश टाकला आहे. मेंदूच्या विकासासाठी व प्रगल्भ कार्यात आहार आणि व्यायामाचे महत्त्व पटवून दिले आहे.

या पुस्तकात मेंदूबरोबरच मनावर भाष्य करताना त्यांचे अद्वैत दाखवले आहे. मनाच्या अफाट वेगाबरोबरच त्याच्या विविध पैलूंवर चर्चा केली आहे. मनाची अमर्याद भरारी, भावभावना, मनाचे रंग, भास, आभास व मनाचे खेळ या सर्वांचा यथायोग्य समाचार घेतला आहे. तसेच पुढील भागात मेंदूच्या व मनाच्या आजारांबद्दल सामान्य वाचकाला समजेल अशा भाषेत माहिती दिली आहे.

माणसाच्या मेंदूची उत्क्रांती झाल्यानंतर तो मोठ्या समूहाने एकत्र राहू लागला तेव्हा सामाजिक जडणघडणीसाठी आदर्श, पूजनीय अशा देवांची, तर नीतिमत्तेच्या भावनेपोटी आचारसंहिता म्हणजेच धर्म या संकल्पनांना मेंदूनेच जन्म दिला. सूर्याला सूर्य तर देवांना विविध नावे माणसानेच दिली. मृत्यूच्या भयापोटी आत्मा, मुक्ती, विदेह मुक्ती आणि पुनर्जन्म या संकल्पनाही माणसाच्या सुपीक मेंदूतून जन्मल्या. या विषयांवर डॉ. गांधींनी आपली मते मांडली आहेत. मेंदूविषयी अशी सर्वंकष माहिती एकत्र मिळण्यासाठी आबालवृद्धांनी वाचावे असे हे पुस्तक आहे.

– अच्युत गोडबोले

संभाषण, विचार, भावना आणि कृती यांच्या आधारे आपण मेंदूच्या कार्याचे मूल्यमापन करण्याचा प्रयत्न करतो. या सर्व गोष्टी मेंदूच्या एकत्रित कार्याचे फलित आहे. हालचाल, श्वसन, पचन, रक्ताभिसरण, प्रजनन, दृष्टी, श्रवण आणि माझे 'मीपण' सर्वच मेंदूची कार्ये आहेत. मेंदूच्या भिन्न केंद्रांमध्ये जरी या विविध कार्यांची विभागणी झाली असली तरी मेंदू आणि मन एकसंध पद्धतीने सर्व कार्य करतो. यांतील प्रत्येक केंद्र जरी विशिष्ट जबाबदारी पार पाडत असले तरी सर्वांमध्ये कमालीचा समन्वयही असतो. मन आणि मेंदू यांचे परस्परांच्या कार्यावर व संपूर्ण शरीरावर कमालीचे परस्परावलंबित्व आढळते. खरे सांगायचे तर मेंदू आणि मन एकाच नाण्याच्या दोन बाजू आहेत, अविभाज्य अंगे आहेत. शरीराचे कार्य समजून घ्यायचे तर मनाचाही कानोसा घ्यावा लागतो. मनाचा थांग लावायचा तर मेंदूच्या

कार्याचे ज्ञान आवश्यक आहे.

'अफलातून मेंदू' या पुस्तकात डॉ. अनिल गांधी यांनी मेंदू आणि मन यांच्या कार्याचा चांगला उलगडा करण्याचा प्रयत्न केला आहे. त्यात मेंदूची व मनाची रचना, कार्य, विकार यांच्याविषयी सांगोपांग चर्चा केली आहे. पुस्तकाची भाषा सामान्य वाचकांना समजावी अशी ठेवण्याचा प्रामाणिक प्रयत्नही केला आहे.

– डॉ. ह. वि. सरदेसाई

वयाच्या १६ व्या वर्षापासूनच मी मानवी मेंदूच्या प्रेमात पडलो. आजही ते टिकून आहे ते का व कसे? डॉ. अनिल गांधी यांच्या 'अफलातून मेंदू' या पुस्तकाने हे मेंदूविषयीचे आकर्षण अधिकच वाढले. एकप्रकारे त्या मेंदूविषयी विलक्षण आकर्षण, तर दुसरीकडे त्यातील बदलामुळे होणारे चढ-उतार यांची चिंताही डोकावते. रसिक वाचकांना हे पुस्तक मार्गदर्शक वाटावे.

– अविनाश धर्माधिकारी

एका प्रसिद्ध तत्त्ववेत्त्याने आपली काठी जमिनीवर जोराने आपटली आणि तो आपल्या शिष्यास उद्देशून गरजला.

'बायजीद तू इथंच आहेस ना!'

शिष्य नम्रपणे म्हणाला, 'होय गुरुजी, मी इथंच आहे.' साधीच गोष्ट; पण त्याचे अनेक गुंतागुंतीचे पैलू होते.

हा बायजीद नेमका कोण... त्याला कसे माहीत की गुरूला नेमके काय म्हणायचे आहे... जाणीव, नेणीव म्हणजे काय... ही जाणीव, नेणीव, मन नेमकी कुठे असतात... मेंदूत? मनाचे अस्तित्व खरेच आहे का... मेंदू आणि मन यांचे कार्य भिन्न आहे का परस्परावलंबी आहे... आपण विचार करतो तो कसा... स्मरण-विस्मरण गूढ काय आहे... आपण झोपतो किंवा जागे असतो त्याचे रहस्य काय... आपण जांभई देतो, शिंकतो किंवा घोरतो ते का... एखादी व्यक्ती वेडपट किंवा मूर्ख; तर दुसरी शहाणी किंवा बुद्धिमान याची कारणमीमांसा कशी करायची... या व अशा अनेक शब्दांचा नेमका अर्थ काय? पॅरालिसिस, विस्मरण, अल्झायमर्स यांसारख्या मेंदूच्या व मनाच्या आजाराचे स्वरूप, प्रतिबंध व उपाय यांचा मागोवा घेण्याचे प्रत्येकाला कुतूहल व आवश्यकता आहे.

मेंदूचा काही भाग काम करेनासा झाला तरी मनुष्य जगू शकतो का... मेंदू पूर्णपणे निकामी झाला तर जगणे शक्य आहे का... अशा अनेक प्रश्नांची उत्तरे

माणसाच्या मेंदूलाच हवी असतात. आणि ती उत्तरे शोधायची असतील तर डॉ. अनिल गांधी यांचे 'अफलातून मेंदू' हे पुस्तक वाचणे इष्ट होईल.

डॉ. अनिल गांधी यांची यापूर्वीही पाच पुस्तके प्रकाशित झालेली आहेत. त्यांना वाचकांचा उत्तम प्रतिसाद लाभला आहे. या पुस्तकासही तसाच प्रतिसाद लाभेल याबद्दल मला शंका नाही. हे पुस्तक वाचकांच्या मनाची चांगलीच पकड घेते. मेंदूविषयी उत्सुकता असणाऱ्या कुठल्याही वाचकाला ते नक्कीच आवडेल.

– डॉ. उल्हास लुकतुके

डॉ. अनिल गांधी हे एक प्रथितयश सर्जन आहेत. 'अफलातून मेंदू' या नावाने त्यांनी मेंदूविषयी छान पुस्तक लिहिले आहे.

बहुतांश लोकांना मेंदूच्या नेमक्या कार्याची फारच थोडी माहिती असते. खरे सांगायचे, तर तज्ज्ञ लोकांतही मेंदूविषयी मतमतांतरे आहेतच. मेंदूविषयी समज व मते (Theories) अनेक आहेत. त्यांपैकी काही लक्षवेधी आहेत. काही धर्मवेत्ते, संभाषणचतुर वक्ते यांनी जे विचार व्यक्त व वितरित केले, त्यांना दिव्यज्ञान म्हटले जाते; पण अशा गोष्टींकडे त्रयस्थपणे व शास्त्राच्या कसोट्यांवर तपासून पाहणे योग्य होईल.

डॉ. अनिल गांधी यांनी या गुंतागुंतीच्या विषयावर जो शास्त्रीय दृष्टिकोन ठेवलेला आहे, त्याला मी दाद देतो. मेंदूची रचना, स्मरणशक्तीचे पैलू, मनाचे व मेंदूचे विकार, त्याबद्दलची जागरुकता या विषयांवर मंथन केलेले आहे. धर्म आणि शास्त्र यांच्या संगमाबद्दलचे प्रकरण लक्षवेधी आहे.

या पुस्तकात मांडलेले विचार सर्व स्तरांवर व सर्वदूर पसरावेत म्हणून त्याचे विविध भाषांमध्ये रूपांतर करावे, असे मी डॉ. अनिल गांधी यांना सुचवू इच्छितो. या पुस्तकासाठी माझ्या शुभेच्छा !

– दीपक शिकारपूर

अफलातून मेंदू

आरोग्यसंपन्न, सकारात्मक जीवनशैलीसाठी अंतर्दृष्टी जागृत करणारं पुस्तक

डॉ. अनिल गांधी

मेहता पब्लिशिंग हाऊस

Please contact us at **Mehta Publishing House Pvt. Ltd.,** Pune 411030.
© +91 020-24476924 / 24460313 / Mob. No. 9545000513
Email : production@mehtapublishinghouse.com
Website : www.mehtapublishinghouse.com

AFLATUN MENDU by Dr. ANIL GANDHI
अफलातून मेंदू : डॉ. अनिल गांधी / माहितीपर
© डॉ. अनिल गांधी
Email : author@mehtapublishinghouse.com

संस्थापक : सुनील अनिल मेहता
प्रकाशक : मेहता पब्लिशिंग हाऊस प्रा. लि.,
१९४१, सदाशिव पेठ, माडीवाले कॉलनी, पुणे – ४११०३०.
मुद्रक : ट्रिनिटी अॅकॅडमी फॉर कॉर्पोरेट ट्रेनिंग लिमिटेड
मुखपृष्ठ : चंद्रमोहन कुलकर्णी
प्रकाशनकाल : जानेवारी २०१७ / पुनर्मुद्रण : सप्टेंबर, २०२२
किंमत : ₹ २५०

P Book ISBN 9789386342249
E Book ISBN 9789386342256
E Books available on : amazonkindle Apple Books Google Play Books

---

माणसाचं जीवन सुकर, सुसह्य व सुखी करण्यासाठी सर्व शास्त्रांच्या शास्त्रज्ञांनी मोठा हातभार लावला आहे. मेंदूशास्त्रज्ञ मेंदूच्या व मनाच्या कार्याची उकल करण्यात अहोरात्र मेहनत करीत आहेत. ज्ञानार्जन, स्मरणशक्ती, भावभावना, विचार, जाणिवा व मेंदूशी निगडित इतर सर्व व्यक्त-अव्यक्त अशा नानाविध पैलूंचा सखोल अभ्यास व संशोधन सतत चालू आहे.

या क्षेत्रात सतत संशोधन करण्यात मग्न असलेल्या या समस्त शास्त्रज्ञांना विनम्र अभिवादन व हे पुस्तक मनःपूर्वक समर्पण.

प्रस्तावना

आपल्या शरीरांतर्गत व बाह्य वातावरणातील गोष्टींबद्दल मनुष्यास अनादी काळापासून कमालीचे औत्सुक्य आहे. त्यातूनच मानवाने आपल्या बुद्धीने निसर्गातील अनेक गुपितांची उकल केली. त्याला आपण शोध लावले असे म्हणतो. याच शरीरांतर्गत औत्सुक्यापोटी चौदाव्या शतकात त्याने मृतदेहाचे विच्छेदन करून शरीररचनेचा अभ्यास सुरू केला. या पद्धतीने शरीराचा अभ्यास करणाऱ्या व्यक्तींमध्ये महर्षी सुश्रुत या शल्यचिकित्सकाचे नाव अग्रणी आहे. मानवी शरीराच्या रचनेचा अभ्यास हा असा सुरू झाला. तरीही शेकडो वर्षे कोणीही अभेद्य अशा डोक्याच्या कवटीच्या आत डोकावण्याचा प्रयत्न केला नाही. मानवी विचार, भावभावना यांचा उगम हृदयात होतो, असा समज खूप दीर्घ काळ होता. हे मेंदूचे विषय व कर्तृत्व आहे, हे गेल्या काही शतकांतच लक्षात आले. जिवंत मनुष्यास वेदनामुक्ती देण्यासाठी शल्यक्रिया करण्यास सुरुवात झाली. नाभिक (न्हावी) ५-६ शतके अशा शस्त्रक्रिया करत. पण १७४३ मध्ये इंग्लंडमधील विद्यापीठांनी पदवीधर डॉक्टरांकडे ही जबाबदारी सोपविली. रॉंजेनने 'क्ष' किरणांचा शोध १९ व्या शतकात लावला व सी.टी.चा शोध विसाव्या शतकाच्या उत्तरार्धात. त्यानंतरच मेंदूच्या विकारांची उकल व शस्त्रक्रिया यांना मूर्त स्वरूप लाभले.

१९४६ मध्ये ॲलन ट्युअरिंग या आंग्ल गणितीने संगणकाचा शोध लावला. ॲलनचे त्याच्या मातेच्या उदरात बीजारोपण झाले तेही भारतात. त्यानंतर संगणक शास्त्रात वेगाने प्रगती होत गेली. संगणक माणसाच्या मेंदूशी स्पर्धा करण्याचा

प्रयत्न करतो आहे; पण संगणकासकट सर्व शास्त्रीय शोधांचा जनक मनुष्याचा मेंदू हाच आहे. अलीकडच्या काळात माणसाने सुपर संगणकात माणसाच्या मेंदूतील न्यूरल नेटवर्कसारखी रचना केल्याने संगणकाचा काम करण्याचा वेग व आवाका प्रचंड प्रमाणावर वाढलेला आहे. परिणामी आधुनिक सुपर संगणक माणसाच्या शारीरिक ताकदीवर, वेगावर, अथक कामावर व प्रतिकूल परिस्थितीमध्ये मानवावर मात करू लागला. अति थंड, अति उष्ण व विरळ हवामान अशा प्रतिकूल परिस्थितीत मानवाला जेथे काम करणे अशक्य होते, तेथे असे संगणकाच्या तत्त्वावर चालणारे यंत्रमानव बिनदिक्कत काम करू शकतात व थकतही नाहीत. मात्र भावभावना, परिस्थितीनुरूप शिक्षणाने, अनुभवाने योग्य ते निर्णय घेणे, ही संगणकाच्या आवाक्यातली गोष्ट नाही. माणसाच्या बुद्धीचा जिवंतपणा संगणकाला लाभू शकत नाही.

निदान आज घटकेला बुद्धिमान संगणकनिर्मितीच्या दृष्टीने मानवाचे प्रयत्न सतत चालूच आहेत. त्या दृष्टीने भरीव प्रगती झपाट्याने चालू आहे. पण 'दिल्ली अभी दूर है ।' जगातील संगणक शास्त्रज्ञ, मेंदू शास्त्रज्ञ, स्थापत्य शास्त्रज्ञ या सर्वांच्या एकत्रित व शर्थीच्या प्रयत्नांनी जिवंत, भावभावना जाणणारे, उचित समयी उचित निर्णय देणारे यंत्र निर्माण करण्याच्या दिशेने शर्थीचे प्रयत्न जगभरच चालू आहेत. खरे सांगायचे तर मेंदूच्या कार्याचा सूक्ष्म अभ्यास करून मेंदूच्या कार्याची उकल रिव्हर्स इंजिनिअरिंग करण्यात शास्त्रज्ञ गुंतलेले आहेत.

एक संगणक शास्त्रज्ञ या नात्याने मला स्वतःला माणसाच्या मेंदूबद्दल कमालीचे आश्चर्य वाटते. माझी पार्श्वभूमी स्थापत्यशास्त्राची आहे; पण जीवशास्त्राचा समावेशही स्थापत्यशास्त्राच्या विद्यार्थ्यांच्या अभ्यासक्रमात असावा, असे माझे वैयक्तिक मत आहे. ज्या इंजिनिअरिंग कॉलेजेस व दिल्ली आयआयटीचा मी अध्यक्ष आहे, तेथे असा अभ्यासक्रम राबवण्याचा मी मनापासून प्रयत्न करतो आहे. मेंदू जीवशास्त्र आणि संगणकशास्त्र यांच्या संयमाने जिवंतपणा असणारा संगणक निर्माण करण्यात हातभार लागणार आहे.

'अफलातून मेंदू' हे डॉ. अनिल गांधी यांचे पुस्तक मी जेव्हा वाचले, तेव्हा माझ्या ध्यानीमनी रेंगाळणाऱ्या विषयावर कोणीतरी पुस्तक लिहून माझ्या मनातील एक सुप्त इच्छा पूर्ण करतो आहे, हे पाहून मला खूप आनंद झाला. डॉ. गांधींनी एका अवघड विषयाला हात घातला आहे. पण या विषयाबद्दल सामान्य माणसांत खूप कुतूहल आहे. डॉ. गांधींनी या वाचक वर्गाला समजेल अशा सोप्या भाषेत लिहिण्याचा यशस्वी प्रयत्न केला आहे, असे म्हणणे सार्थ ठरेल.

या पुस्तकाची सुरुवात मेंदूवर घाला (Brain Hacking) या सनसनाटी विषयाने केल्याने हे पुस्तक वाचकाच्या मनाची पकड घेते. त्यानंतर मेंदूची रचना,

कार्य, एकपेशीय जिवाणूंपासून वनस्पती, प्राणी व मनुष्य यांच्या मज्जासंस्थेची उत्क्रांती, आईच्या उदरातील अर्भकाच्या मेंदूची वाढ यांपासून ते मेंदूशास्त्राच्या संशोधनासाठी उपयुक्त गोष्टी या शास्त्रज्ञांच्या आवडीच्या विषयांचा ऊहापोह केला आहे. दुसऱ्या विभागात माणसाच्या अथांग मनाचा थांग घेण्याचा प्रयत्न केला आहे. शिक्षण, स्मरणशक्ती, नैपुण्ये आणि क्षमता (टॅलेंट्स) या विविध पैलूंवर प्रकाश टाकला आहे.

तिसऱ्या भागाची सुरुवात वेदनेने केली असली तरी ती किती उपयुक्त संवेदना आहे याची चर्चा केली आहे. 'वेदना सखी तू, नसे वैरिणी' असा रास्त विचार मांडला आहे. जन्मतःच वेदनेची संवेदनाच नसेल तर अशा बालकास जड आणि तीक्ष्ण वस्तू पडल्याने हाडे मोडणे किंवा अनेक जखमा होणे, अशा अनंत अडचणींना सामोरे जावे लागते. ती अल्पायुषी ठरतात. हे एका ब्रिटिश बालकाचे मार्मिक उदाहरण दिले आहे.

मेंदूच्या रक्तवाहिन्यांच्या विकाराने मेंदूत रक्तस्राव होऊन होणाऱ्या गंभीर प्रकारांची चर्चा केली आहे. अर्धांगवायू किंवा पांगळेपणाने येणारी पराधीनता टाळावी कशी, यावर मार्गदर्शन केले आहे.

शेवटी मानवनिर्मित धर्मांची निर्मिती, त्यांची उत्क्रांती, मोक्ष, मुक्ती, विदेहमुक्तीच्या संकल्पना विचार करायला लावणाऱ्या आहेत. स्वर्गाचे तिकीट काढून परत Near Death Experience आलेल्या व्यक्तींनी कथन केलेले अनुभव, तिबेटियन बौद्ध भिक्खूंच्या मेंदूचा f-MRI या तंत्राने केलेला अभ्यास व टेम्पोरेल लोब एपिलेप्सी, टेंपोरल लोबचे ब्रेन ट्यूमस, तसेच एल.एस.डी. केटामिन (भुलीचे) औषध यांनाही हेच मोक्षप्राप्ती, ज्ञानप्राप्ती, मुक्ती, विदेहमुक्तीचे अनुभव कसे येतात, हे दाखवून धर्म व शास्त्र याची सांगड कशी घालता येते, यावर भाष्य केले आहे.

या पुस्तकाबद्दल मी डॉ. अनिल गांधी यांचे मनापासून कौतुक करतो. हे पुस्तक वैद्यकीय विषयातील सामान्यज्ञान व माहिती यांचा संगम आहे असे म्हटले तर वावगे ठरू नये.

प्रत्येक माणसाच्या मेंदूने आपल्या स्वतःच्या मेंदूचे ज्ञान करून घेणे आवश्यक आहे आणि औचित्यपूर्ण आहे. प्रत्येकाने आवर्जून वाचावे व आपल्या संग्रही ठेवावे, असे हे पुस्तक आहे. कारण 'मेंदू आणि मन' हा अलीकडच्या काळातील संशोधनाचा कणा आहे.

– डॉ. विजय भटकर

ऋणनिर्देश

माझ्या 'हायटेक लाइफ लाइन' (संजीवनी उच्च तंत्रज्ञानाची) या आरोग्यविषयक पुस्तकास उत्तम प्रतिसाद लाभला, तेव्हा मेंदूविषयीही पुस्तक लिहावे, हा विचार बळावला. याचेच फलित म्हणजे हे पुस्तक. या पुस्तकाच्या लिखाणामध्ये गुरुवर्य डॉ. ह. वि. सरदेसाई, मित्र डॉ. उल्हास लुकतुके, डॉ. सुनील शहा यांच्या सूचना बहुमूल्य ठरल्या. सुप्रसिद्ध संगणकतज्ज्ञ डॉ. विजय भटकर यांनी लिहिलेल्या प्रस्तावनेबद्दल मी त्यांचा कृतज्ञ आहे.

सर्वश्री कुमार केतकर, अच्युत गोडबोले, अविनाश धर्माधिकारी, डॉ. ह. वि. सरदेसाई, डॉ. लुकतुके आणि डॉ. दीपक शिकारपूर यांनी अभिप्राय लिहिले याबद्दल मी त्या सर्वांचा आभारी आहे.

डॉ. प्रकाश डोके आणि अजित धर्माधिकारी यांची फोटोंसाठी विशेष मदत झाली. सांगली येथील माझा मित्र डॉ. रवींद्र व्होरा व पीडिॲट्रिक सर्जरी सेंटर आणि पी.जी. इन्स्टिट्यूट, सांगलीचे डॉ. सुधाकर जाधव यांनी मेंदूच्या जन्मजात विकारांवरील फोटो पुस्तकात वापरण्यासाठी दिले, याबद्दल मी त्यांना धन्यवाद देतो. माझ्या कुठल्याही कामात सर्व प्रकारची मदत करण्याचा पायंडा डॉ. के. एच. संचेती यांनी याही पुस्तकात ठेवला आहे.

पराग जोशी यांनी टाइपसेटिंगचे काम सुबकरीत्या आणि अगदी थोडक्या अवधीत केले आहे. डॉ. चित्रलेखा पुरंदरे यांनी संपादनाचे काम मनःपूर्वक केले आहे.

मनोगत

शिक्षणाने माणूस ज्ञानी होतो. शिक्षण व अनुभव यांचा भावी आयुष्यात उपयोग होतो. भावभावनांमुळे माणूस आणि इतर जीवमात्रांमधला फरक जाणवतो, तर भाषेचा वापर तोंडी वा लेखी स्वरूपात ही माणसाची मक्तेदारी त्याच्या प्रगल्भ मेंदूची आहे. माणसाच्या मेंदूचे प्राथमिक शिक्षण हे गर्भावस्थेत सुरू होते; पण खऱ्या अर्थाने ते बहरते आयुष्याच्या पहिल्या काही वर्षांत. पहिल्या २-३ वर्षांत मेंदूची वाढ झपाट्याने होते व शिक्षणक्षमता खूप झपाट्याने वाढते. शालेय शिक्षण उपयुक्त असते, पण माणूस आयुष्यभर अनुभवांच्या पाठशाळेचा विद्यार्थी असतो.

ज्ञानप्राप्तीसाठी डोळे, कान, नाक, जीभ आणि त्वचा अशा पंचेंद्रियांचा सतत उपयोग होत असतो. पाहून, ऐकून वास घेऊन, चव चाखून किंवा स्पर्शाची अनुभूती घेऊन पुष्कळ ज्ञान प्राप्त होते. अलीकडच्या काळात संगणक, इंटरनेट यांच्या माध्यमातून प्रचंड ज्ञानाचे भांडार माणसाला उपलब्ध झाले आहे. त्याला सहावे ज्ञानेंद्रिय म्हणावेसे वाटते. माणसाच्या ज्ञानसंपादनास स्थळ, काळ, वेळ असे कुठलेही बंधन नाही. मेंदूला ज्ञान ग्रहण करण्याच्या किंवा स्मृतीत साठवण्याच्या बाबतीत कसल्याही आणि कुठल्याच मर्यादा नाहीत. एखाद्या वेळेस 'आता बास, आता माझ्या मेंदूत काही शिरत नाही' असे म्हणण्याची पाळी येतेही. पण, थोडा काळ कामात बदल केला किंवा छानशी झोप काढली की कितीही जास्त गोष्टी मेंदू ताज्या दमाने ग्रहण करण्यास परत सज्ज असतो.

मातेस जर प्रश्न विचारला, 'तुझ्या मुलांपैकी कोणते मूल तुला सर्वांत जास्त

प्रिय आहे?' तर अशा प्रश्नाचे उत्तर देण्यात ती असमर्थता दाखवते. 'मला सगळे सारखेच' हे ठरावीक उत्तर येईल. तसेच कुठल्याही सुज्ञ व्यक्तीस विचारले, 'तुझ्या शरीरातला तुझा सर्वांत लाडका अवयव कोणता?', तर तो निरुत्तर होईल. मात्र 'जगण्यासाठी तुझ्या शरीरातील अवयवांचे अग्रक्रमाने महत्त्व सांग' असे म्हटले तर त्याला या प्रश्नाचे उत्तर देता येईल. जगण्यासाठी हृदय व फुप्फुसाचे महत्त्व माणसास खूप आधीपासून समजले आहे. त्यानंतर यकृत, किडनी, पचन संस्था यांचेही महत्त्व माणसांना समजले. मेंदूचे कार्य व महत्त्व समजण्यास मात्र त्या मानाने खूप उशीर झाला. मेंदू शरीरातल्या सर्व पेशी, हृदय, फुप्फुस व इतर सर्व अवयवांचा कर्ता-करविता आहे, हेच खूप उशिरा लक्षात आले. आपल्याला आता निश्चित कळले आहे की, संपूर्ण शरीराच्या 'वाद्यवृंदाचे' कार्य पूर्णपणे नियंत्रित करणारा 'मास्टर' मेंदू हाच आहे. मेंदूत बिघाड झाला तर लय-ताल सर्व लयाला जातात. मेंदू थांबला की, माणूसही संपला– पूर्ण विराम! वरवर दिसणाऱ्या सर्व शारीरिक क्रियांखेरीज अदृश्य अशा सर्व क्षमता, बुद्धीचे सर्व आविष्कार, विचार, भावभावना, स्मरणशक्ती, भाषा यांचा कर्ता-करविता– सर्वेसर्वा मेंदूच आहे. माणसाचे असामान्यत्व याच मेंदूच्या प्रगल्भतेमुळे आहे, हे आता माणसाच्या मेंदूनेच माणसाला पटवून दिलेले आहे.

ज्या त्या अवयवाच्या जीवनरक्षणाच्या महत्त्वाच्या प्रमाणात त्याला निसर्गाने संरक्षण प्रदान केलेले आहे. अन्नपचन व मूत्रसंस्थांना पोटात खोलवर ठेवले आहे. त्याच्या भोवती त्वचेचे व स्नायूंचे संरक्षण आहे, तर हृदय व फुप्फुसे यांचा अग्रक्रम वरचा असल्याने त्यांना हाडांच्या पिंजऱ्याचे संरक्षण दिले आहे. सर्वांत महत्त्वाच्या अशा मेंदूला अभेद्य असे कवटीचे संरक्षण पुरविले आहे. मेंदूला अभेद्य हेल्मेटखेरीज तीन स्तरांवरचे मेनिंजेसचे कवच, त्यामधे शॉक ॲबसॉर्बर म्हणून सी. एस.एफ.च्या खेळत्या प्रवाहाने अधिक संरक्षण दिले आहे. एवढा कडेकोट बंदोबस्त फक्त या जीवनाच्या कर्त्या-करवित्यास देण्याचे औचित्य निसर्गाने खासच दाखवून मेंदूचे महत्त्व अधोरेखित केले आहे.

माणूस आयुष्यभर विद्यार्थी असतो. मीही आहे. तरुण पिढी नेहमीच ज्ञानसंपादनात चार पावले पुढे आहे. आजच्या तरुण पिढीचे सामान्य ज्ञान पुष्कळच चांगले आहे; पण त्यांच्या मेडिकल विषयावरच्या सामान्यज्ञानात या पुस्तकाने अल्पशी का होईना भर पडेल, अशी मला आशा आहे. या पुस्तकातील विषय नीट समजण्यासाठी मेंदूची रचना व कार्य यांची थोडक्यात माहिती सुरुवातीस दिली आहे. शास्त्र शाखेशी परिचित नसणाऱ्या वाचकांना ती थोडी क्लिष्ट वाटली तरी मेंदूचे महत्त्व, त्यांचे विकार, आजार व उपाय समजून देण्यासाठी मेंदूची रचना व कार्य याबद्दल थोडा परिचय असणे आवश्यक आहे.

या पुस्तकात मेंदूची रचना, कार्य, क्षमता, विकार, आजार व त्यावरचे उपचार यांविषयीचा ऊहापोह केला आहे. सामान्यज्ञानात भर म्हणून या पुस्तकाचा उपयोग व्हावा. मात्र फॅमिली डॉक्टर, विशेषज्ञ यांच्या सल्ल्याला हा पर्याय होऊ शकत नाही, हे मात्र ध्यानात घ्यावे.

हे पुस्तक लिहिण्याचा एक प्रमुख हेतू म्हणजे अतिसामान्य व्यक्तीसही मेंदूचे भयानक असे जन्मजात विकार टाळण्याच्या अतिशय साध्या सोप्या आणि आर्थिकदृष्ट्या परवडणाऱ्या प्रतिबंधक उपचारांची माहिती करून देणे. कृपया पान ... वरचे फोटो न घाबरता पाहा व बोध घ्या!

असे भयावह दोष टाळण्यासाठी माता होऊ इच्छिणाऱ्या महिलेने संततिप्रतिबंधक उपाय बंद करण्यापूर्वीच रोज फोलिक ॲसिड या व्हिटॅमिनची ५ मि.ग्रॅ.ची एक गोळी घेण्यास सुरुवात करावी व गर्भधारणेच्या काळात चालू ठेवावी. (गोळीची किंमत २५ पैसे)

या विषयावर जनजागृती करण्यात जैन डॉक्टर्स असोसिएशन आणि स्पायना बायफिडा फाउंडेशन या संस्था अग्रणी आहेत. त्यांना धन्यवाद!

मेंदूशास्त्रज्ञ आणि संगणक शास्त्रज्ञांच्या संयुक्त प्रयत्नांनी मेंदूच्या सर्व प्रकारच्या गुंतागुंतीच्या कार्याचा मागोवा घेतला जात आहे. मेंदूत ज्ञान कसे साठवले जाते, गरजेच्या वेळी परत त्या ज्ञानाच्या प्रकाशात कशी भर टाकली जाते, किंवा सुधारणा केली जाते याविषयी वेगाने संशोधन चालू आहे. त्यामुळे मानवी मनात गुपिते फार काळ गुप्त राहणार नाहीत. संगणकाचे 'हॅकिंग' होते व आता मानवी मनाचे हॅकिंग होण्याची दाट शक्यता निर्माण झाली आहे. संगणकाला बुद्धी प्रदान केली गेली असली तरी आजमितीस परिस्थितीनुरूप स्वयंनिर्णयाची किमया साधलेली नाही.

मेंदूच्या संशोधनात रोज नव्याने भर पडते आहे. माणसाच्या मनात डोकावता येत नाही असे म्हणतात; पण आता ते प्रायोगिक तत्त्वावर शक्य झाले आहे. नजीकच्या भविष्यात 'ब्रेन हॅकिंग' शक्य आहे. मी या पुस्तकाच्या माध्यमातून मेंदूत डोकावून पाहण्याचा प्रयत्न केला आहे.

सावधान !

– डॉ. अनिल गांधी

अनुक्रमणिका

थांग मनाचा

अनंत आकाशाचा, अपार भूगर्भाचा, तसेच अथांग सागरतळाचा काही अंशी मानवाला थांग लागला आहे; पण याहूनही गूढ असलेल्या मानवी मनाचा थांग लागणे अजूनही अवघडच आहे.

एखादी शोडषवर्षा आरशासमोर उभी असते तेव्हा तिच्या मनाचे बोल

"ओळख पहिली गाली हसते ।
सांग दर्पणा कशी मी दिसते?"

अशा स्वरूपाचे असतात. ज्याची पहिली ओळख झाली त्याच्या सहवासाची जर तिला हुरहुर लागली, तर तिला त्याच्या मनाचाही थांग लागावा असं वाटत असतं. त्यालाही आपल्याला भेटावंसं वाटत असेल का? मग ती जर आधुनिक जगातली, संगणकाशी गट्टी असलेली तरुणी असेल तर म्हणेल,

"हे संगणका मला सांग सख्याच्या मनाचा थांग"

खरंच हे शक्य आहे का? कोणाच्याही मनाचा म्हणजेच त्यातील प्रेम, लोभ, सुख-दुःख, समाधान इत्यादी भावनांचा थांग लागणं शक्य नाही, असं आजवर आपण ऐकत आलो आहोत.

'समाधान आणि लोभ'

एका गरीब माणसाची आणि राजाची गोष्ट सर्वपरिचित आहे. 'सूर्योदय ते सूर्यास्तापर्यंत जेवढी जमीन तू पळून जाशील तेवढी तुला देतो' असे राजाने सांगितले. गरिबाने सूर्योदयाला सुरुवात करून सूर्यास्तापर्यंत खूप जमीन मिळवली; पण प्रचंड श्रम, थकवा व तहानेने तो जो पडला, तो उठलाच नाही.

अलेक्झांडर हा पराक्रमी ग्रीक सम्राट. त्याने संपूर्ण जग पादाक्रांत केले. तो खूप आनंदी झाला. पण त्याचा आनंद क्षणभंगुर ठरला. दुसऱ्याच क्षणी त्याच्या मनात विचार आला, पुढे काय? आता काय जिंकायचे, काय करायचे? आणि

आता जिंकण्यासारखे काहीच शिल्लक राहिले नाही म्हणून खूप दुःखी झाला आणखी काही जिंकता येणार नाही, या कल्पनेने त्याला रडू कोसळले.

तात्पर्य- लोभाला ना सीमा ना अंत. जे जे हवे त्यासाठी माणूस जिवापाड प्रयत्न करतो. सर्व भल्या-बुऱ्या मार्गांचा अवलंब करतो. मिळाल्यावर सुखावतो. पण हे क्षणभंगुर सुख समाधान देऊ शकत नाही. 'ये दिल मांगे मोर!' तुम्ही त्यापेक्षा मोठे उद्दिष्ट डोळ्यांसमोर ठेवून परत प्रयत्नाला लागता. परत क्षणभर आनंद; परत पुढचा टप्पा... ही न संपणारी लोभाची गोष्ट.

षोडशा असो, दरिद्री माणूस असो वा जगज्जेता- सगळ्यांचा मेंदू सर्व स्वाहा करणारा असतो. कोठे थांबायचे हे त्याला माहीत नसते. लोभ नेहमी वरचढ ठरतो. दुःखास कारणीभूत होतो. हेच मानवी मनाचे प्राक्तन आहे!

महात्मा गांधी म्हणत, ''या पृथ्वीवर सर्वांच्या गरजा भागवण्यासाठी पुरेशी साधने आहेत; पण एका माणसाच्या लोभाचे समाधान करण्याला मात्र अपुरी आहेत.''

आधुनिक तंत्रज्ञानाच्या युगात किती तरी गोष्टी बदलल्या आहेत. दळणवळणाची-संपर्काची साधने यांत आमूलाग्र बदल झाले. क्षणार्धात आपण जगाच्या एका ध्रुवावरून दुसऱ्या ध्रुवावरच्या व्यक्तीशी किंवा अंतराळात दूर झेपावणाऱ्या अंतराळवीराशी संपर्क साधू शकतो. यात सेलफोन, सॅटेलाइट फोन असो वा शीघ्र इंटरनेट यांचा वापर होतो. बोलणे तसेच प्रतिमा पाहणे, यांतही होतो. या सर्व दळणवळणात गोपनीयता आहे असा आभास होतो. आपला पत्रव्यवहार, बोलणे हे इतर लोक नोंदवू शकतात; त्याचा गैरवापरही होऊ लागला. यालाच 'हॅकिंग' किंवा 'डाका घालणे' म्हणतात. आपल्या खासगी संभाषणाची गोपनीयता अशा रीतीने लयास गेली, त्यामुळे विचारवंत बैचेन झाले.

आपल्या मनात जे विचार येतात ते आपण जसेच्या तसे व्यक्त करीत नाही. आपलेच कॉन्शस मन हे सबकॉन्शस मनावर नियंत्रण करीत असते. जनसामान्यांमध्ये जे शिष्टसंमत असते, तेच प्रत्यक्षात व्यक्त केले जाते. मित्र, मैत्रीण, नातेवाईक असोत वा नवरा-बायको कोणीच एकमेकांशी शंभर टक्के सर्व काळ मनात असलेले खरे बोलत नाही, हेच कटू सत्य आहे. मनातील विचार अनेक चाळण्या पार करूनच बाहेर व्यक्त होतात. त्यात इतरांना न दुखावण्याचा किंवा सुखावण्याचा हेतू असेल, आपली स्वतःची प्रतिमा आहे यापेक्षा चांगली दाखवण्याचा असेल किंवा इतर कुठलाही भला-बुरा अंतःस्थ हेतू असेल. पण, सुदैवाने आपला मेंदू जसा अभेद्य कवटीत सुरक्षित आहे, त्यापेक्षा आपले मन, आपले विचार खूपच पटींनी अभेद्य अशा मनाच्या किल्ल्यात सुरक्षित आहेत, असा कालपर्यंतचा गैरसमज होता. आता तो किल्ला अभेद्य राहिलेला नाही. मेंदूविषयीच्या पैलूंचे, तसेच

विकारांवरही संशोधन सुरू झाले आहे.

मेंदूशास्त्रज्ञांनी सुरुवातीला एपिलेप्सी व इतर मेंदूच्या विकारांचा अभ्यास करण्यासाठी मेंदूत निर्माण होणाऱ्या विद्युतप्रवाहांच्या आलेखनांचा 'Electro Encephalography' अभ्यास केला. आता f-MRI हे तंत्रज्ञान व संगणकशास्त्रातील भरीव प्रगती यांच्यामुळे मेंदूच्या विद्युतलहरींची (Brain Waves) नोंद, रचना त्यांचा अभ्यास खूप झपाट्याने झाला आहे. आपण एखादी गोष्ट पाहताना, करताना, ऐकताना किंवा चव, वास घेताना किंवा स्पर्शाने पारखतो, तसेच एखादा विचार नुसता मनात येतो तेव्हाही मेंदूत निर्माण होणाऱ्या विद्युतलहरींचे आलेखन, नोंद व त्यांचे नंतर संगणकीय विश्लेषण करून आज या विद्युतलहरी संवेदनासूचक शब्द असा शब्दकोश तयार करण्याचे काम झपाट्याने चालू आहे. त्यामुळे माणसाचा मेंदू संगणकाला जोडून त्याच्या मनातील प्रतिमा पाहता येतात. त्याच्या स्मरणशक्तीच्या तिजोरीत ठेवलेल्या गोष्टी प्रत्यक्ष जाणता येतात. इतकेच नव्हे, तर त्या व्यक्तीच्या मनातले विचार काढून टाकणे (खऱ्या अर्थाने ब्रेनवॉश) व त्या जागी नवीन विचार रुजविणे, हेही शक्य झाले आहे.

सुप्त मनातील विचार सतत सेन्सॉर करून मगच व्यक्त केले जातात. बाह्य जगाला जे रुचेल, जे समाजात बरे दिसेल, तेच विचार व्यक्त केले जातात. मनात कितीही वेडेवाकडे, वाईट विचार आले तरी मनातला नट समाजाच्या अपेक्षांचा विचार करून फक्त चांगल्या गोष्टी व्यक्त करण्याचा आटोकाट प्रयत्न करतो.

थोडक्यात सांगायचे, तर शोडशवर्षा संगणकीय तज्ज्ञ युवतीस तिच्या प्रियकराला तिच्याविषयी काय वाटते, हे जाणून घेणे शक्य झाले आहे. या तंत्रज्ञानास 'ब्रेन-मशिन इंटरफेस' असे संबोधले जाते. अजून तरी ज्या व्यक्तीच्या मेंदूतले विचार जाणून घ्यायचे आहेत, त्याची परवानगी लागते. त्यामुळे आपल्या मनातील विचार इतरांना कळू द्यायचे किंवा नाही, हे आपणच ठरवू शकतो; पण हे सर्व कायदे व आचारसंहिता पाळणाऱ्यांना लागू पडते. जेथे या दोन्ही गोष्टी धाब्यावर बसवल्या जातात, असे देशही या भूतलावर आहेत. कैदी किंवा टेररिस्ट ऑर्गनायझेशन्सना सौजन्याची किंवा कायद्याची ऐशी की तैशी!

या ब्रेन हॅकिंगच्या संशोधनाचा इतिहास रंजक आहे. सुरुवातीस अठराव्या व एकोणिसाव्या शतकात रोगनिदानासाठी (एपिलेप्सी) EEG ची सुरुवात झाली ती कवटी व चेहऱ्यावर लावलेल्या इलेक्ट्रोड्सच्या मदतीने. त्यानंतर मेंदूवरील शस्त्रक्रियेसाठी उघड्या केलेल्या मेंदूवर इलेक्ट्रोडच्या पट्टे किंवा जाळी लावून आलेखनाचा अभ्यास सुरू झाला. त्याला 'इलेक्ट्रो कॉर्टिओग्राफी' 'Electro Corticography' (E.Co.G) असे म्हणतात. त्याच वेळी मेंदूच्या कार्याचे आलेखन किंवा मेंदूच्या भिन्न भागाचे कार्य समजावून घेण्यासाठी Direct Cortical Electrical

Stimulation (D.C.E.S.) या तंत्रज्ञानाचा वापर सुरू झाला. त्यामुळे मेंदूचा भौगोलिक (Geographical) अभ्यास शक्य झाला. याचा उपयोग स्वप्नांचा अभ्यास करण्यातही होऊ लागला. अशा प्रकारची विविध माहिती (Data) संगणकाला पुरवून प्रत्येक कार्याची किंवा विचारांची माहिती संकलित करणे, त्या समग्र माहितीचे विश्लेषण सुपर कॉम्प्युटरद्वारा करून माणसाच्या मेंदूतील स्मृती व विचार यांचे डी-कोडिंग करणे शक्य झाले. या अभ्यासावरून ब्रेनवेव्ह्जच्या पॅटर्नवरून इंग्रजी शब्दकोश तयार होऊ लागला. त्यामुळे मेंदूशास्त्रज्ञांना एखाद्या व्यक्तीच्या मनात डोकावणे शक्य झाले आहे. 'काय तुझ्या मनात सांग माझ्या कानात' म्हणण्याची आवश्यकता राहिली नाही. तुमची इच्छा नसतानाही अशा पद्धतीने तुमच्या मनात दुसरी व्यक्ती डोकावू शकते. तुमचे विचार बदलूही शकते. तुमच्या व्यक्तिमत्त्वावर (Identity) हा घाला आहे, डाका आहे. तुमच्या मनातील जी गुपिते तुम्ही इतरांना सांगू इच्छित नाही, त्यावर तुमचे स्वतःचे नियंत्रण गमावण्याची वेळ आली आहे. केवढा हा 'दैवदुर्विलास' !

मानवी शरीरातील प्रत्येक पेशीला महत्त्व आहे. प्रत्येक पेशीची रचना व कार्य चपखल असते. प्रत्येक अवयव महत्त्वाचा असला तरी मेंदूला अनन्यसाधारण महत्त्व आहे. तो संपूर्ण शरीराचा कर्ता आणि करविता आहे.

फिलिप लो याने 'आय ब्रेन' नावाचा पोर्टेबल कॉम्प्युटर तयार केला आहे. ज्या लोकांचे हातपाय लुळे पडले आहेत; पण मेंदू तल्लख आहेत, असे लोक आपल्या विचारांचा उपयोग करून कॉम्प्युटरवर व्हर्च्युअल हाताने काम करू शकतात. स्टीफन हॉकिंग हा शास्त्रज्ञ याचे ज्वलंत प्रतीक आहे.

'मनाला पंख फुटले'

शालेय जीवनात इंग्रजीत एक म्हण वाचण्यात आली. 'If wishes were horses, beggars would ride them'. त्या काळानुसार हा कल्पनाविलास योग्य होता; पण कालमानाने सत्याच्या व्याख्या, कल्पना जशा बदलतात, तशाच वास्तवाच्याही बदलतात. शास्त्र आणि तंत्रज्ञानाने मानवी आयुष्यात आमूलाग्र बदल घडवून आणले आहेत. अनेक अशक्य वाटणाऱ्या गोष्टी सत्यात आल्या आहेत. माणूस आकाशात भरारी घेतोय किंवा चंद्रावर सहलीला जातोय या कल्पनाविलासातल्या संकल्पना व्यवहारात उतरल्या आहेत. ही विज्ञानाची किमया आहे. सामान्य माणसाच्या जीवनात आमूलाग्र बदल तर झालेतच; पण बुद्धिमांद्य किंवा विकलांग अशा अभागी जीवांच्या आयुष्यातही लक्षणीय सुधारणा झाली आहे. असे विकलांग लोक अंथरुणात किंवा चाकाच्या खुर्चीला खिळून न राहता, आता तंत्रज्ञानाच्या मदतीने स्वतःच्या

पायावर जीवन जगू लागले आहेत. ते आता इतरांसाठी, समाजासाठी काही उपयुक्त काम करण्यास सक्षम झाले आहेत, ही दिलासा देणारी बाब आहे.

विकलांग व्यक्तीने केलेल्या असामान्य कर्तृत्वाचे मूर्तिमंत उदाहरण ब्रिटिश शास्त्रज्ञ स्टीफन हॉकिंग यांचे देता येईल. मायोपॅथीमुळे (स्नायू निकामी होणारा आजार) शरीरातील बहुतेक सर्व स्नायू निकामी झाले आहेत. फक्त डोळ्यांच्या झडपांची उघडझाप शक्य होते. असामान्य बुद्धिमत्ता लाभलेल्या या शास्त्रज्ञाने आपल्या मनातील विचार व डोळ्यांच्या झडपांची उघडझाप एवढ्या भांडवलावर संगणकाचे नियंत्रण करून अनेक गहन विषयांवर अनेक वर्षे संशोधन चालू ठेवले. त्याच्या या कार्याचा गौरव म्हणून त्यांना केंब्रिज विद्यापीठाने अंतराळ शास्त्र विभागाच्या डायरेक्टर या पदावर नेमले व त्यांची उपयुक्तता मानवकल्याणाच्या कामी वापरली.

यामुळे आता सुरुवातीची 'विचारांचे घोडे आणि भिकारी ' ही म्हण बदलून 'मनाच्या पंखावर आरूढ व्हा, जग पादाक्रांत करा' असे म्हणणे उचित होईल, असे वाटते.

काही मेंदूशास्त्रज्ञ मेंदूची भाषा समजून घेऊन अशाच तंत्रज्ञानाने शब्दकोश करण्यात मग्न आहेत. तुमच्या मनात घर करून बसलेल्या सुंदरीची प्रतिमा कॉम्प्युटर इतरांना दाखवण्यास समर्थ आहे. सावधान!

मेंदूची गुप्तलिपी (ब्रेन स्पायवेअर)

करमणुकीची साधने डोक्याला लावलेल्या हेडगिअरद्वारा मेंदूतील वेव्ह्जची नोंद करू शकतील. ब्रेन स्पायवेअर (सॉफ्टवेअर) च्या साहाय्याने तंत्रज्ञ अशा माहितीचा वापर करून हेरगिरी करू शकतील व तुमच्या मेंदूतील माहिती (सर्व प्रकारची गुप्तसुद्धा) हस्तगत करू शकतील. मेंदूवर डाका घालून मेंदूतील गुपिते जाणणे व जरूर तर मेंदूत नवीन माहिती पेरणे, हा हेरगिरीचा भाग होऊन बसेल. यासाठी वापरावयाच्या ब्रेन कॉम्प्युटर इंटरफेसची किंमत सुमारे ३०० डॉलर एवढी किरकोळ आहे. अशा प्रकारे मेंदूवर डाका घालणे सहज व विश्वसनीय आहे.

मेंदूचे अपराधशास्त्र (Neuro Criminology) - भविष्यात एक वेळ अशी येईल की मेंदूचे स्कॅन करून अपराध्याने हेतुपुरस्सर गुन्हा केला आहे की त्याच्या हातून नकळत गुन्हा घडला आहे, त्याचा पुरावा मिळेल.

◆

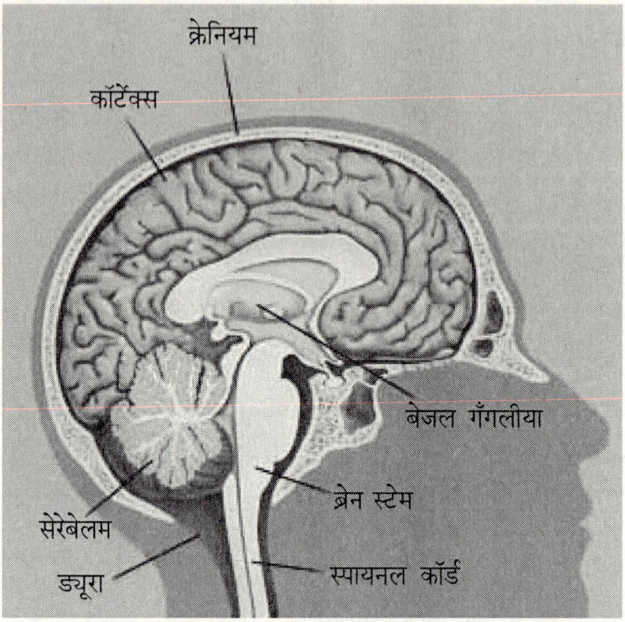
क्रेनियम
कॉर्टेक्स
बेजल गँगलीया
ब्रेन स्टेम
सेरेबेलम
ड्यूरा
स्पायनल कॉर्ड

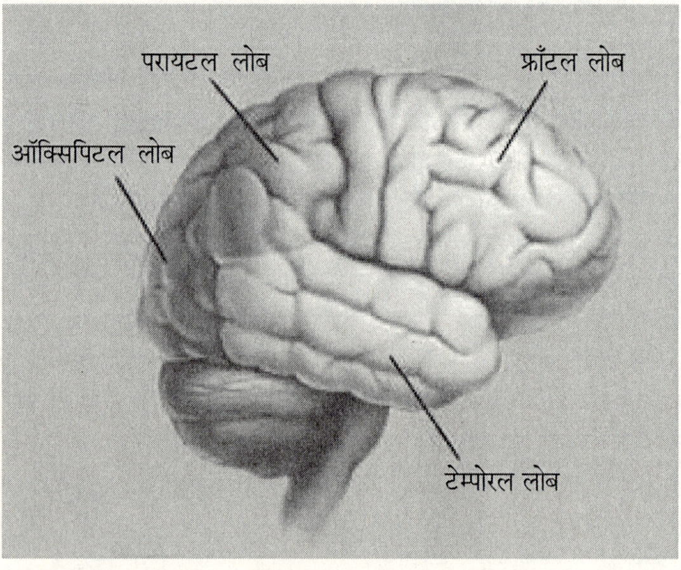
परायटल लोब
फ्राँटल लोब
ऑक्सिपिटल लोब
टेम्पोरल लोब

मेंदू व मज्जासंस्थेची उत्क्रांती

जीवनात आवश्यक व पोषक असा बदल स्वतःमध्ये घडवून आणणे, हा उत्क्रांतीचा पायाभूत उद्देश आहे. जीवमात्रांना मिळणाऱ्या अनुकूल, प्रतिकूल सर्व प्रकारच्या चेतनांचे (Stimuli) त्यात योगदान असते. अर्थातच असे उत्क्रांतीमुळे होणारे बदल खूपच मंद गतीने घडत असतात, तसेच काही अनुकूल व तत्काळ होणारे बदल एक-दोन पिढ्यांत घडणारेही असतात. हे उत्क्रांतीचे बदल गरजेप्रमाणे कोणत्याही अवयवात होत असतात. मेंदूत झालेले असे बदलही लक्षणीय आहेत.

सुमारे तीस कोटी वर्षांपूर्वी सरपटणाऱ्या प्राण्यांच्या मेंदूला श्वसन, हृदयक्रिया, शरीराचा बॅलन्स सांभाळणे व अन्नाची तजवीज करणे व त्यासाठी हवी ती शरीराची हालचाल करणे, प्रजनन करणे एवढ्या मोजक्याच गोष्टी कराव्या लागत. हे काम पॉन्स व मेड्युला यांच्याकरवी केले जाई. साधारणपणे वीस कोटी वर्षांपूर्वी लैंगिक व इतर भावना, लढाऊ वृत्ती यांचा उगम झाला हे सर्व हिप्पोकॅम्पस, लहान मेंदू आणि लिंबिक सिस्टिम यांची मेंदूत भर पडल्यामुळे झाले. त्यानंतर सुमारे दहा कोटी वर्षांनी भाषा, विचार, विश्लेषण या कला अवगत झाल्या, त्या निओकॉर्टेक्सची मेंदूमध्ये भर पडल्याने. या नवीन बदलामुळे मेंदूचा आकार व वजन यांत लक्षणीय वाढ झाली. या मेंदूच्या वाढीस उपयुक्त असा बदल साहजिकच कवटीच्या आकारमानात होणे अपरिहार्यच होते.

मेंदूचा आकार वाढला तो प्रामुख्याने मेंदूच्या पेशींच्या (Neurons) वाढीव संख्येमुळे; पण नवनवीन क्षमता प्राप्त झाल्या त्या न्यूरॉन्सच्या जोडण्यांमुळे (Synaptic Connections) आणि न्यूरॉन्सच्या आधारभूत व पोषण करणाऱ्या ग्लायल पेशींच्या वाढीमुळे. टोरांटो विद्यापीठाच्या प्रा. स्टीफन कुनॉन या शास्त्रज्ञाच्या संशोधनाचा आविष्कार आहे की, जेव्हा जेव्हा मानव समुद्राकाठी किंवा नद्यांकाठी वसती करून राहिला, तेव्हा तेव्हा त्याच्या मेंदूची वाढ झपाट्याने झाली. त्यांच्या मते, याचे श्रेय मासे व इतर जलचर प्रजातींच्या सेवनास जाते. जलचर प्राण्यांमधील डिकोहेक्झानाइड (DHA) ॲसिड हे पोषक तत्त्व मेंदूच्या वाढीस कारणीभूत आहे.

त्यामुळे अशा लोकांच्या मेंदूची उत्तम वाढ होते. आपल्या भारतातही पश्चिम बंगाल, केरळ, तमिळनाडू येथील लोक अधिक बुद्धिमान किंवा कलावंत आढळतात. त्याचे श्रेय या जलचर प्राणी भक्षणासच असावे. त्यानंतर हे झालेले मेंदूतील बदल नैसर्गिक निवड (Natural Selection) च्या तत्त्वांवर जिन्सद्वारा पुढच्या पिढ्यांमध्ये उतरले व मेंदू अधिक उत्क्रांत होण्यास त्याचा हातभार लागला.

उत्क्रांत व सूक्ष्म जीवांचा अभ्यास केला, तर विषाणू, बॅक्टेरिया, कीटक, प्राणी, पक्षी अथवा माणूस सगळ्याच प्रजाती आपले अस्तित्व टिकविण्याचा प्रयत्न करताना आढळतात. वातावरण प्रतिकूल असेल तेव्हा शांत राहायचे (Hibernation) व परिस्थितीत अनुरूप बदल झाला की पुनः जोमाने प्रजनन करण्याचे कौशल्य सूक्ष्म जीव व प्राणी दाखवतात. आजूबाजूच्या वातावरणाचे ज्ञान त्यासाठी सर्वांनाच असणे गरजेचे असते. त्यासाठी वातावरणातून येणाऱ्या चेतना, संवेदना समजणे आवश्यक असते. सूक्ष्म जीवांत हे काम रासायनिक कार्यांने साधले जाते, तर उत्क्रांतीच्या वरच्या पायरीवरील जीवमात्रांमध्ये तेच कार्य विद्युतप्रवाहाच्या साहाय्याने उत्क्रांत मज्जारज्जू व मेंदूद्वारा केले जाते. खरे सांगायचे तर या विद्युतप्रवाहाच्या मुळाशी परत रासायनिक क्रियाच असतात. त्यातूनच विद्युतनिर्मिती व चेतनाप्रसार शक्य होतो. आपण जसजसे उत्क्रांत होत गेलेल्या प्राण्यांचा अभ्यास करतो, तसतसे मज्जारज्जू, न्यूरॉन्स, गॅग्लिऑन्स (न्यूरानसमूह) व नंतर मोठा गॅग्लिऑन ऊर्फ मेंदू असा चढता क्रम आढळतो. मेंदू हा डोक्याच्या बाजूला (हेड एंडला) असतो.

वनस्पतिजीवांकडे दृष्टिक्षेप टाकला तर मेंदू किंवा व्यवस्थित वाढ झालेली मज्जासंस्था आढळत नाही. काही शास्त्रज्ञांच्या मते मात्र, मज्जारज्जूशी साधर्म्य असलेले काही फायबर्स काही वनस्पतींमध्येसुद्धा आढळतात. व्हीनस फ्लाय ट्रॅप ही एक मांसाहारी वनस्पती आहे. या वनस्पतींच्या फुलांवरील सूक्ष्म केसांना स्पर्श झाला की तत्काळ ते फूल पाकळ्या मिटून सावजास बंदिस्त करतात व त्याचे भक्षण केले जाते. या वनस्पतींचा अभ्यास केला तर या ट्रॅपमध्ये ॲक्शन पोटेन्शियल (Electric Impulse) असल्याची नोंद करता येते. म्हणजेच या वनस्पतींना मज्जासंस्था असली पाहिजे. सर्व वनस्पती सूर्यप्रकाशाकडे झेपावतात. त्यांची मुळे, पाणी व अन्न यांचा जमिनीखाली अचूक शोध घेतात. याही गोष्टी त्यांच्या संवेदनांचा पुरावा देतात. काही वनस्पती आपल्या ज्ञातीच्या वनस्पतींशी स्पर्धा करीत नाहीत. हे वनस्पतींमधील त्यागभावनेचे प्रतीक आहे. काही शास्त्रज्ञांच्या मते वनस्पतींना दुःख, आनंद या भावनाही असतात.

सुमधुर संगीतामुळे वनस्पतींची चांगली वाढ होते, हे सर जगदीशचंद्र बोस यांनी सेरोग्राफ नावाचे उपकरण वापरून सिद्ध केले आहे. वनस्पती काटे, कडू चव व विषारी पदार्थ वापरून भक्षकांपासून स्वतःचे रक्षण करतात. तसेच प्रजननकार्यास

उपयोगी पडावे, स्त्रीबीज व पुबीज यांचे मिलन व्हावे म्हणून विविध रंग, वास, गोड चव यांचे प्रलोभन दाखवून कीटक, पक्षी, प्राणी व माणूस यांचा उपयोग करून घेऊन स्वतःचे ईप्सित साध्य करून घेण्याची हुशारी दाखवतात. याचाच अर्थ- वनस्पतीसुद्धा कल्पकता, हुशारी दाखवतात. त्यांच्या मेंदूचे किंवा मज्जासंस्थेचे ज्ञान भले माणसास आज नसेल; पण त्यांचे अस्तित्व नाकारण्यासही माणसाचे आजचे ज्ञान अपुरे आहे, असेही म्हणता येईल. मिशिगन विद्यापीठातील शास्त्रज्ञांनी अलीकडे वनस्पतींना कमी विकसित का होईना- मज्जारज्जू असतात, असा ठोस दावा केला आहे. त्यांच्या मते धोक्याची सूचना आपल्या बांधवांना देण्यास ते पुरेसे कसे आहेत, याचा उलगडा कालांतराने होईल, अशी आशा करू या.

सूक्ष्म जिवाणू इतके सूक्ष्म असतात की, त्यांना मज्जारज्जू, न्यूरॉन्स असण्याची शक्यता कमीच. पण, तरीही ते प्रतिकूल परिस्थितीत शेकडो वर्षे तग धरतात व अनुकूल परिस्थितीत पुनरुज्जीवित होतात, ही हकिगत आहे. त्यांच्या कामापुरते ज्ञान देणारा मार्ग त्यांच्याकडे आहेच. हायड्राला मज्जारज्जूचे जाळे, तर सी-स्टारला गोलाकार रिंग असते. चपटे कीटक (वर्म), जळवा, कीटक यांना सूक्ष्म मज्जारज्जू व मेंदू असावा.

मासे, उभयचर प्राणी, सरपटणारे प्राणी, पक्षी यांना त्यांच्या गरजा भागविणारा मेंदू आहे. सस्तन प्राण्यांना अधिक उत्क्रांत मेंदू लाभला आहे. त्यात पुढचा, मधला व मागचा असे विभागही आढळतात. तर माणूस या सर्वांत उत्क्रांत प्राण्याला शिक्षण, स्मृती, भाषा, भावभावना यांची देणगी लाभली आहे. ती खूप मोठ्या प्रमाणावर वाढ झालेल्या मोठ्या मेंदूतील निओकॉर्टेक्समुळे. त्यामुळेच त्याचा मेंदू आकाराने व वजनानेही भारी आहे.

वानराच्या मेंदूचे वजन ३००-३५० ग्रॅम तर जावानिज होमोइरेक्टर्सचे ९३० ग्रॅम, चायनीज होमोइरेक्टसचे १०२९ ग्रॅम, त्यानंतर होमोसेपियन्सचे (आताच्या माणसाचा पूर्वज) एकदम १३५० ग्रॅम ही मोठी उडी आहे.

ही एकदम मोठी उडी का व कशी याबद्दल शास्त्रज्ञ संभ्रमात आहेत. तर काहींना वाटते की, माणूस असा वानराचा नर झाला नसावा. तसेच त्या काळात इजिप्तमधील पिरॅमिड्स निर्माण झाले त्याच सुमारास जगभरच प्रचंड आकाराच्या व प्रचंड तांत्रिक कौशल्याच्या वास्तूंची किंवा वस्तूंची निर्मिती ही अश्मयुगीन मानवास शक्य नाही, याची खात्री वाटते. यामुळे काही संशोधकांचा दावा असाही आहे की कोणत्या तरी परग्रहावरील अतिप्रगत तंत्रज्ञान असलेल्या मानवसदृश प्रजातीच्या पृथ्वीवरील त्या वेळच्या मानवांशी संकर होऊन झालेली प्रजाती म्हणजेच खरा आजचा मानव! याचे उत्तरही भविष्यात शास्त्रज्ञ नेमकेपणाने देऊ शकतील, अशी आशा करण्यास वाव आहे.

मेंदूची उत्क्रांती (EVOLUTION OF BRAIN)

प्रत्येक जीवमात्रात जगणे, स्वसंरक्षण व प्रजनन या मूलभूत, अंगभूत गरजांसाठी आजूबाजूच्या वातावरणाचे ज्ञान अत्यावश्यक असते. उत्क्रांतीच्या खालच्या पायरीवरील जीव रासायनिक द्रव्यांच्या माध्यमातून वातावरणाचे आकलन करून घेतात, तर अधिक उत्क्रांत जीवांना लाभलेल्या मज्जासंस्था व मेंदूच्या साहाय्याने ते शक्य होते. त्याही पुढे जाऊन नंतर मेंदूच्या वजन व आकारवृद्धीने अधिकाधिक नवी कार्ये करण्यास मेंदूने शिकवले. ऑस्ट्रेलोपेथिकसच्या मेंदूचे वजन ३५०-४०० ग्रॅम्स होते. तर त्यानंतर उत्क्रांत होत होमोसेपियन्स या आधुनिक मानवाच्या मेंदूने १३५०-१४०० ग्रॅम्सचा पल्ला गाठला. हत्तीच्या मेंदूचे वजन माणसाच्या मेंदूच्या वजनापेक्षा जास्त असते; पण शरीराच्या वजनाशी मेंदूच्या वजनाशी तुलना केली तर माणसाचा मेंदू अधिक वजनदार व कर्तबगार ठरतो.

प्राणिशास्त्राच्या व मेंदूच्या संशोधकांच्या मते माणसाच्या मेंदूची, सेरेब्रल कॉर्टेक्स (Neocortex) ची जी लक्षणीय वाढ झाली, त्याचे फलित म्हणजे माणसाला लाभलेली बोलण्याची कला, भाषेचे ज्ञान, विचार व भावनांचे आविष्कार, कला, कौशल्य यांचा उगम व त्यातील लक्षणीय प्रगती होय. तसेच आपल्या वंशजांसाठी आपुलकी, त्यांना मदत करण्याची वृत्ती, त्यांच्या भविष्याची बेगमी करण्याची वृत्ती निर्माण झाली. त्यामुळे ऐहिक संपत्तीचा लोभ, त्याची साठेबाजी व तदनुषंगिक इतरांवर अन्याय करण्याची प्रवृत्तीही वाढीस लागली. 'मी-माझा' याला आणखी खतपाणी मिळाले. पण या सगळ्या गोष्टींमुळे मानवी मेंदूची आणखी झपाट्याने गुणात्मक वाढ झाली व टिकली. ॲमिग्डेला, हिप्पोकॅम्पस, थॅलॅमस हे सर्व मेंदूचे पुरातन भागही त्यांच्या महत्त्वाच्या (जीवनावश्यक) गरजांसाठी टिकवून ठेवलेले आहेत. नवीन उत्क्रांत भाग गुणात्मकतेसाठी, तर जुना जीवनासाठी आवश्यक आहे.

'केंद्र सरकार'

बुद्धिमत्ता ही केवळ मेंदूची मक्तेदारी नाही. माणूस, सूक्ष्म जिवाणू, वनस्पती, प्राणी व त्यांच्या शरीरातील प्रत्येक पेशीला आपली स्वतःची बुद्धिमत्ता आहे. ती त्या पेशीच्या ईप्सित कार्यास उपयोगी पडेल, एवढी बिनचूक व चपखलही आहे.

मेंदूकडे (केंद्र सरकार) फक्त या सर्वांचे एकत्रित नियंत्रण आहे.

‘बुद्धिमत्ता नैसर्गिक व कृत्रिम’

बुद्धिमत्तेची नेमकी व्याख्या करण्यासच बुद्धिमत्ता कमी पडते म्हटले तर वावगे ठरू नये. सर्वसाधारणपणे तार्किक विचार, स्वतंत्र विचार, विषयाची जाण, स्वतःबद्दलची जाण, शिक्षण, आपले विचार इतरांपर्यंत पोहोचविण्याची कला, भावभावना, स्मरणशक्ती, कार्याची आखणी, नवनिर्माण क्षमता आणि समस्यांची उकल करणे या व अशा अनेक क्षमतांचा एकत्रितपणे जो संगम त्यालाच बुद्धिमत्ता म्हणणे सोईचे ठरते. बुद्धिमत्ता ही संपूर्णपणे मानवाची ठेकेदारी मात्र नाही. सूक्ष्म जीव, वनस्पती व प्राणी या सर्वांना त्याचे जीवरक्षण व प्रजनन यासाठी आवश्यक तेवढी बुद्धिमत्ता नक्कीच निसर्गाने प्रदान केलेली आहे. मनुष्यास मात्र निसर्गाने बुद्धिमत्तेचे वरदान मुक्तहस्ते दिलेले असल्याने, तो संपूर्ण पृथ्वीवर आधिपत्य गाजवतो आहे. पौराणिक कथांमध्ये पृथ्वीवासीय पराक्रमी दानव व मनुष्य स्वर्गलोकांवर अतिक्रमण करण्याचा प्रयत्न करीत, तेव्हा आकाशस्थ (स्वर्गातले) देवदेवतांचेही धाबे दणाणून जाई. युक्ती-प्रयुक्तीने (जरूर तर कपटाने) अशा दानवाचा किंवा मनुष्याचा पराभव देवांनी केल्याचे दाखले आपण वाचतो. काय खरे देवच जाणे! अलीकडे मनुष्य अवकाशात प्रचंड वेगाने झेपावतो आहे. स्वर्गीय देवतांनो, सावधान !

प्रत्येक जीवमात्रास आजूबाजूच्या वातावरणाचे ज्ञान करून घेणे, शरीराचे पोषण करणे, स्वसंरक्षण करणे व प्रजोत्पादन करणे ही कार्ये मेंदू व मज्जासंस्थेची प्राथमिकता आहे.

माणसा माणसांच्या बुद्धिमत्तेत मात्र पुष्कळ फरक दिसून येतो. या बुद्धिमत्तेचे मोजमाप करणेही सोपे नाही. काही वेळा भावना, सामाजिक जाण, संगीत, अवकाश ज्ञान (Spetial) वैयक्तिक, पर्यावरणाचे ज्ञान या कसोट्यांवरही बुद्धिमत्तेचे अनेक प्रकारे मापन करण्याचा प्रयत्न केला जातो. त्यातच शास्त्रज्ञांनी कृत्रिम बुद्धिमत्ता नावाची नव्याने भर टाकली आहे.

‘कृत्रिम बुद्धिमत्ता’

जॉन मॅकार्थीने सर्वप्रथम कृत्रिम बुद्धिमत्ता हा शब्दप्रयोग वापरात आणला. स्थापत्यशास्त्र, संगणकशास्त्र, मानसशास्त्र (सायकॉलॉजी) मेंदूशी निगडित शास्त्रे (Neuro Sciences) या सर्वांच्या सहकार्याने कृत्रिम बुद्धिमत्तेची क्षमता असणाऱ्या यंत्रावर (संगणकावर) संशोधनास सुरुवात झाली. १९५० मध्ये ॲलन ट्युअरिंग या आंग्ल गणितीने संगणकशास्त्राची पायाभरणी केली, तेव्हाच त्याने भविष्यात बुद्धिमान संगणक निर्माण होतील, असे भाकीत केले होते. अद्याप ते संपूर्णपणे

शक्य झाले नसले तरी त्या दिशेने लक्षणीय प्रगती निश्चितच झाली आहे. कृत्रिम बुद्धिमत्तेवर संशोधन करणाऱ्या शास्त्रज्ञांची दर वर्षी स्पर्धा होते. त्यातल्या सर्वोत्कृष्ट आविष्कारास ट्युअरिंग पुरस्कार दिला जातो. या स्पर्धेमध्ये प्रश्नोत्तरे करणारा मनुष्य आहे की संगणक, असा संभ्रम पडण्याइतपत प्रगती झाली आहे. अशा यंत्राने शिक्षण घेऊन परिस्थितीनुरूप योग्य निर्णय आपल्या स्वतःच्या बुद्धिमत्तेने घ्यावेत, अशी अपेक्षा आहे.

माणसाच्या मनाचा थांग अजून लागलेला नाही. माणसाच्या मेंदूच्या संपूर्ण कार्यांची गोळाबेरीज म्हणजेच त्याचे मन, असे गृहीत धरले, तर असे मन असलेले यंत्र तयार करता येऊ शकेल, असा शास्त्रज्ञांचा कयास आहे. हे गृहीतक मान्य केले तर माणसाचा मेंदू हेच असे एकमेव यंत्र अस्तित्वात आहे, असे म्हणावे लागेल.

ॲलन कुर्गवेलने शालेय जीवनातच संगणकनिर्मितीस सुरुवात केली. त्याचे कृत्रिम बुद्धिमत्ता या विषयात बरेच योगदान आहे. त्याने अंध व्यक्तीसाठी वाचन करणारी संगणक यंत्रे, संगीतरचना करणारी यंत्रे व बोलीभाषेचे ज्ञान असणारी यंत्रे निर्माण केली. कुर्गवेलच्या मते उत्क्रांतीची प्रक्रिया बुद्धिमान आहे. पण तिच्यामुळे इच्छित बदल घडण्यास प्रदीर्घ काळ (Millions of years) लागतो. त्या मानाने माणसाचा मेंदू स्वतःत व शरीरात खूप अल्पकाळात क्रांती, उत्क्रांती घडवून आणण्यात सक्षम आहे. कुर्गवेलच्या मते मेंदू आपल्या (स्वतः) पेक्षा अधिक बुद्धिमान यंत्र तयार करण्यास मोठ्या मनाने तयार आहे, म्हणूनच म्हणावेसे वाटते 'शिष्यात् इच्छेत पराजयम् !'

कृत्रिम बुद्धिमत्ता

शास्त्रज्ञ, बुद्धिवंत व विचारवंत स्वयंनिर्णयक्षम यंत्र किंवा संगणकनिर्मितीच्या प्रेरणेने पछाडलेले आहेत. ॲलन ट्युअरिंग या ब्रिटिश गणितीला 'संगणकाचा जनक' म्हणून ओळखले जाते. त्याने १९३७ मध्येसुद्धा अशा बुद्धिमान स्वयंपूर्ण संगणकाचे स्वप्न पाहिले होते. त्या दिशेने भरीव प्रगती झाली असली तरी अजूनही पूर्ण यश हुलकावणीच देत आहे. ॲलन ट्युअरिंगने अशा यंत्रासाठी जे मापदंड ठरविले आहेत, त्यात एक प्रयोग केला जातो. बंद खोलीतून माणूस व यंत्र यांचे प्रश्नोत्तराचे संभाषण प्रेक्षकांना ऐकविले जाते. त्यात माणसाच्या आणि यंत्राच्या संभाषणाचा अंदाज वर्तविण्यास प्रेक्षकांना सांगितले जाते. अशी स्पर्धा दर वर्षी भरवली जाते. नुकतीच अशी एक स्पर्धा इंग्लंडमध्ये आयोजित करण्यात आली होती. यात एका तेरावर्षीय रशियन स्पर्धकाने तयार केलेल्या संगणकाचे ३३ टक्के संभाषण माणसाचेच आहे, असे लोकांना वाटले. त्याला या वर्षीचे ॲलन ट्युअरिंग

पारितोषिक मिळाले.

या संगणकांना प्रचंड गती असते; पण विचार करून निर्णय घेण्याच्या बाबतीत आज तरी यंत्रापेक्षा माणसाचा मेंदू जास्त सक्षम आहे. न्यूरल नेटवर्कचा समावेश असलेला संगणक इतर संगणकांपेक्षा स्वयंनिर्णयात अधिक प्रभावी आहे. ही न्यूरल नेटवर्क पद्धती व मनुष्याच्या मेंदूतील न्यूरॉन्स यांच्या नेटवर्कमध्ये साधर्म्य आहे. त्यामुळे संगणकीय न्यूरल नेटवर्क डेटा ट्रेनिंगने, ढोबळ तर्क व अनुभवाने जवळपास बरोबर तर्क करण्यास विचार करून निर्णय घेण्यात सक्षम बनत आहेत. त्यामुळे असे संगणक माणसाचे बोलणे (आवाज) किंवा शेअर मार्केटमधील वध-घटीचे कल Financial Trends यांचा बऱ्यापैकी अंदाज वर्तवू शकतात. पण, तरीही आज माणसाच्या मेंदूला आव्हान देणाऱ्या यंत्राची प्रदीर्घ काळापासून प्रतीक्षा आहे, हे नाकारता येत नाही.

वैश्विक मेंदू (Global Brain)

आजची इंटरनेटची प्रगती अचंबित करणारी आहे. यात आणखी प्रगती झाली तर एक दिवस इंटरनेटमुळे संगणकात जाणीव (Conciousness) प्राप्त होईल, असा विचार मनात येतो. फ्रान्सिस हेलिगनच्या मते वेब पेजेसची मेंदूतील न्यूरॉन्सशी तुलना केली तर वेब पेजेसचे एकमेकांशी असलेले संबंध (Hyper Links) यांची सायनॅप्टिक कनेक्शन्सची तुलना होऊ शकते. सर्च इंजिनद्वारा इतर इंटेलिजन्ट प्रोग्रॅम्स यांची सांगड घातली तर हा संगणक जिवंत मेंदूसारखी जाणीव (Conciousness) प्राप्त करून घेऊ शकेल, असे त्यांना वाटते. या संकल्पनेस वैश्विक मेंदू (Global Brain) असे नाव दिले आहे.

हे अशक्य कोटीतले नसले तरी सध्या आवाक्यातले वाटत नाही, हे मान्य करावेच लागेल. थोडक्यात, आज घटकेला बुद्धिमत्ता व जिवंतपणा प्राप्त झालेला संगणक हे दिवास्वप्नच वाटते.

केवळ मेंदूच्या विद्युतलहरींनी ई-मेल

सध्या ई-मेलचा जमाना आहे. क्षणात जगाच्या एका टोकापासून दुसऱ्या टोकाला किंवा एका ग्रहाहून दुसऱ्या ग्रहावर संदेश पाठविण्याची किमया ई-मेल या बिनतारी संदेशवहन पद्धतीने अतिशय क्रांतिकारी ठरली आहे. यात संगणकाच्या किंवा स्मार्टफोनचा वापर केला जातो. बाह्य विद्युतप्रवाह किंवा ऊर्जास्रोत न वापरता मेंदू व संगणक ते दुसरा मेंदू किंवा थेट एका मेंदूपासून हजारो मैल दूर असलेल्या

मेंदूत कुठल्याही इतर माध्यमाचा वापर न करता संदेश पोहोचविण्यात बऱ्याच प्रमाणात यश शास्त्रज्ञांना लाभले आहे. (५-१५ टक्के चूक भूल देणे घेणे). EEGचा हेडफोन वापरून मेंदूतील विचारांमुळे निर्माण होणाऱ्या विद्युतलहरींची नोंद घेऊन त्यांचे कोडिंग - डीकोडिंग मेंदू संगणक इंटरफेसने संगणकाच्या मदतीने तर हे शक्य झालेच होते. 'प्लॉस' या जर्नलमध्ये प्रसिद्ध झालेल्या माहितीनुसार ही संगणकाची मध्यस्थी न स्वीकारताही संदेश एका मेंदूपासून दुसऱ्या मेंदूस पोहोचविणे शक्य झाले आहे. असा प्रयोग तिरुवअनंतपुरम येथून ५००० मैल दूर स्ट्रासबर्ग - फ्रान्स येथील त्या शास्त्रज्ञास पोहोचविण्यात यश आले आहे.

याला खरेच Telepathy हा शास्त्रीय आधार म्हणता येईल.

◆

मेंदूचा भूगोल

आपण अंतराळातून पृथ्वीचे अवलोकन केले तर गाव, देश दाखवणाऱ्या सीमारेषा कोठेही दिसत नाहीत. त्या कृत्रिम आणि मानवनिर्मित आहेत हे जाणवते. तद्वतच मेंदूच्या गोलाकडे नजर टाकली तर पृथ्वीसारखेच उंच-सखल भाग दिसले तरी त्याची कामाच्या विभागानुसार रचना अजिबात दिसत नाही. अभ्यास करून सोयीसाठी माणसानेच निरनिराळे विभाग कृत्रिमरीत्या ठरविले आहेत व त्यांना अमुक केंद्र असे नामकरण केले आहे. निसर्गाने मात्र अशा निश्चित सीमा ठरविलेल्या नाहीत. ही केंद्रे एकमेकांत बेमालूमपणे मिसळलेली आहेत. शरीराचा एखादा भाग- विशेषतः जन्मापासूनच काम करत नसेल तर त्या भागांसाठी नियोजित जागा कमी करून ती इतर अवयवांना वितरित केली जाते. याचे उत्तम उदाहरण जन्मतःच अंध असणाऱ्या व्यक्तींमध्ये पाहता येते. दृष्टीसाठी जो मोठा भाग सामान्यपणे राखीव असतो, त्यातला बराच भाग श्रवण, गंध, चव व स्पर्श या विभागांना वाटून दिला जातो. या अंध व्यक्तीला दैनंदिन जीवनात दृष्टिहीनतेमुळे येणाऱ्या अनंत अडचणींना तोंड देता यावे म्हणून इतर ज्ञानेंद्रियांची क्षमता अनेक पटींनी वाढवून त्या व्यक्तीचे जगणे सुकर करण्याचाही निसर्गाचा प्रयत्न खूपच चतुराईचा आहे, स्तुत्य आहे. अशा या मेंदूचा त्याच्या विभागवार रचनेचा अभ्यास उत्सुकता वाढविणारा आहे.

मेंदूचा भूगोल किंवा सूक्ष्म रचना समजावून घेणे क्लिष्ट आहे; परंतु मेंदूचे कार्य व आजार समजावून घेण्यासाठी त्याची प्राथमिक माहिती तरी असणे आवश्यक आहे.

मेंदू हा संपूर्ण शरीराचा राजा आहे. क्रेनियल नर्व्हज, पेरिफेरल नर्व्हज, मज्जारज्जू व स्वयंचलित (ऑटोनॉमिक) मज्जारज्जू या मंत्र्यांच्या साहाय्याने हा राजा संपूर्ण शरीरावर आधिपत्य गाजवत असतो. त्याच्या प्रजेची संपूर्ण जबाबदारी व काळजी वाहत असतो. मेंदूचे मोठा मेंदू व लहान मेंदू असे दोन भाग. मोठ्या मेंदूच्या दोन अर्धगोलांना जोडणाऱ्या दुव्याला 'कॉर्पस कॅलोजम' असे म्हणतात. या

दोन अर्धगोलांना विभागणारी एक लांबलचक पुढील भागापासून ते मागील भागापर्यंत विस्तार असलेली घळ मध्यावर खोलपर्यंत जाऊन कॉर्पस कॅलोजमला भिडते. या घळीस 'सजायटल सल्कस' म्हणतात. कॉर्पस कॅलोजम हा पांढरा दिसणारा दुवा दोन्ही अर्धगोलातून येणाऱ्या मज्जारज्जूंचा एकत्रित दुवा असतो. मेंदूचा पृष्ठभाग न्यूरॉन्स हे मज्जापेशींचे निवासस्थान असते. तो करड्या रंगाचा दिसतो. यावर उंचवटे दिसतात त्यांना 'गायरस' म्हणतात, तर घळींना 'सल्कस' म्हणतात. या उंचवटे व घळींच्या रचनेचा फायदा मेंदूच्या पृष्ठभागास जास्तीत जास्त क्षेत्र मिळवून देण्यात होतो. कठीण कवटीच्या आतील सीमित भागात अधिक क्षेत्र मिळविण्यास त्याचा उपयोग होतो. मोठ्या मेंदूच्या दोन अर्धगोलांचे अभ्यासाच्या सोयीसाठी तीन भाग पाडले जातात. पुढील भागास 'फ्रॅांटल लोब', मधल्या भागास 'परायटल लोब' तर मागील भागास 'ऑक्सिपिटल लोब' असे म्हणतात. फ्रॅांटल लोबचा मागचा भाग व परायटल लोब हे टेंपोरल लोबवर आसनस्थ असतात. तसेच पॉन्स, मेड्युला व त्यांच्या मागे सेरेबेलम (लहान मेंदू) यांना तिन्ही मिळून 'ब्रेनस्टेम' म्हणतात. टेंपोरल लोब व ऑक्सिपिटल लोब हे ब्रेनस्टेमवर स्वार झालेले असतात.

ज्या घळीमुळे (सल्कस) फ्रॅांटल व परायटल लोब वेगळे केले जातात, त्याला 'मध्यवर्ती घळ' (सेंट्रल सल्कस) म्हटले जाते. ही घळ सर्जायटल घळीला साधारणपणे काटकोनात असते. या मध्यवर्ती घळीला लागूनच्या पुढच्या उंचवट्यास 'मोटर कॉर्टेक्स' म्हणतात. येथून शरीरभर आज्ञा देण्याचे कार्य केले जाते. येथून निघणाऱ्या आज्ञा शरीराच्या कानाकोपऱ्यात पोहोचवण्याचे कार्य ज्या मज्जारज्जू करतात, त्यांना 'आज्ञावाहक (मोटर नर्व्ह्ज) मज्जारज्जू' म्हणतात, तर मध्यवर्ती घळीच्या मागचा उंचवटा हा प्रामुख्याने मेंदूकडे येणाऱ्या चेतनांची नोंद घेणारा (सेन्सरी) असतो. संपूर्ण शरीरातून व बाह्य वातावरणातून मेंदूकडे येणाऱ्या चेतनांचे हे केंद्र असते. मोठ्या मेंदूच्या उत्क्रांतीने वाढलेल्या कॉर्टेक्सला 'निओकॉर्टेक्स' असेही संबोधले जाते. भाषा, वाचा, विश्लेषणात्मक कौशल्य, इतर कौशल्याची कामे, भावभावना, विचार या मानवास लाभलेल्या अनन्यसाधारण देणग्यांचे केंद्रस्थान म्हणजे हा निओकॉर्टेक्स. इतर प्राणी व मनुष्य यांच्यातल्या मोठ्या फरकास हा भाग जबाबदार आहे.

मेंदूच्या उजव्या-डाव्या भागांविषयी सतत चर्चा होत असते. उजवा मेंदू हे कार्य करतो तर डावा मेंदू ते करतो. ही विभागणी थोडी कृत्रिमच आहे. खरं तर दोन्ही भाग मिळून संलग्नपणे, एकत्रित परस्पर सहकार्यानेच काम करत असतात. माणूस उजव्या पायाने उजवीकडे जातो, डाव्या पायाने डावीकडे जातो म्हणण्याइतकीच ही विचित्र गोष्ट आहे. चालण्यात जसे दोन्ही पाय सारखेच सहभागी असतात, तसेच

उजवा व डावा मेंदू परस्परपूरक कार्य करीत असतात. यातील एखाद्या बाजूची हानी मार किंवा आजारात झाली, तर दोघांची कामे एक बाजू जास्तीत जास्त प्रमाणात करण्याचा प्रयत्न करते.

लिंबिक सिस्टमचे घटक थॅलेमस, हायपोथॅलॅमस, हिप्पोकॅम्पस, अॅमिग्डेला हे आहेत.

लिम्बिक सिस्टम

लिम्बिक सिस्टममध्ये अॅमिगडेला, हिप्पोकॅपस थॅलॅमस व हायपोथॅलॅमसचा समावेश होतो. उत्क्रांतीच्या खालच्या शिडीवर असलेल्या प्राण्यांचे मेंदू अधिक उत्क्रांत प्राण्यांच्या मेंदूत लिम्बिक सिस्टमच्या स्वरूपात आढळतात. यात भीती व राग या गोष्टींचे नियंत्रण अॅमिग्डेला या भागाकडे असते, तर हिप्पोकॅपस हा भाग स्मरणशक्तीच्या कार्यात मग्न असतो. थॅलॅमस या वर निर्देश केलेल्या अप्रगत मेंदूत व निओकॉर्टेक या नव्याने (अलीकडे) प्राप्त केलेल्या मेंदूच्या भागात समन्वय साधतो. हे मेंदूचे पारंपरिक भाग पूर्वीच्या प्राण्यामधील कार्ये तर करतात, पण त्यांच्यावर काही नवीन कार्यभागही सोपवलेला असतो. हायपोथॅलॅमस हा लिंबिक सिस्टमचा एक महत्त्वाचा भाग आहे.

खंदा नियंत्रक

हायपोथॅलॅमस शरीरातील अनेक गोष्टी कुशलतेने नियंत्रित करीत असतो, त्यामुळे त्याला खंदा नियंत्रक किंवा कुशल नियंत्रक म्हणणे इष्ट होईल.

हायपोथॅलॅमस तशी वामनमूर्ती आहे. साधारण ५ ग्रॅम वजन, सुपारीएवढा आकार, लाल गोरा रंग. साधारणपणे १०० मिलियन वर्षांचा त्याचा इतिहास आहे. हायपोथॅलॅमसला मेंदूच्या इतर भागापेक्षा थोडा जास्तच रक्तपुरवठा त्याचे जास्त महत्त्व अधोरेखित करतो. त्याची संवेदनक्षमता व शरीरातील कार्य अतिमहत्त्वाचे (V.V.I.P) आहे. त्यामुळे मेंदूत व मज्जा संस्थेत त्याचे प्रचंड प्रमाणावर लागेबांधे आहेत. त्याचप्रमाणे त्याला सिस्टेमिक व पोर्टल अशा दोन प्रकाराने रक्तपुरवठा होतो.

हायपोथॅलॅमसच्या महत्त्वाच्या जबाबदाऱ्या शरीराचे संतुलन, भूक, तहान व तापमान यांचे नियंत्रण, अशा आहेत. राग-लोभ यांवरही त्याचा अंकुश असतो. अष्टौप्रहर मेंदूच्या अनेक कार्यांवर नियंत्रण असते. पिट्यूटरी या एंडोक्राईन ग्रंथीच्या माध्यमातून संपूर्ण शरीरातील चयापचय क्रिया (Metabolism) शरीराची वाढ

तसेच स्त्री-पुरुष लिंगभेदाची लक्षणे व परिभाषा यांवर हायपोथॅलॅमसचे नियंत्रण असते.

हायपोथॅलॅमस हा एक जीवनावश्यक अति महत्त्वाचा भाग आहे. अगदी खोल मेंदूत गाडलेला त्यासाठी पुराणातील एका कथेतील एक रूपकात्मक कल्पना मला सुचते.

बळिराजा (आख्यायिका)

बळिराजा एक पराक्रमी धार्मिक आणि प्रजाप्रिय राजा होत, तसाच दानशूरही होता. माणूस लोभी असतो. कितीही मिळाले तरी माणसाच्या मेंदूचे समाधान होत नाही. (Brain is Adoptive) पृथ्वीचा सार्वभौम राजा झाल्यावर देवलोकांवरही आपले राज्य असावे, अशी त्याला इच्छा झाली. त्यासाठी १०० यज्ञ करावे लागणार होते. ९९ यज्ञ पुरे झाले आणि स्वर्गातल्या देवांचे धाबे दणाणले. आपापसांतले मतभेद विसरून सर्व देव चिंतेने एकत्र आले. बळिराजाला कसे थोपवावे, याची व्यूहरचना (कूटनीती) त्यांनी आखली. भगवान विष्णूनी वामन अवतार घेऊन पृथ्वीवर आगमन केले. ठेंगणी ब्राह्मण मूर्ती बळिराजाच्या यज्ञमंडपात भिक्षूच्या रूपात आली. बळिराजाने त्याचे स्वागत केले व 'आपणास काय दक्षिणा द्यावी' असे विचारले. वामनाने तत्परतेने तीन पावले ठेवता येतील एवढ्या जागेची याचना केली. बळिराजा दानशूर म्हणून प्रसिद्ध होता. त्याने 'तथास्तु' म्हणून उदक सोडले आणि वामनाने विशाल अवतार धारण केला. पहिल्या पावलाने स्वर्गलोक, तर दुसऱ्या पावलाने संपूर्ण पृथ्वी व्यापली आणि विचारले, 'बळी, तिसरे पाऊल कोठे ठेवू?' बळिराजाने मस्तक झुकवले व 'तिसरे पाऊल माझ्या डोक्यावर ठेवावे' असे सांगितले. वामनाने तिसरे पाऊल बळिराजाच्या मस्तकावर ठेवले व त्याला पृथ्वीच्या पोटात खोलवर ढकलले आणि सांगितले, ''आजवर पृथ्वीवर राज्य केलेस,आता पाताळलोकावर कर; परत वर डोके काढू नकोस!''

माणसाच्या मोठ्या मेंदूचा भाग (Neocortex) म्हणजे विद्वान ब्राह्मण त्याने नंतर येऊन पूर्वीच्या मेंदूला (Limbic System) खोलवर मेंदूच्या उदरात ढकलले व खालच्या पातळीवरचे संपूर्ण राज्य त्याच्याकडेच ठेवले ते आजवर.

ब्रेनस्टेमची जीवनावश्यक कार्ये - उदा. श्वसन, हृदयाचे कार्य, रक्तदाब व शरीराचे तापमान यांची निगराणी व जबाबदारी ही ब्रेनस्टेमकडे असते. अवधान (Attention) व जागरुकता (Consciousness) ही जबाबदारीही ब्रेनस्टेमवरच सोपवलेली आहे. जगण्यास ब्रेनस्टेम अत्यावश्यक आहे; मोठा मेंदू नाही, पण माणसासारखे उत्तम जगण्यास दोन्हींची तितकीच आवश्यकता असते.

लहान मेंदू ब्रेनस्टेमच्या पाठीशी असतो. शरीराची हालचाल, तोल, हालचालीतील ताळमेळ (Co-ordination) आणि डोळ्यांच्या हालचाली यांवर लहान मेंदूचे नियंत्रण असते.

शरीराच्या तापमानाचे नियंत्रण

शरीराच्या तापमनात १/१० सें.ग्रे.चा फरक झाला तरी हायपोथॅलॅमस कामाला लागतो. तापमान वाढले की पिट्यूटरीला व सिंपथेटिक नर्व्हस सिस्टमला मदतीला घेऊन त्वचेच्या रक्तप्रवाहात वाढ व घर्मग्रंथींना अधिक घाम गाळण्यास लावून शरीराचे तापमान खाली आणले जाते. तसेच श्वसन संस्थेस अधिक वेगाने श्वासोच्छ्वास करण्याची आज्ञा देऊन फुप्फुसांवाटे अधिक उष्णता बाहेर टाकली जाते व शरीराचे तापमान खाली आणण्यास मदत केली जाते. याउलट शरीराचे तापमान कमी झाले तर हायपोथॅलॅमस ॲड्रिनल ग्रंथी व यकृत यांना निरोप पाठवून रक्तात अधिक ग्लुकोज सोडण्यास सांगतो. हे ग्लुकोज स्नायूंमध्ये इंधनासारखे वापरून उष्णता निर्माण केली जाते. हुडहुडी भरण्याची आज्ञा देऊन स्नायूंचे आकुंचन झाल्याने उष्णता निर्माण होते. तसेच घर्मग्रंथींना घाम टाळण्याची सूचना दिली जाते. त्वचेचा रक्तपुरवठा कमी करून तिथून होणारा उष्णतेचा ऱ्हास थांबविला जातो. केसांच्या मुळाशी असलेले असंख्य सूक्ष्म स्नायू आकुंचन पावल्याने, अंगावर शहारे येतात. त्यातूनही उष्णता निर्माण होते.

आपल्या शरीरात जंतूंचा शिरकाव झाला तर हायपोथॅलॅमस शरीराचे तापमान वाढवितो (ज्वर). सूक्ष्म जंतूंना हानिकारक तापमानवाढ त्यांची वाढ खुंटवते. अशा तऱ्हेने जंतूंपासून संरक्षण म्हणून ज्वराचा उपयोग होतो. जंतू कमी झाले किंवा नष्ट झाले की शरीराचे तापमान उलट्या प्रक्रिया (घाम, श्वास) घडवून तापमान परत मूळ पदावर आणले जाते.

शरीरातील पाण्याचे नियंत्रण

शरीरातील पाण्याचे प्रमाण योग्य पातळीवर राखणे, ही महत्त्वाची जबाबदारीसुद्धा हायपोथॅलॅमसकडेच असते. जेव्हा शरीरातील पाणी कमी होते (Dehydration) तेव्हा रक्त जास्त खारट होते. (तुलनात्मक) तेव्हा पिट्यूटरी ग्रंथीला अधिक प्रमाणावर लघवीप्रतिबंधक (Antidiuretic) हार्मोन निर्माण करण्याची सूचना दिली जाते. त्यामुळे किडनीतून बाहेर पडणारे पाणी जास्त प्रमाणात परत शोषले जाते. परिणामी लघवी अधिक कॉन्सेंट्रेटेड होते. (लघवीचे प्रमाण घटल्यामुळे)

लाळेचा स्राव कमी केला जातो. (पाण्याची काटकसर) तसेच तहानेची इच्छा निर्माण करून त्या व्यक्तीस पाणी पिण्यास प्रवृत्त केले जाते. याउलट शरीरातील पाण्याचे प्रमाण वाढले, तर याउलट प्रक्रियांनी अधिक पाणी शरीराबाहेर टाकले जाते. परिणामी लघवी जास्त होते.

भूक

रक्तातील साखरेचे प्रमाण घटते तेव्हा थकवा जाणवतो, हायपोथॅलॅमसच्या सूचनेने जठरातील स्राव, लाळ वाढते. जठराच्या हालचालीची तीव्रता वाढते. जिभेवरच्या चवीच्या ग्रंथी उत्तेजित होतात आणि आपल्याला भुकेची म्हणजेच खाण्याची सूचना मिळते. हायपोथॅलॅमसमधील काही पेशींचा ऱ्हास झाल्याने अन्नग्रहणाचे समाधान नष्ट होते व माणूस खातच राहतो. याउलट दुसऱ्या प्रकारच्या पेशींचा ऱ्हास झाल्याने खाण्याची इच्छा नष्ट होते व माणसाला अन्नाची वासना होत नाही.

लैंगिक कार्य

हायपोथॅलॅमस वृषण किंवा बीजांडकोष यांना उद्दीपित करते. त्यामुळे कामवासना निर्माण होते. असे उद्दीपन कमी झाल्याने ती कमी होते.

भावना

राग, भीती या भावनांचे निर्मितिकेंद्रही हायपोथॅलॅमसमध्येच आहे. भीतीच्या वेळी प्रतिकार किंवा पळ काढण्यास सूचना देते. शरीराची चयापचय (Metabolism) क्रिया वाढते, त्वचेकडून स्नायूंना अधिक रक्त वळवले जाते. श्वास व हृदयाच्या ठोक्यामध्ये वाढ केली जाते. याउलट जठर, आतडे येथील रक्तप्रवाह कमी केला जातो. मल, मूत्र विसर्जनाच्याही जरूर तर सूचना केल्या जातात. लाळ कमी केल्याने तोंडाला कोरडही पडते. राग किंवा भीती कमी झाली की या सर्व प्रक्रियांची चक्रे उलट्या दिशेने फिरतात- जैसे थे !

ब्रोकाचे कार्यक्षेत्र (Broca's Area)

सर्वसाधारणपणे डाव्या हेमिस्फिअरमध्ये फ्रॉंटल लोबच्या खालच्या भागात वाचा व भाषा यांचे केंद्र असते. ते पॉल ब्रोका या शास्त्रज्ञाने शोधले म्हणून त्याला

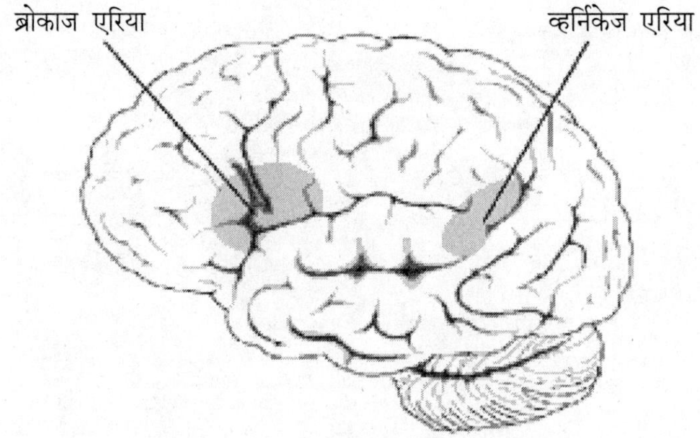
ब्रोकाज एरिया
व्हर्निकेज एरिया

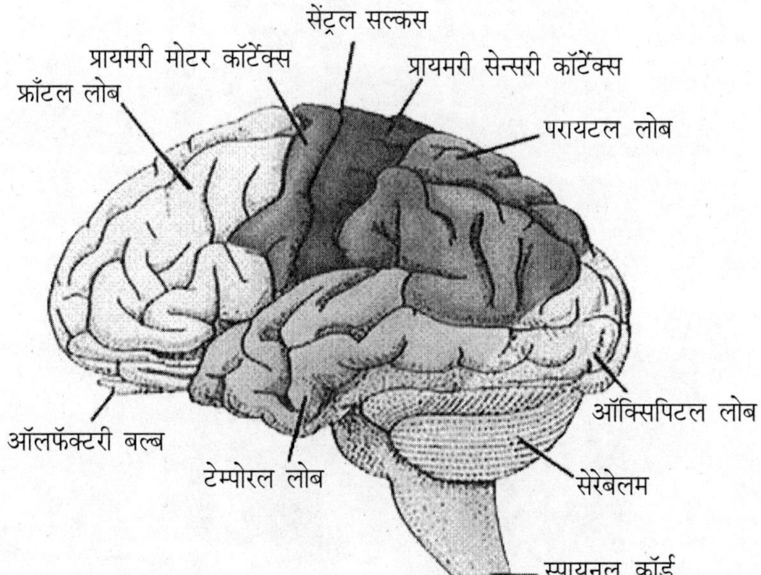
सेंट्रल सल्कस
प्रायमरी मोटर कॉर्टेक्स
प्रायमरी सेन्सरी कॉर्टेक्स
फ्राँटल लोब
परायटल लोब
ऑक्सिपिटल लोब
ऑलफॅक्टरी बल्ब
टेम्पोरल लोब
सेरेबेलम
स्पायनल कॉर्ड

द लिम्बीक सिस्टीम

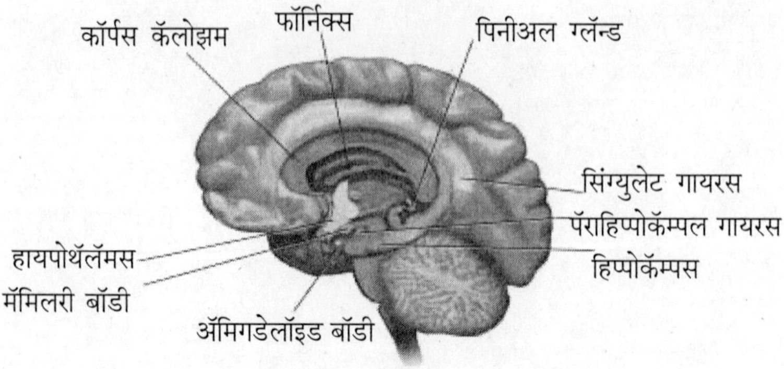

लिम्बीक सिस्टीम

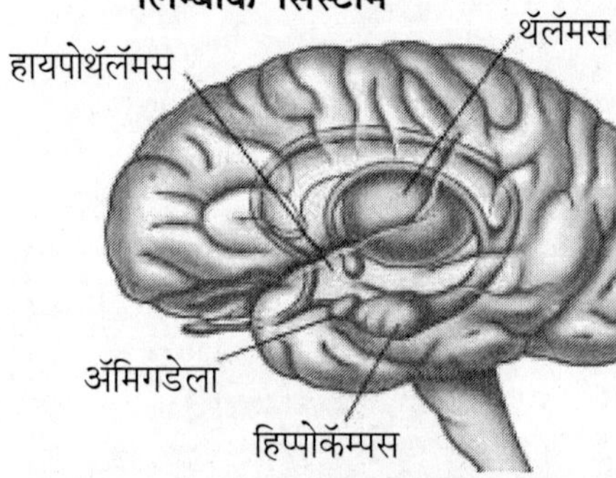

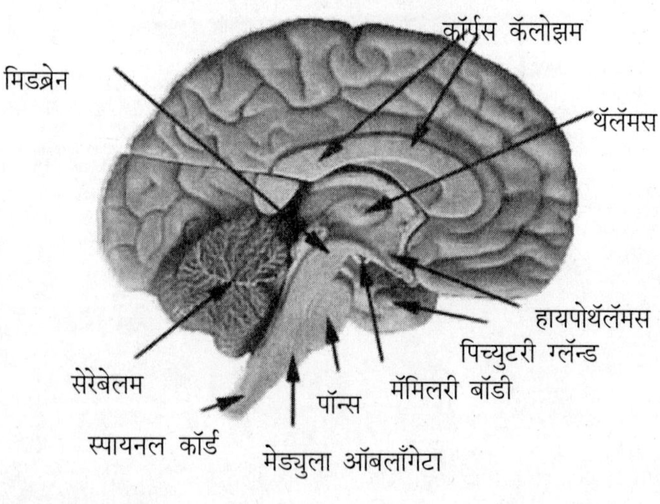

'ब्रोकाचे **कार्यक्षेत्र**' म्हणतात. या भागात ट्यूमर झाल्याने त्याचा हळुवार नाश झाला तर आजूबाजूचे क्षेत्र त्याच्या कामाची जबाबदारी आपल्या शिरावर घेते.

व्हर्निकेचे कार्यक्षेत्र- (Wernicke's Area)

टेम्पोरेल व परायटल लोबच्या सीमेवरचा हा भागही वाचा व भाषा यांत सहभागी होतो. प्रामुख्याने यात बोली भाषा व लिखित भाषा यांचा समावेश होतो. हे क्षेत्र डाव्या टेम्पोरेल लोबच्या उंचवट्यावर वसते. या भागाला इजा झाल्यास बोलणे शक्य होत नाही. हे क्षेत्र श्रवणकेंद्राजवळ असते. आवाज व ऐकीव भाषा समजण्यासाठी या भागाचा उपयोग होतो. या भागाला इजा झाल्यास बोलणे शक्य होते; पण ते असंबद्ध असते.

श्रवणकेंद्र सुपिरिअर टेम्पोरेल गायरस येथे असते. भाषेशी तेही निगडित असते. वासाचे केंद्र फ्रॉंटल कॉर्टेक्स, थॅलॅमस यांच्या कार्याशी निगडित असते.

पॉन्स आणि मेड्यूला हे महत्त्वाचे भाग मोठ्या मेंदूच्या खाली पण लहान मेंदूच्या पुढ्यात असतात. मज्जारज्जूकडून मेंदूकडे व उलट मार्गाने जाणारे सर्व फायबर्स पॉन्समधून ये-जा करतात. मेड्यूला खाली मज्जारज्जूत रूपांतरित होतो. पॉन्स व मेड्यूला श्वसन, हृदयाचे स्पंदन व रक्तदाब नियंत्रित करतात.

चाकरमाने (Peripheral Nerves)

मेंदू हा शरीराचा अनभिषिक्त सम्राट आहे. या सम्राटाची सेवाचाकरी करण्यासाठी अनेक चाकर आहेत. क्रेनियल पेरिफेरल नर्व्हजद्वारा ज्ञानेंद्रिये व संपूर्ण शरीराकडून येणाऱ्या व जाणाऱ्या संदेशांचे वहन या चाकरमान्यांद्वारा पार पडते.

मेंदू हा राजा, तर पेरिफेरल व क्रेनियल नर्व्हज त्याचे सरदार-कामगार या सदरात मोडतात. त्यांच्यामार्फत राजाला शरीरांतर्गत व बाह्य वातावरणातून सर्व प्रकारची माहिती मिळते. ती मेंदूकडे पोहोचविणे व मेंदूच्या आज्ञेप्रमाणे सर्व शरीराच्या कानाकोपऱ्यात आज्ञा पोहोचविणे, हे कार्य या नर्व्हज करीत असतात. आपली ड्यूटी इमानेइतबारे बजावीत असतात. यातील काही नर्व्हज फक्त आवक (सेन्सरी) कार्य करतात, काही फक्त जावक (मोटर) कार्य करतात. तर काहींमध्ये दोन्हींचे मिश्रण असते. (Mixed)

क्रेनियल नर्व्हजच्या बारा जोड्या असतात. यातही मोटर, सेन्सरी व मिक्स्ड असे प्रकार आहेतच. या नर्व्हज प्रामुख्याने डोके व मान या भागात काम करतात तर वेगस (भटकणारी) लांबपर्यंत, हृदय, पचन संस्था, स्वरयंत्र इत्यादी महत्त्वाच्या ठिकाणी कार्यरत असते.

स्वयंचलित मज्जा संस्था (Autonomic Nervous System)

ही मज्जा संस्था प्रामुख्याने स्वयंचलित असते. आपल्या हाता-पायांच्या स्नायूंवर जसा आपला ताबा असतो (voluntary control) तसा हृदय, फुफ्फुस, पचन संस्था किंवा मूत्र संस्था यांच्या कार्यावर संपूर्ण ताबा नसतो. या संस्थेचे तीन भाग पडतात. सिंपथेटिक, पॅरासिंपथेटिक व एंटेरिक.

पिनियल ग्रंथी व पिट्यूटरी ग्रंथी या मेंदूत वसतात. अतिशय नगण्य आकार पण प्रचंड काम, असे यांचे स्वरूप असते. ज्याला आपण 'मूर्ती लहान पण कीर्ती महान' म्हणतो तशा.

ज्ञानेंद्रिय (Sense Organs)

विविध ज्ञानेंद्रियांच्या सहकार्याने मेंदूला ज्ञान प्राप्त होते. त्या आधारे स्मरण ठेवले जाते. प्रत्येक ज्ञानेंद्रियांचे असे काही वैशिष्ट्य असते. ज्ञानदृष्टी– आपल्या दृष्टीचे केंद्र ऑक्सिपिटल लोब या सेरेब्रल कॉर्टेक्सच्या मागच्या भागात असते. आपण नेहमीच म्हणतो, 'एका चित्राने जेवढी माहिती मिळते तेवढी मिळण्यास पुष्कळ मजकूर लिहावा लागतो.' तरीही संपूर्ण माहिती मजकुरात आली असं होणं अवघडच. कल्पना करा– आपण जन्मापासून किती गोष्टी पाहतो व त्यांची मेंदूत नोंद ठेवतो, तीही प्रतिमांच्या स्वरूपातच. या सर्व प्रतिमांची लिखित स्वरूपात नोंद करायची असती तर केवढं प्रचंड काम! पण, आपण पाहिलेले नैसर्गिक देखावे, चित्रे, फोटो व डोळ्यांनी पाहिलेल्या इतर सर्व घटनांची बारीकसारीक, रंगीबेरंगी सुंदर नोंद; इतकंच नाही, तर मनात आणाल त्या क्षणी त्यांपैकी कोणत्याही चित्राला, प्रसंगाला मनःचक्षूंपुढे परत उभे करण्याची ताकद, त्यांचे वर्णन करण्याची क्षमता सगळं कसं अद्भुत व अलौकिक सामर्थ्य! निसर्गा, तुझ्यासम तूच! तुझी लीला अगाध आहे. आयुष्यभर आपण या क्षमतेचा सहज वापर करीत असतो.

मेंदू रंगीबेरंगी नाही. बापडा फिकट करड्या रंगाचा आहे; पण डोळ्यांच्या साहाय्याने बाह्य जगाचे रंगीबेरंगी सौंदर्य तो ठरवतो. म्हणतात ना सौंदर्य हे बाह्य जगात नसून पाहणाऱ्याच्या दृष्टीत सामावलेले असते; पण वस्तुस्थिती तशी नसते. सौंदर्य किंवा रंग हे ज्याचा त्याचा मेंदू ठरवतो. प्रत्येकाच्या मेंदूची आवड निराळी म्हणूनच एकाला जे सुंदर दिसेल, ते दुसऱ्याला सुंदर वाटेलच असे नाही. थोडक्यात सांगायचे तर, पिंडे पिंडे रुचिर्भिन्ना !

श्रवणज्ञान

ध्वनींच्या मार्फत मिळणाऱ्या ज्ञानात शब्द व कर्णमधुर संगीताची अनुभूती घेण्यात कर्णेंद्रिये आणि मेंदूच्या टेम्पोरेल लोबमधील श्रवणकेंद्र (व्हर्निकेचा एरिया) यांचा सहभाग असतो. संभाषणाची नोंद डाव्या बाजूस, तर संगीताची उजव्या बाजूस अशी विभागणीदेखील आहे.

लिंबिक सिस्टमच्या सहकार्याने ध्वनींना भावनिक छटा प्राप्त होते. श्रवण स्मरणशक्तीमुळे कार इंजिनचा आवाज ऐकून गाडीतल्या बिघाडांची मेकॅनिकला कल्पना येते, तर हृदयाचे ठोके ऐकून डॉक्टरला रोगनिदान करता येते.

गंधस्मृती

स्मृतिसुगंध आणि जुन्या आठवणी- विशेषतः शृंगारिक आठवणी यांचा खूप जवळचा संबंध आहे. मोगऱ्याचा सुगंध प्रियेने केसात माळलेल्या गजऱ्याची आठवण जागी करतो, तेव्हा तो अनेक वेगळ्या स्मृतींना उजाळा देऊन जातो. मग त्या वेळची तिची केशभूषा, वेषभूषा, मोहक हालचालींपासून ते... सर्व आठवणी कशा उजागर होतात पाहा. थोडक्यात, गंधामुळे अनेक प्रासंगिक Episodic Memory घटनांचे स्मरण होते, ही शास्त्रीय हकिगत आहे. या प्रासंगिक स्मरणशक्तीचे स्थान ॲमिग्डेला/ हिप्पोकॅम्पस या केंद्रात आहे. हे ॲमिग्डेला-हिप्पोकॅम्पस जोडकेंद्र संपूर्ण गंध संस्थेशी (नाक, ऑलफॅक्टरी ट्रॅक्ट - बल्ब) निगडित आहे. नवजात अर्भकालाही आईचा गंध आणि स्पर्श कळतो व सुखावतो. डोळे, कान, जिव्हा यांच्याआधी गंध व स्पर्शाचे ज्ञान होते.

चव व स्पर्श

स्पर्शाचे ज्ञानही नवजात अर्भकास चांगले असते. गंधाचे तर असतेच, चवीचे मात्र तुलनात्मकदृष्ट्या थोडे उशिरा होते.

कोणत्याही ज्ञानात किंवा शिक्षणात जर एकापेक्षा अधिक ज्ञानेंद्रियांचा सहभाग असेल तर त्या प्रसंगाचे स्मरण अधिक दीर्घ स्मरणशक्तीत होण्यास खूप मदत होते. (Put more men on the job) नंतरच्या आयुष्यात त्यातील एका घटकाने आठवण करून दिली तरी सर्व गोष्टींचे स्मरण होण्यास मदत होते.

भावभावनांशी निगडित स्मरणशक्ती जास्त परिणामकारक असते. पक्के स्मरण व त्याची चट्कन आठवण, असा दुहेरी फायदा भावनांशी निगडित प्रासंगिक

आठवणींचा होतो. कारण भावनिक घटनांकडे आपले लक्ष केंद्रित होते व लक्ष केंद्रित होणे ही स्मरणशृंखलेतली पहिली आवश्यक कडी आहे. अशा स्मृतींच्या नंतर लगेचच घडलेल्या अप्रिय घटनाही लिंकमुळे स्मरणात राहतात.

संदेशवाहक (Neurotransmitters)

निरनिराळ्या भावना निर्माण होण्यासाठी वेगवेगळे रासायनिक द्राव जबाबदार असतात. त्यांचे अस्तित्व सायनॅप्टिक कनेक्शनमध्ये असते. एका न्यूरॉनपासून दुसऱ्या न्यूरॉनला संदेश देण्याचे काम या न्यूरोट्रान्समीटर्सच्या माध्यमातून साध्य केले जाते, मग ते भावनात्मक कारणासाठी असो वा इतर कुठल्याही प्रकारचा संदेश असो. भावना Excitement संदेशवहनाचे कार्य असेटाइल कोलिनने उत्तेजित करणारे, डोपामाइनमुळे सुखद भावना निर्माण करणारे तर ग्लुटामेटमुळे Disgust पराकोटीच्या तिरस्करणीय भावना अशा भिन्न प्रकारचे संदेश दिले जातात. त्यात Birds of same feather या न्यायाने सुखद प्रसंग सुखद प्रसंगांच्या तर दुःखद प्रसंग दुःखद प्रसंगांच्या भावनिक आठवणींना उजाळा देतात. कारण एक प्रकारच्या स्मृती मेंदूत एकमेकांना जोडलेल्या Hooked up असतात. संदर्भाप्रमाणे तशाच आठवणींना उजाळा मिळतो. याचाच एक भाग म्हणून साक्षीदाराला जर घटनास्थळी परत नेले तर गुन्ह्याच्या वेळी पाहिलेल्या भल्या-बुऱ्या आठवणींना उजाळा मिळतो. त्या घटनेचे आजूबाजूच्या परिस्थितीशी निगडित 'Hooked up' स्मृती जागृत करता येते. याचे दुसरे उदाहरण सांगायचे, तर विद्यार्थी वर्षभर ज्या वर्गात, ज्या बाकावर बसून शिकतो, त्या बाकावर त्याच वर्गात बसून जर परीक्षा दिली तर त्याला अधिक चांगले आठवते व चांगले मार्क्स मिळतात.

◆

तृतीय नेत्र

आपल्याकडे भगवान शंकर व इतर संस्कृतींमधील काही दैवतांच्याही कपाळावर बरोबर मध्ये तिसरा डोळा दाखवतात, हे येथे नमूद करावेसे वाटते. जे लोक आस्तिक असतात व आत्मा, अध्यात्म यावर ज्यांचा विश्वास असतो, असे लोक या पिनियल ग्रंथीला आत्म्याचे स्थानही मानतात. याच ग्रंथीच्या उद्दीपनाने परलोकात (Metaphysical world) जाणे शक्य होते, असे या अध्यात्मवाद्यांचे म्हणणे आहे.

पिनियल ग्रंथी ही एक एंडोक्राइन ग्रंथी आहे. गव्हाएवढी लांबट, अर्धा ग्रॅमपेक्षा कमी वजन अशी ही लहान ग्रंथी असली तरी तिची कीर्ती मात्र महान आहे. तिच्या पृष्ठभागावर थोडे खवले पण असतात. जन्मानंतर वयाच्या बाराव्या वर्षापर्यंत ती (Degenaration) खंगत जाते. रक्तातले फ्लोराइडचे प्रमाण वाढले तर हा खंगण्याचा प्रकार आणखी लवकर होतो. फ्लोराइडच्या टूथपेस्टचा वापर, कोला (Aerated) पेये यांच्यामुळे या ग्रंथीची हानी होते. फिल्टर केलेले पाणी व सोना बाथ यामुळे या ग्रंथीची हानी टळते. ताजे प्राणिजन्य अन्न, चिंच यामुळे या ग्रंथीला प्रोत्साहन मिळते.

या पिनियल ग्रंथीतून सिरोटोनिन व मेलॅटोनिन नावाचे होर्मोन्स स्रवतात. यातील सिरोटोनिनचा प्रजननात सहभाग असतो. जर याचे प्रमाण वाढले तर पौगंडावस्था लवकर येते व अशा मुलींना स्तनाचा कर्करोग होण्याचा संभवही वाढतो, असे निदर्शनास आले आहे. दुसरा होर्मोन मेलॅटोनिनचे व झोपेचे खूप सख्य आहे. झोपणे व जागे होण्याच्या नैसर्गिक चक्रास 'सिरकॅडियन चक्र' (Rhythm) म्हणतात. या चक्राचे नियंत्रण संपूर्णपणे या इवल्याशा ग्रंथीकडे असते. नेत्रपटलावर (Retina) कमी-अधिक उजेड पडेल त्याप्रमाणात ही ग्रंथी मेलॅटोनिन या होर्मोनचे उत्पादन व रक्तातील या होर्मोन्सचे नियंत्रण करते. उजेड कमी झाला की मेलॅटोनिनची रक्तातली पातळी वाढते व आपल्याला झोप येते. उजेड वाढला की याच्या उलट प्रक्रिया होते व आपल्याला जाग येते.

या होर्मोनचा उपयोग निद्रानाश, जेटलॅग किंवा नैराश्य कमी करण्यासाठी होतो. जेटलॅग टाळण्यासाठी इच्छित स्थळी पोचण्यापूर्वीच तेथल्या झोपेच्या वेळेप्रमाणे आधीच गोळी घ्यायची म्हणजे जेटलॅगचा त्रास होत नाही. पिनियल ग्रंथी मेंदूत दोन्ही डोळ्यांच्या मधोमध खोलवर असते व नेत्रपटलावर (Retina) जसा उजेडाचा परिणाम होतो, तसाच पिनियल ग्रंथींना डोळ्यामार्फत उजेडाचे ज्ञान होते. म्हणून या ग्रंथीला बरेच वेळा 'तिसरा डोळा' असे संबोधले जाते.

पिनियल ग्रंथीतून डायमेथिलट्रिप्टमिन (DMT) नावाचा एक तिसरा होर्मोनही स्त्रवतो. त्याला अध्यात्मवादी ('Spirit Molecule') म्हणतात. या लोकांच्या मते, ध्यानधारणेने पिनियल ग्रंथीला उत्तेजना देऊन हा होर्मोन निर्माण करता येतो. त्यामुळे ध्यानधारणा-सद्भावना वृद्धी - टाइम ट्रॅव्हल, परलोक यात्रा व इतर आत्म्यांशी संपर्क करता येतो. हे लोक पिनियल ग्रंथीचा 'सहावे चक्र' असाही नामोल्लेख करतात. पारमार्थिक, पारलौकिक जगात पोहोचण्याचा मार्ग पिनियल ग्रंथीमुळे शक्य होतो, असा त्यांचा दावा आहे. थोडक्यात, त्या विश्वाशी संपर्क साधण्याचा 'अँटेना म्हणजे पिनियल ग्रंथी. तुम्ही तिच्याद्वारा पारलौकिक व स्पिरिच्युअल संपर्क साधू शकता.

अबब! केवढी ही चिमुरडी ग्रंथी अन् किती महान तिची कीर्ती!

पिट्यूटरी ग्रंथी

पिट्यूटरी हीसुद्धा अगदी छोटी, वाटाण्याएवढी एंडोक्राइन ग्रंथी आहे. तिची कीर्तीही दिगंत पसरलेली आहे. शरीरात अनेक लहान-मोठ्या एंडोक्राइन ग्रंथी कार्यरत असतात. या सर्व ग्रंथींना वाद्यवृंदाची (Orchestra) उपमा दिली जाते. या वाद्यवृंदातील सर्व ग्रंथी एका ताला-सुरात स्त्रवत असतात. वाद्यवृंदाच्या या समूहाचे नेतृत्व या इवल्याशा पिट्यूटरी ग्रंथीकडे खरोखरीच आहे. 'Master of Endocrine Orchestra' या वाद्यवृंदातील बऱ्याच ग्रंथी रक्तातील होर्मोन्सच्या पातळीने व एकमेकातील परस्पर सहकार्याने माणसाच्या शरीरावर आधिपत्य गाजवत असतात.

ही ग्रंथी अर्धा ग्रॅम वजनाची असते. ती हायपोथॅलॅमसच्या बुडाशी कवटीच्या खालच्या भागातील एका हाडाच्या खोबणीत सुरक्षित असते. या ग्रंथीचे तीन विभाग आहेत. 'पाठीमागचा भाग' (Posterior) हा हायपोथॅलॅमस या मेंदूच्या भागाला एका देठाने जोडलेला असतो. त्याच्यापुढे काही पेशींना (अतिशय पातळ थर) 'मधला भाग', तर त्याच्या पुढचा (Anterior) भाग म्हणतात. पिट्यूटरी ग्रंथी ही हायपोथॅलॅमसला केशवाहिन्यांच्या पोर्टल सिस्टमने जोडलेली असते. त्यातून होर्मोन्सचे वहन होते. ते अगदी जलद होते.

अँटिरियर पिट्यूटरी होर्मोन्स

ग्रोथ होर्मोन्स - शरीराच्या वाढीस उपयुक्त थायरॉइड ग्रंथीला उद्दीपित करणारा, अॅड्रिनल ग्रंथी नियंत्रित करणारा, त्वचा व केसांना रंग देणारा, बीजांड कोशाला उत्तेजना देणारा इत्यादी होर्मोन्स हे कार्य पिट्यूटरी ग्रंथीचा सर्वांत पुढचा भाग (Anterior) करतो. असे अनेक मौलिक होर्मोन्स (अॅटिरियर) पुढील भागातून निर्माण होतात.

पिट्यूटरी ग्रंथीचा मागील भाग (Posterior) दोन प्रकारचे होर्मोन्स निर्माण करतो. अँटी डायुरेटिक (लघवी कमी करणारा) होर्मोन व ऑक्सिटोसिन हा गर्भाशयाचे आकुंचन प्रसरण ठरवितो. मधल्या भागातून (Middle Lobe) फक्त मेलॅनोसाइट स्टिम्युलेटिंग होर्मोन्स निर्माण होतो. केस व त्वचेचा रंग याच्यामुळे ठरतो.

पिट्यूटरी ट्यूमर्स

मेंदूच्या ट्यूमर्सपैकी दहा टक्के ट्यूमर्स हे पिट्यूटरी ग्रंथीचे असतात. यांतले बहुसंख्य ट्यूमर्स कॅन्सरचे नसतात. या ट्यूमर्समुळे शेजारच्या ऑप्टिक नर्व्ह (डोळ्यांकडून येणारी) वर दाब पडून दृष्टिदोष निर्माण होतात किंवा ज्या पेशींपासून होर्मोन्स तयार होतात, त्या होर्मोन्सचे प्रमाण कमी-अधिक झाल्याने आरोग्याच्या समस्या निर्माण होतात.

१) अॅक्रोमेगॅली ग्रोथ होर्मोन्सची पातळी वाढली तर अॅक्रोमेगॅलीची लक्षणे- हात मोठे होणे, खालचा जबडा व भुवया जास्त मोठ्या होणे, रक्तदाब वाढणे अशी असतात. याला 'जॅगँटिझम' (राक्षस) असेही म्हणतात.

२) थायरॉइड उद्दीपित करणाऱ्या होर्मोन्सची पातळी वाढली तर भूक खूप लागणे व खूप खाऊनही वजन कमी होणे, छातीत धडधड होणे, हातांना कंप सुटणे, डोळे बाहेर आल्यासारखे (वटारल्यासारखे) होणे व इतर अनेक लक्षणे दिसतात.

३) एसीटीएच - या होर्मोन्सची पातळी वाढली तर चेहरा सुजून गोल चंद्रासारखा होणे, वजन वाढणे, डिप्रेशन येणे अशी प्रमुख लक्षणे दिसतात.

४) फॉलिक्युलर स्टिप्युलेटिंग होर्मोन किंवा ल्युटिनायझिंग होर्मोन्सची पातळी वाढली तर वंध्यत्व येते.

पोस्टिरिअर पिट्यूटरी– ट्यूमर्स विरळेच. त्यांचा ऑप्टिक नर्व्हवर दाब पडल्याने दृष्टिदोष येतात. शिवाय खूप लघवी होते. याला 'डायबेटिस इनसिपिड्स' (अगोड

डायोबेटिस) म्हणतात. या रुग्णांना कमालीची जास्त तहान लागते. कारण शरीरातले खूप पाणी लघवीतून निघून जाते.

निदान- रक्तातील होर्मोन्सचे प्रमाण तपासून सी.टी., एम.आर.आय. या तपासण्यांद्वारा होऊ शकते.

उपाय - एंडोक्रायनॉलॉजिस्ट, न्यूरोसर्जन, न्यूरोफिजिशियन आणि इतर प्रशिक्षित टीमच्या सहकार्याने औषधी किंवा शस्त्रक्रियेचा उपचार करावा लागतो.

◆

राजा व कामकरी

मेंदू हा मानवी शरीराचा राजा आहे हे निर्विवाद. त्याच्या आधिपत्याखालील सेनापती, मानकरी ते चाकरमाने काम करतात. काम कोणी कोणते करावयाचे, कसे पार पाडायचे, याविषयी कायदेकानून करून त्याप्रमाणे सर्व सेवक वर्ग काम व्यवस्थित करताहेत की नाही हे पाहण्याची व एकंदरीत सर्वच जबाबदारी मात्र राजाचीच! मेंदू हा राजा असल्याने पेशींपासून, अवयव व सिस्टम्स सर्वांमध्ये संपूर्ण समन्वय ठेवावा लागतो. शरीराच्या संपूर्ण क्रिया, प्रक्रिया, मनातील भावभावना, आचार-विचार, तर्क-कुतर्क, स्मरण-विस्मरण किंवा अनुभव व प्रसंगोचित वर्तन या सर्व कार्यांवर लगाम असतात. त्या लगामांना 'नर्व्हज' '(मज्जातंतू)' म्हणतात. यात प्रामुख्याने दोन प्रकार आहेत. पहिली मेंदूकडे संवेदना किंवा चेतना आणणाऱ्या (सेन्सरी) तर दुसऱ्या मेंदूच्या आज्ञा सरदार, दरबार ते तळागाळातले शिपाई, कामगार यांच्यापर्यंत पोहचविण्याऱ्या नर्व्हज (मोटर). यात आणखी मदत घेतली जाते ती स्वयंचलित मज्जा संस्थेची. (Autonomic Nerves) त्यातही अशाच सेन्सरी व मोटर नर्व्हज आहेत. पहिल्या प्रकारच्या सेन्सरी व मोटर नर्व्हज आपल्या इच्छेनुसार (voluntary) काम करतात, तर दुसऱ्या नर्व्हज या स्वयंस्फूर्तीने माणसाने इच्छा व्यक्त केली नाही तरी आपले इतिकर्तव्य अव्याहतपणे पार पाडत असतात. उदा. हृदयाचे स्पंदन, रक्तदाब, श्वसन, अन्नपचन व मल-मूत्र उत्सर्जन. शेवटच्या उत्सर्जनाच्या कार्यावर मनाचा- इच्छेचा ताबा- अंशतः असतो, असे म्हटले तर वावगे होणार नाही.

सेन्सरी नर्व्हज या सर्व ज्ञानेंद्रियांकडून येणाऱ्या संवेदना मेंदूला पोहोचवित असल्याने मेंदूच्या शिक्षणात त्यांचा खूप मोठा सहभाग असतो, तर मोटर नर्व्हज, कृतिशील- आज्ञापालनात मग्न असतात. मात्र या सर्व प्रकारच्या सर्व कार्यांवर मेंदूचे संपूर्ण नियंत्रण सदासर्वकाळ असते. कोणाला किती व केव्हा स्वायत्तता द्यायची, याचा निर्णय हा अखेर मेंदूचाच. मेंदू झोपेत, बेशुद्धावस्थेत किंवा कोमात असेल तर ज्ञानेंद्रिये, कर्मेंद्रिये यांच्यावरचे नियंत्रण बरेच कमी होते; पण स्वायत्त

Autonomic मज्जा संस्था याही स्थितीत आपले इतिकर्तव्य अगदी जन्मापासून मरेपर्यंत चोखपणे पार पाडत असतात.

मज्जातंतुदाह (Neuropathy)

मेंदूला सतत मदत करणाऱ्या या कामगार (Nerves) वर्गालाही अडीअडचणी, आजार यांना तोंड द्यावे लागते. या मज्जारज्जूंच्या विकारांना 'न्यूरोपॅथी' (Neuropathy) असे एक सर्वसाधारण नाव आहे. यात ऑटोनॉमिक असोत किंवा इतर वर्गाच्या Somatosensory दोघांनाही विकारांना तोंड द्यावे लागते. हे विकार तीव्र स्वरूपाचे (Acute) किंवा धीम्या स्वरूपाचे Chronic असू शकतात. ज्या प्रकारची नर्व्ह बाधित होते, त्याप्रमाणे शरीराच्या कोणत्या कार्यात अडथळा निर्माण होईल, ते ठरते. न्यूरोपॅथी होण्याची अनेक कारणे आहेत. मधुमेह, जीवनसत्त्वांचा अभाव, काही प्रकारची औषधे विशेषतः किमो, इजा (मार लागून), तंबाखूचे व मद्याचे व्यसन, प्रतिकारशक्तीशी निगडित (Immunological) आजार, विषाणू किंवा सूक्ष्म जंतूंमुळे होणारे लेप्रसीसारखे आजार, लेड, आर्सेनिक, पारा अशा धातूंचे वाढीव प्रमाण, कीटकनाशक अशा विविध कारणांची मोठी यादी आहे.

न्यूरोपॅथीने एक नर्व्ह किंवा अनेक नर्व्हज बाधित होऊ शकतात. न्यूरोपॅथीमुळे वेदना, आग होणे, वांब येणे (cramp), स्नायूंची फडफड किंवा स्नायू कमजोर होणे, त्यांच्यातील समन्वय (Co-ordination) कमी होणे, तोल जाणे, हाडांची ठिसूळता वाढणे, त्वचा-त्यावरील केस-नखे यांची झीज होणे, मुंग्या येणे, बधिरपणा येणे, कंपनांची व तापमानाची संवेदना कमी होणे किंवा नष्ट होणे. तसेच स्वायत्त मज्जा संस्था जर बाधित झाली तर रक्तदाब, हृदयाचे स्पंदन यात अनियमितपणा येणे, मल-मूत्रावरचा ताबा कमी होणे, अशी लक्षणे आढळतात.

नर्व्हजवर दाब पडल्यामुळेही न्यूरोपॅथीची लक्षणे दिसतात. कार्पल टनेल सिंड्रोममध्ये तळहाताच्या नर्व्हवर दाब असतो, तर काखेतल्या नर्व्हवर दाब वाढल्याने त्या नर्व्हचा अंशतः पॅरालिसिस (Palsy) हा विकार दिसतो. तसेच पायाच्या नर्व्हवर दाब आला तर पायात सुया टोचल्याची भावना, काही वेळा बराच वेळ आपण एका जागी बसलो तर नर्व्ह तात्पुरती दबल्याने पाय जड होणे, मुंग्या येणे, पट्कन हालचाल करता न येणे (Sleeping foot or leg) असा प्रकार होतो. पायाची पोझिशन बदलली आणि थोडी हालचाल केली की पाय पूर्ववत होतो, हे आपण पुष्कळ वेळा अनुभवतो.

स्वायत्त मज्जांची विशेषतः मधुमेहाने न्यूरोपॅथी असेल तर उभे राहिल्यावर तोल जाणे किंवा पुरुषांना वंध्यत्व येणे आणि लघवीवरचा ताबा कमी होणे, अशा गोष्टी

पाहण्यात येतात. बहुतेक सर्व लक्षणे न्यूरोपॅथीत धीम्या गतीने वाढतात. काही महिने किंवा वर्षे गेल्यावर त्याची लक्षणे दिसतात. तोपर्यंत बऱ्याच वेळा पूर्ण बरे होण्याची वेळ निघून गेलेली असते.

सर्वांत मोठा गुन्हेगार मधुमेह असला तरी इतर एन्डोक्राइन आजारांमध्ये, किडनी किंवा लिव्हर फेल्युअरमध्ये B1, B6, B12 या जीवनसत्त्वांच्या अभावाने, ऑक्सिजनअभावी, घटसर्प व जी.बी. सिंड्रोम या विकारांतही न्यूरोपॅथींचे प्रमाण पुष्कळ आहे. तसेच कॅन्सर व त्याच्या उपचारासाठी वापरली जाणारी किमो, रेडिएशन याही कारणांनी न्यूरोपॅथी होते.

उपचार

सर्वप्रथम मेदवृद्धी व मधुमेह टाळणे व इतर कारणे शोधून ती दूर करणे महत्त्वाचे आहे. न्यूरोपॅथी झाल्यानंतर त्याचा त्रास कमी होण्यासाठी प्रेगॅबॅलिन, ड्युटास्टेराइड, ॲमिट्रिप्टीन, सोडियम वॅलपोलेट व अफूजन्य वेदनाशामक यांची गरज पडू शकते.

बळी तो कान पिळी (Survival of Fittest)

माणसाने विषाची परीक्षा पाहू नये असे नेहमी म्हटले जाते. बरेच विषारी पदार्थ हे दुधारी शस्त्रासारखे असतात. सौम्य प्रमाणात घेतल्यास काही व्याधी दूर करतात तर अधिक प्रमाणात घेतल्याने प्राणहरण करतात. सापांचे विष खूप वेळा प्राणघातक असते; पण सौम्य मात्रेत त्याचा औषध म्हणूनही उपयोग केला जातो. यातील बऱ्याच विषारी पदार्थांचा मेंदू व मज्जा संस्था यांच्यावर परिणाम होऊन त्यांचे कार्य बंद पडते, तर काही विषारी पदार्थ रक्ताच्या गोठणक्रियेवर परिणाम करून प्राण हरण करतात. क्युरारे नावाचे वनस्पतिजन्य विष बाणाच्या टोकाला लावून शिकार केली जाते. तर सौम्य प्रमाणात त्याचा मसल रिलॅक्सर म्हणून उपयोग होऊ शकतो. तर विष हे असे दुधारी शस्त्र ठरू शकते.

निसर्गात 'जीवो जीवस्य जीवनम्' हे तत्त्व सर्वत्र लागू पडते. निसर्गाने जी अन्नशृंखला तयार केली आहे, त्यात एक जीव हा दुसऱ्या जिवाचे अन्न असल्याचेच यातून ध्वनित होते. मग ते सूक्ष्मातिसूक्ष्म जीव, वनस्पती, प्राणी, मनुष्य सर्वांना सारखेच लागू पडते. थोडक्यात, सर्व जीवमात्र भक्ष्य आणि भक्षक या संज्ञेस प्राप्त ठरतात.

निसर्गाने प्रत्येक जीवमात्रास स्वतःचे रक्षण करण्याच्या व स्वतःचा उदरनिर्वाह

करण्याच्या उपजतच प्रेरणा दिल्या आहेत. बळी तो कान पिळी– Survival of Fittest हाही निसर्गनियमच आहे. प्रत्येक जीवमात्रास स्वतःच्या जीवनरक्षणासाठी काही हत्यारे दिली आहेत, तर उदरभरणासाठी इतर जीवांचे भक्षण करण्याची युक्तीही दिलेली असते. प्राणी व माणूस यांना संकटसमयी लढा किंवा पळ काढा (Fight or Flight) हा मंत्रही निसर्गानेच दिलेला आहे. तो त्यांच्या मेंदूत रुजविला आहे. वनस्पती, लता-वेली व प्रचंड वृक्ष यांच्यावर मात्र थोडा अन्यायच निसर्गाने केला म्हणावयास हरकत नाही. त्यांना पळून जाण्यास तर पूर्ण असमर्थता आहे; पण खूप परिणामकारक स्वसंरक्षणाची हत्यारेही कमी आहेत; अजिबात नाहीत असे मात्र नाही.

अपवादात्मक वनस्पती मांसाहारी पण आहेत. त्यांच्या टप्प्यात आलेल्या कीटकांची किंवा प्राण्यांची शिकार त्या करू शकतात. पण सर्वसाधारणपणे सर्व वनस्पती विश्व अचल आहे. संकटापासून दूर पळून जाण्याची क्षमता त्यांच्याजवळ नक्की नाही; पण तरीही त्यांची स्वसंरक्षण सिद्धता इतर मार्गांनी केल्याचे दिसून येते. काहींना काटे आहेत, कठीण कवच आहे; उंची आहे. तर काही वनस्पती विषारी पदार्थ बनवून भक्षकांना पळवून लावण्यास सक्षम आहेत.

क्युरारे हे विष रक्तात मिसळले तर स्नायू ढिले पडतात, हालचाल करता येत नाही व जेव्हा श्वसनाचे स्नायू लुळे पडतात, तेव्हा भक्षकाचा मृत्यू ओढवतो. प्राणीसुद्धा विषारी वनस्पती खाण्याचे टाळतात. त्यांना ते ज्ञान कसे कोणास ठाऊक; पण उपजत असते. माणूस या क्युरारेचा वापर धनुष्यबाणाने प्राण्यांची किंवा माणसाची हत्या करण्यास पुरातन काळापासून करत आला आहे. क्युरारे हे न्युरोटॉक्सिन आहे. तसेच पफर फिश ही माशाची प्रजाती TTX टेट्रॅडोटॉक्सिन नावाचे विष स्वसंरक्षणासाठी वापरते. हे विष न्यूरोटॉक्सिक आहे. त्याच्यामुळे नर्व्हज एकमेकांना संदेश पाठवू शकत नाहीत व पॅरलाइज होतात.

साप, नाग व काही सरडेही विषनिर्मिती करून आपल्या भक्ष्याला पॅरलाइज करून मारतात.

विषपरीक्षा (Neuro toxins)

न्यूरॉन्स व मेंदूवर परिणाम करणाऱ्या रासायनिक पदार्थांची (विषाची) यादी पुष्कळ मोठी आहे. त्यांचा अनिष्ट परिणाम गर्भाच्या नर्व्हस सिस्टमवर, तसेच पूर्ण वाढ झालेल्या नर्व्हस सिस्टमवर होतो. अशा रसायनांमध्ये प्रामुख्याने शिसे, ग्लुटामेट, नायट्रिक ऑक्साइड, बॉट्युलिनम, टेटॅनस, घटसर्प या व टेट्रॅडीटॉक्सिन (TTX) यांचा समावेश होतो.

त्यांपैकी काही टॉक्सिन्स पॅरलाइज करतात, तर धनुर्वाताचे विष (Tetanus Toxin) जास्त उद्दीपित करून भयानक फिट्स येऊन मृत्यू ओढवतो. ॲन्टीटॉक्सिन्स (औषधे) आणि आहारातील अँटीऑक्सिडंट्स अशा विषांची तीव्रता कमी करतात किंवा त्यांच्यापासून बचाव करतात.

मनुष्याचा मेंदू व मज्जा संस्था यांचे पृष्ठभागाचे क्षेत्र पुष्कळ व्यापक असते. मेंदूच्या पेशींमधील लिपिडसशी विषांची बांधणी होते आणि मेंदूला खूपच जास्त रक्तपुरवठा असल्याने सतत मज्जा संस्थेवर विषारी पदार्थांचे आघात मोठ्या प्रमाणावर होतात. तशातच न्यूरॉन्स या मज्जापेशी दीर्घायुषी असल्याने (बरेच वेळा आजन्म) विषारी पदार्थांमुळे होणारा अपाय दीर्घ काळ टिकतो. यावर उपाय म्हणून निसर्गही काही तरतूद करतो. एक तर ॲस्ट्रोसाइट्स नावाच्या पेशी मेंदूतल्या केशवाहिन्यांतून असे विषारी पदार्थ शोषून घेतात व त्यांना मेंदूपर्यंत पोहोचण्यास मज्जाव करतात. याला ब्लड-ब्रेन-बॅरिअर (BBB) असे संबोधले जाते. शिवाय मेंदूमधील पोकळ्यांत कोरॉइडचे जाळे असते. यातून सेरेब्रोस्पायनल फ्लुइड (C.S.F.) सतत स्त्रवत असते. या कोरॉइड जाळ्याने (प्लेक्सस) विषारी पदार्थ गाळले जातात. त्यामुळे ते (C.S.F.) मध्ये येत नाहीत. त्यामुळे मेंदूला त्यांच्यापासून इजा होत नाही.

धीम्या गतीने परिणाम करणारी न्युरोटॉक्सिन्स मेंदूच्या मज्जापेशींचे (Neurones) आयुष्य कमी करतात. त्यामुळे अशा लोकांना वयपरत्वे (Degenative) होणारे अल्झायमर्स, पार्किन्सोनिझम व हंटिंग्टन कोरिआ असे आजार तुलनात्मकदृष्ट्या लवकरच्या वयात होतात.

आपले अन्न, पाणी आणि हवा यांतून प्रदूषणकारी न्यूरोटॉक्सिन्स रक्तामध्ये वाढत जातात व मेंदूच्या पेशींना हानी पोहोचवतात. जंक फूड, बेबी फूड, शुगर फ्री, एअररेटेड पेये (कोलाज), चिप्स, डब्यातील पॅक्ड अन्न, क्लोरिनेटेड पाणी, फ्लुओराइड पेस्ट, अँटॅसिड्स, काही लशी, माशांचे अन्न, दातातील फीलिंग्ज, डेअरी प्रॉडक्ट्स हे सर्व पदार्थ विषारी ठरतात. पेस्टीसाइडविरहित अन्नाचे सेवन (अवघड गोष्ट), उकळलेले पाणी यांचा वापर करावा. काय खावे-प्यावे व काय नाही, या सर्व बाबींचा विचार केला तर आजच्या जमान्यात जगणेच मुश्कील आहे, हे मात्र खरे.

◆

बाललीला

आपल्याला एखादी गोष्ट अगदी सहज करता येत असेल तर आपण त्याला 'चाइल्ड्स प्ले' असे म्हणतो. याचा अन्वयार्थ असा असतो की, मीच काय पण अगदी लहान मूलही हे काम चुटकीसरशी करेल. पण मेंदूच्या वेगवान वाढीचा आणि मेंदूच्या शैक्षणिक क्षमतेचा विचार केला, तर आईच्या पोटातील गर्भ, नवजात शिशू व २-३ वर्षांचे बालक हे सर्व या कामात खूपच अग्रेसर असतात. या बाबतीत मोठा, शिकलासवरलेला माणूस त्यांची बरोबरी करू शकत नाही. हा फक्त एक्सक्लुझिव्ह चाइल्ड्स प्ले असतो. मोठी माणसे त्यांच्या पासंगालाही पुरत नाहीत.

स्त्री-बीज व शुक्राणूच्या संयोगाने निर्माण झालेला गर्भ प्रचंड वेगाने वाढत असतो. त्यात मेंदूच्या वाढीचा वेग उल्लेखनीय असतो. गर्भवती स्त्रीचा आहार, पौष्टिक द्रव्ये, तंबाखूसारखी व्यसने, मद्य, एक्सरे, रेडिएशन, केमोथिरपीची व इतर औषधे, काही रसायने यांचे गर्भाच्या मेंदूसकट एकंदरीत वाढीवर अनिष्ट परिणाम होतात. मेंदूची वाढ गर्भावस्थेच्या शेवटच्या तीन महिन्यांत व जन्मानंतर तीन वर्षांपर्यंत पराकोटीच्या वेगाने होत असते. मेंदूतील पेशी (Neurones) दर मिनिटाला २.५ लाख या प्रमाणात वाढत असतात. गर्भधारणा झाल्यानंतर ४० व्या दिवशी गर्भाच्या मेंदूतील विद्युतलहरींची नोंद घेणे शक्य असते. गर्भ आठ आठवड्यांचा झाला की त्याला 'अर्भक' (Foetus) म्हणतात. त्या अवस्थेत त्या अर्भकाची शरीररचना आकुंचित केलेल्या माणसासारखी असते. (Bonsi)

या गर्भाची किंवा अर्भकाची उत्तम, सर्वांगीण वाढ होण्यासाठी मातेने खूप काळजी घेणे आवश्यक असते. गर्भवती मातेने नियमितपणे शारीरिक व्यायाम, योगासने, प्राणायाम, ध्यानधारणा अशा गोष्टींनी शारीरिक व मानसिक आरोग्य राखावे. प्रसूती सुलभ व्हावी म्हणून तज्ज्ञ डॉक्टर सांगतील ते इतर व्यायामही करावेत. हल्ली गर्भसंस्कार करणारे समुपदेशक असतात. त्यांचाही सल्ला घ्यावा. सुगम, मधुर संगीताचाही गर्भाच्या वाढीवर सकारात्मक उपयोग होतो. वादविवाद,

भांडण, मनस्ताप होणाऱ्या गोष्टी कटाक्षाने टाळाव्यात. सकस व पुरेसे अन्न घ्यावे. त्यात कार्बोदके, प्रथिने, मेदाम्ले यांचे संतुलित प्रमाण असावे. पालेभाज्या, फळे व पुरेसे दूध घ्यावे. केळी खाण्याचा हाडांच्या वाढीसाठी भरपूर उपयोग होतो. सर्व प्रकारची व्यसने संपूर्णपणे वर्ज्य करावीत.

नवजात शिशूशी त्याचे आई, वडील व भावंडे खेळत असतील तर त्या शिशूंच्या मेंदूचे शिक्षण व वाढ लवकर होण्यास मदत होते. आनंदी परिसर, स्वच्छता, सुगंधी-मंद संगीतमय वातावरण, प्रेमळ भावनिक व आदरयुक्त वागणूक यामुळे त्या बालकाच्या आत्मविश्वासात वाढ होते व एक उत्तम सर्वांगीण व्यक्तिमत्त्व फुलण्यास मदत होते.

अर्भकाच्या शिक्षणाची प्रक्रिया अल्प प्रमाणात आईच्या उदरात होते. पहिला खरा बरा-वाईट अनुभव आईच्या उदरातून बाह्य जगात येण्याचा असतो. तो थोडा ताणाचा असतो. बाळाच्या मेंदूची वाढ साधारणपणे ७० टक्के जन्मापूर्वी होते. त्यानंतर जसजसे मेंदूचे शिक्षण सुरू होते, तसतशी ही वाढ जोरात चालू राहते. जन्मानंतर पहिल्या वर्षात १५ टक्के व त्याच्या तिसऱ्या वर्षापर्यंत आणखी १० टक्के वाढ होते. त्यानंतर मेंदूची वाढ खूप मंद गतीने वयाच्या बाराव्या वर्षापर्यंत होते. त्यानंतर मेंदूची (न्यूरॉन्सची वाढ) जवळजवळ थांबते. त्यानंतर होणारी प्रगती ही केवळ न्यूरॉन्सच्या जोडण्यांमुळे (Synaptic Connections) होते. गर्भावस्थेतही गंध आणि आवाजाचे ज्ञान सीमित असते. अभिमन्यूने आईच्या उदरात असताना चक्रव्यूहाचा भेद करण्याचे ज्ञान संपादन केले होते म्हणणे मात्र अतिशयोक्तीचे आहे.

मेंदू वाढत असला तरी 'मन' गर्भावस्थेत कार्यरत होते असे वाटत नाही. जन्मानंतर सर्व ज्ञानेंद्रिये मेंदूच्या शिक्षणाचे काम झपाट्याने करतात. भाषा आणि लिपी यांचे ज्ञान पहिल्या तीन वर्षांत वेगाने होते. त्या वाढत्या वयातही बालकाला प्रेम मिळाले तर ते आश्वस्त होते व त्याच्या मेंदूची व शरीराची वाढ व निकोप मानसिकता उत्तम रीतीने वाढतात. या सर्व गोष्टींचे योगदान त्याच्या संपूर्ण भावी आयुष्याच्या सकारात्मक व्यक्तिमत्त्व विकासाच्या पायाभरणीसाठी फारच उपयुक्त ठरतात. आपल्या बरोबरीच्या मुलांबरोबर किंवा भांवडांबरोबर मुलांच्या शिक्षणाची प्रक्रिया खूप झपाट्याने होते. मुलांना शिकवण्यापेक्षा इतरांना पाहून मुले जास्त लवकर शिकतात. लहान मुलांना वाचून दाखवणे व वाचनाची गोडी लावणे यामुळे त्यांच्या मेंदूची वाढ व व्यक्तिमत्त्वविकास आणखी वेगाने होण्यास मदत होते. शिवाय आयुष्याची पाठशाळा सर्वांगीण शिक्षण देईल ते वेगळे.

बाळाच्या सर्वांगीण विकासासाठी पहिल्या वर्षी त्याला मातेचे दूध खूपच मदत करते. शिवाय तिसऱ्या महिन्यापासून त्याला थोडे पूरक अन्न देण्यास सुरुवात

करावी. वयाच्या सहाव्या महिन्यापासून जिभेवरच्या चवीच्या केंद्रकाचा विकास सुरू होतो. जे पदार्थ आपल्या बाळाने आयुष्यभर खाणे योग्य असते, त्याची रुची निर्माण करण्यास सहाव्या महिन्यापासून सुरुवात करणे आवश्यक असते. असे अन्न बालकाला भरविण्यापूर्वी आईने चाखून पाहणे आवश्यक असते. बेचव अन्न या वयापासूनच तिटकारा निर्माण करते. बाळाला काय कळतंय, अशा भ्रमात राहू नये. या काळात पालेभाज्यांचे सूप, फळांचा रस व इतर अन्नघटक थोड्या प्रमाणात देण्यास सुरुवात करावी आणि एका वेळी एकच नवा प्रकार द्यावा. मुलांना जसे चविष्ट खावे वाटते, तसेच अन्न ग्रहण करण्याची जागा, वातावरण, संगीत, रंगीबेरंगी चित्रे असे पोषक वातावरण यात रस असतो. त्यामुळे त्यांना अन्न खाण्याची इच्छा होते व त्यांना पोटभर अन्न घेतल्याने समाधानही मिळते.

गर्भावस्थेतील मेंदू (Brain of the Embryo)

आईच्या उदरातील गर्भाचा मेंदू पुष्कळच अविकसित असतो. गर्भावस्थेचा काळ पुढे सरकेल तसतशी त्यात भराभर वाढ सुरू होते. जन्मानंतरही दोन ते तीन वर्षे मेंदू झपाट्याने वाढतो. नंतर मात्र ही गती खूप मंदावते. गर्भावस्थेत मेंदूवर सुरकुत्या नगण्य असतात. मेंदूला शिक्षण व कार्य दोन्हींची अजून निकड नसते. आईच्या उदरात त्याला हवे ते सर्व विनासायास मिळत असते. याउलट या गर्भावस्थेत मेंदूची वाढ जास्त झाली तर त्यामुळे डोक्याचा आकार वाढेल. त्यामुळे आईच्या पोटातून बाहेर येण्याच्या अरुंद मार्गातून प्रवास धोक्याचा ठरू शकतो. या सर्वांचा विचार करून निसर्गाने मेंदूची वाढ गर्भावस्थेत सीमित ठेवलेली असते. शिवाय कवटीची हाडे अजून लवचीक असतात. त्यात जागा (गॅप्स) टाळूच्या रूपाने ठेवलेली असते. कवटीच्या हाडांचे सांधे जुळलेले नसतात. या सर्वांचा फायदा डोक्याचा आकार तात्पुरता जन्माच्या वेळी कमी करता (Moulding of Skull) येतो आणि त्यामुळे बालकाचा इहलोकात येण्याचा प्रवास सुखकर व कमी जोखमीचा होतो. जन्मानंतर बाह्य जगाचे ज्ञान, शिक्षण व इतर सर्व जबाबदाऱ्या स्वतंत्रपणे पार पाडण्यासाठी मेंदूची झपाट्याने वाढ होणे आवश्यक असते. ती वयाच्या २-३ वर्षांत बरीच होते. त्यानंतरच टाळू बंद होणे व नंतर हळूहळू कवटीच्या हाडांमधले सांधे जुळून येणे, हे काम निसर्ग यथायोग्य रीतीने पार पाडतो. या मेंदूच्या भरीव वाढीच्या काळात जागेची मर्यादा लक्षात घेऊन मेंदूवर उंचवटे व घळी या डिझाइनने जास्तीत जास्त क्षेत्रफळ मेंदूच्या कॉर्टेक्सला उपलब्ध करून दिले जाते. अंथरूण पाहूनच पाय पसरावेत. तसेच या कॉर्टेक्सचा रंग करडा तर आतील फायबर्सचा पांढरा असतो. मेंदूत शंभर बिलियनपेक्षा अधिक न्यूरॉन्स

असतात, ते या करड्या क्षेत्रात. फायबर्सचे काम चेतनांच्या दळणवळणाचे. त्यांची लांबी काही मिलिमीटरपासून एक मीटरपर्यंत असू शकते.

न्यूरॉन्सपासून निघणारे आखूड फायबर्स असतात त्यांना 'डेन्ड्रॉन्स' म्हणतात. ते इतर न्यूरॉन्सकडून आलेले संदेश देतात, तर ॲक्झॉन हे अधिक लांबीचे फायबर्स या न्यूरॉनचे संदेश इतरत्र पोहोचविण्याचे काम करतात. या संदेशांची देवाणघेवाण ही ॲक्झॉन व डेन्ड्रॉनच्या मध्ये असणाऱ्या सायनॅप्टिक (synaptic) सांध्यामार्फत होते. यात न्यूरोट्रॅान्समीटर्स नावाच्या रासायनिक माध्यमाचा उपयोग केला जातो. या सायनॅप्टिक कनेक्शन्स (सांधे) ची संख्या अगणित असते. जगातल्या अणूंची संख्या असेल त्यापेक्षा अधिक सायनॅप्टिक कनेक्शन्स एका शरीरात असतात, असे म्हटले जाते. यात अतिशयोक्ती गृहीत धरली तरी ती संख्या खूप मोठी आहे हे निर्विवाद. न्यूरॉन्सचा आकार ४ मायक्रॉन्सपासून १०० मायक्रॉन्स इतका असतो. प्रत्येक दोन न्यूरॉन्समध्ये त्यांना आधार व आहार देणाऱ्या पेशी असतात त्यांना 'ग्लायल पेशी' म्हणतात. बरीच वर्षे आईन्स्टाइन किंवा लेनिनसारख्या असामान्य बुद्धिमत्तेच्या व्यक्तींच्या मेंदूचा सूक्ष्म अभ्यास करूनही त्यांच्या व सामान्य माणसांच्या मेंदूत काय फरक आहे, याचा उलगडा शास्त्रज्ञांना झालेला नव्हता. अलीकडे झालेल्या संशोधनाने तो झाला. असामान्य बुद्धिमत्तेच्या व्यक्तीच्या मेंदूत या ग्लायल पेशींचे प्रमाण अधिक असल्याचे आढळून आले. 'लाख मरोत पण लाखांचा पोशिंदा न मरो.' या ग्लायल पेशी हे मेंदूच्या १०० बिलियन न्यूरॉन्सच्या पोशिंद्यांचे काम करतात, हे सत्य आहे. तसेच काही कारणाने न्यूरॉन्स नष्ट झाले तर इतर न्यूरॉन्स आपली सायनॅप्टिक कनेक्शन्स वाढवून मृत न्यूरॉन्सचे कार्य पुढे चालविण्याचा निष्ठेने प्रयत्न करताना दिसतात. यामध्ये सायनॅप्टिक कनेक्शन्सचे महत्त्व अधोरेखित होते.

माणसाच्या मेंदूचे वजन सरासरी १३००-१४०० ग्रॅम्स असते. सेरेबलमचा वाटा १४२ ग्रॅम्स एवढा असतो. मेंदूचे वजन शरीराच्या वजनाच्या साधारण दोन टक्के असले तरी ग्लुकोज व ऑक्सिजनच्या संपूर्ण शरीराला उपलब्ध होणाऱ्या कोट्याचा तब्बल वीस टक्के भाग फक्त मेंदू फस्त करत असतो. मेंदूच्या अथक कार्याचे व महत्त्वाचे हे द्योतक आहे. याच कारणासाठी मेंदूचा रक्तपुरवठाही तुलनात्मकदृष्ट्या प्रचंड आहे. साधारणपणे ७५०-१००० सीसी/ मिनिट.

कार्याच्या व उत्क्रांतीच्या निकषांवर मेंदूचे तीन भाग पडतात. फोअर ब्रेन - यात सेरेब्रल हेमीस्पीअर्स, थॅलेमस व हायपोथॅलॅमस यांचा समावेश होतो. त्यांच्याकडे मेंदूचे आज्ञावली देणारे काम (मोटर), चेतना मेंदूकडे आणणारे (सेन्सरी) काम तसेच स्वयंचलित (Autonomic – Sympathetic, parasympathytic & Digestive) कार्य यांचा प्रामुख्याने समावेश होतो. मिडब्रेन व हाईडब्रेन तुलनेने

खूप लहान. त्यांना एकत्रितपणे 'ब्रेनस्टेम' असे संबोधले जाते.

माणसाच्या शरीरातील कुठलाच भाग अनावश्यक नसतो. प्रत्येक पेशी, अवयव व सिस्टम आपापल्या जागी जरी श्रेष्ठ व आवश्यक असली तरी सर्वांत महत्त्वाचा अवयव निर्विवादपणे मेंदूच आहे. तो तर राजाच आहे. मेंदू जेव्हा निष्क्रिय होतो किंवा नुसता ब्रेनस्टेम जरी मृत झाला तर त्या व्यक्तीचे अस्तित्व संपुष्टात येते. ब्रेनस्टेम मृत झाला व हृदयक्रिया चालू असली तरी मर्यादित काळ कृत्रिम श्वसनाद्वारा शरीराचे काम चालू ठेवता येते, इतकेच. ब्रेनस्टेम डेड (ब्रेनडेड) व्यक्तीचे अवयव दान करण्यास कायद्याने परवानगी आहे.

मेंदूचे हे अनन्यसाधारण महत्त्व लक्षात घेऊन निसर्गाने त्याला अभेद्य सुरक्षा पुरवण्याचा पुरेपूर प्रयत्न केला आहे. कवटीचे उत्तम अभेद्य कवच, त्याखाली ड्युरा, ॲरॅकनॉइड व पाया असे कोट-शर्ट-बनियन असे त्रिपदरी वस्त्र आहे. ड्युरा व ॲरॅकनॉइडच्या मध्ये सतत प्रवाही असा सेरेब्रोस्पायनल द्रव असतो. त्याचा शॉक ॲब्सॉर्बरसारखा व पोषणतत्त्वे मिळण्यासाठीही उपयोग होतो. पाया हा मेंदूवरील सगळ्यात जवळचा थर. यातूनच मेंदूच्या रक्तवाहिन्यांचे जाळे सर्वत्र संचार करते. ही सर्व निसर्गाची लीला अगाध आहे.

गर्भावस्थेत मातेचा आहार (Diet in Pregnancy)

स्त्रीच्या गर्भधारणेनंतर जर तिच्या शरीरातील उणिवा समजून घेऊन उपचार करायचा विचार केला, तर तो काही वेळा उशिरा सुचलेले शहाणपण या सदरात मोडतो. जोडप्यांनी मूल होऊ देण्याचा निर्णय घेताच संततिप्रतिबंधक उपाय थांबविण्यापूर्वी ३ महिने तपासण्या व खबरदारी यांची सुरुवात करणे इष्ट. आधी पाया मजबूत असावा; त्यावर मातृमंदिर उभे राहावे. याचे एक उत्तम उदाहरण सांगायचे तर, मातेतील फोलिक ॲसिडची उणीव. अशा स्त्रीला गर्भधारणा झाली तर तिला आपण गरोदर आहोत हे (पाळी चुकल्याने) समजते तेव्हा गर्भाच्या मेंदूची (Neural Tabe) घडण चालू झालेली असते. फोलिक ॲसिडची कमतरता असेल तर अशा गर्भाच्या मेंदू व मज्जासंस्था यांत न्यूरल ट्यूब डिफेक्टची सुरुवातही झालेली असते. अशा मुलांना मेनिंगोसील, स्पायनाबायफिडा, ॲननकेफॅली हायड्रोकेफॅलस व त्यामुळे पायांचे व काही वेळा मल-मूत्र संस्थेचे कायमचे आजार उद्भवू शकतात. याला प्रतिबंधात्मक उपाय फारच सोपा व खूप कमी खर्चाचा आहे. मूल होऊ देण्याच्या निर्णयाआधीच रोज ५ मिलिग्रॅमची १ गोळी स्त्रीने घेण्यास सुरुवात केली तर असे दोष टळतात आणि तिच्यात या जीवनसत्त्वाची कमतरता नसेल तरीही काहीच अपाय तर होत नाही. मातेमध्ये रक्तक्षय (लोहाच्या

कमतरता) असेल तर लोह व फोलिक ॲसिडची गोळी द्यावी; अन्यथा बाळाच्या मेंदूची वाढ नीट न होण्यास तेही कारणीभूत ठरू शकते. त्याच दृष्टीने प्रसूतीनंतर २-३ मिनिटे थांबून बाळाची नाळ कापणे इष्ट ठरते. त्यात घाई करू नये.

मेंदू आणि मज्जा संस्था यांच्या चांगल्या वाढीसाठी ओमेगा-३ फॅटी ॲसिडची आवश्यकता असते. ते ऑलिव्ह ऑइल किंवा राइसब्रॅन ऑइलमध्ये मुबलक प्रमाणात असते, DHA डोकोसा हेक्झिऑनिक ॲसिड, आर्किडोनिक ॲसिड, बी कॉम्प्लेक्स, सी, इ ही जीवनसत्त्वे व आयोडिन, लोह, जस्त, सेलियम, ॲमाइनो ॲसिड्स, कोलीन आणि ॲटि-ऑक्सिडंट्स यांचा समावेश अन्नात असावा. त्यासाठी पालेभाज्या, काकडी, टोमॅटो, कांदा, गाजर, मुळा, दूध यांचा उपयोग जेवणात करावा. लिंबू, मोसंबी, संत्री, पेरू असा फलाहारही घ्यावा.

स्त्रीने मूल होऊ देण्याचा निर्णय घेतल्या दिवसापासूनच या सर्व अन्नघटकांचे सेवन सुरू करावे. नंतर मातेने गर्भावस्था व बाळाला दूध पाजण्याच्या काळातही या सर्व अन्नघटकांचा समावेश करणे आवश्यक असते. या सूक्ष्म अन्नघटकांबरोबरच योग्य तेवढ्या उष्मांकांचे अन्न घ्यावे. दुधाचा अन्नात भरपूर उपयोग करावा. गर्भाच्या नेत्रपटलासाठी टॅरिन फार उपयुक्त असते. ते अंडी, मांस, मासे आणि दूध या प्राणिजन्य अन्नात भरपूर असते. फोलिक ॲसिड आणि इतर जीवनत्त्वासाठी पालेभाज्या, उसळी, यकृत, इस्ट आणि आंबूस-गोड फळे घ्यावीत. चेरी, आंबा, सीताफळ, टोमॅटो, डाळिंब, कांदा यातून जस्त मिळते. पालेभाज्या, अंडी, मांस, चिकू, अननस, हाळीव, कारले, बदाम, पिस्ता, खजूर आणि मोड आलेली कडधान्ये लोह यातून मिळते. मासे, उसळी, आयोडिनयुक्त मीठ यातून आयोडिन मिळते.

भारतीय परंपरेत हाळीव-डिंक, खारीक, गूळ, खोबरे व सुका मेवा घालून जे लाडू गर्भवती स्त्रीस देतात, त्यातून अशा बऱ्याच गोष्टींची पूर्तता होते.

सारांश असा की, मेंदूला पोषक असा आहार गर्भवती मातेस आणि लहान मुलांना द्यावा. या सर्वांचा खर्च खूप होतो असे वाटत असेल तर ज्या त्या भौगौलिक परिस्थितीप्रमाणे व ज्याच्या त्याच्या आर्थिक परिस्थितीस पेलवेल असे बदल अन्नात करता येतात. तरीही काही घटकांची कमतरता राहत असेल तर गोळ्यांच्या स्वरूपात (Multivitamin Mineral) ती उणीव भरून काढणे श्रेयस्कर.

बहुआयामी व्यायाम (Exercises)

व्यायामामुळे मेंदूला प्राणवायू व ग्लुकोजचा पुरवठा जास्त मिळाल्याने मेंदूचा सर्वांगीण विकास होतो, हे प्रयोगान्ती सिद्ध झाले आहे.

'Sound Mind in a Sound Body' ही इंग्रजी म्हण सर्वपरिचित आहे. निरोगी शरीरात निरोगी मन वसते, असा याचा अर्थ. खरे सांगायचे तर मन निरोगी तर शरीर निरोगी असेही म्हणणे तितकेच समर्पक आहे. शरीर व मन ही भिन्न अंगे नाहीतच, एकाच व्यक्तीचे दोन पैलू. शरीर दृश्य स्वरूपात दिसते; तर मन दिसत नाही; पण मनाच्या आविष्कारातून मनाचे आरोग्य प्रत्ययास येते. शरीर व मन दोहोंचे आरोग्य एकमेकांशी पूर्णपणे निगडित आहे. शरीर आजाराने पोखरले तर मनःशांती असंभव तसेच मनःशांती नसेल तर शारीरिक कार्यात उत्साह राहत नाही. भूक लागत नाही, झोप लागत नाही किंवा कुठलेही काम करण्यात उत्साह वाटत नाही. चिंतित मनामुळे अनेक शारीरिक आजार जडतात. त्यांना 'मनो-कायिक आजार' असे म्हणतात.

शारीरिक व्यायामाने सुदृढ शरीर कमावता येते, हे आपल्याला खूप आधीपासून माहीत आहे. अलीकडे मेंदूशास्त्रज्ञांनी असे सिद्ध केले आहे, की शारीरिक व्यायामामुळे मेंदूचे व पर्यायाने मनाचेही आरोग्य सुधारते. व्यायामामुळे मेंदूचा रक्तपुरवठा वाढतो. मेंदूवरचे ताण कमी होतात, हे प्रयोगाअंती सिद्ध झाले आहे. व्यायामातही खेळांचे महत्त्व अनन्यसाधारण आहे. खेळांमुळे व्यायाम होतो; तसेच ती व्यक्ती आपल्या कामावर लक्ष केंद्रित (Focus) करण्यास शिकते. त्याचा अभ्यास किंवा इतर कामांतही चांगला उपयोग होतो. तसेच योगा-प्राणायाम व ध्यानधारणेने मनुष्य आपले लक्ष केंद्रित करण्यास शिकतो, तेही मेंदूच्या आरोग्यास पोषक असते. अशा तऱ्हेने शारीरिक व मानसिक दोन्ही व्यायामांनी संपूर्ण शरीराचे आरोग्य निरामय राहण्यास मदत होते. याचा उपयोग मेंदूच्या वाढीवर व वाढलेल्या मेंदूची क्षमता वाढवण्यावर होतो.

प्लिओक्सेटिनसारखी नैराश्य घालविणारी औषधे मेंदूतील सिरोटोनिन या रसायनाची पातळी वाढवितात व नैराश्य घालवितात. सुखाची भावना वाढवितात. व्यायामानेही मेंदूतील सिरोटोनिनची पातळी वाढते आणि सुखाची अनुभूती येते. थोडक्यात अनावश्यक औषधे न खाता, व्यायामाने नैराश्य घालविण्यासाठी जास्त चांगला फायदा होतो. मग अशी औषधे घेण्यापेक्षा व्यायाम करणे सर्वार्थाने चांगले. व्यायाम आणखी वाढविला तर मेंदूतील एंडॉर्फिन नावाच्या रसायनाची पातळी वाढते. त्याचा मूड सुधारण्यास खूप उपयोग होतो. ही एंडॉर्फिनची पातळी जास्त टिकते; त्यामुळे जास्त काळ आनंदाची व सुखाची भावना टिकते. त्यामुळे धावणे, पोहणे या गोष्टींचे जणू व्यसनच लागते. शिवाय शारीरिक क्षमतेबरोबरच लैंगिक क्षमताही वाढते. त्यामुळे अशा व्यक्तींच्या आत्मविश्वासात वाढ होते. स्वतःबद्दलच्या सकारात्मक भावना (Self esteem) वृद्धिंगत होतात. चालण्याच्या शारीरिक व्यायामामुळे निओकॉर्टेक्सप्रणीत विचारक्षमता, विषयाची जाण, ज्ञानसंपादनक्षमता

आणि स्मरणशक्ती यांच्यात विलक्षण वृद्धी होते. व्यायामामुळे मेंदूला होणारा रक्तपुरवठा व पर्यायाने ग्लुकोज व प्राणवायूचा वाढलेला पुरवठा यामुळे असा फायदा होत असावा.

दररोज ठराविक वेळी २०-३० मिनिटे चालणे उपयुक्त ठरते. फावल्या वेळात पायाची बोटे, पंजे यांच्या हालचाली बसल्या जागी झोपताना किंवा झोपेतून जागे झाल्यावर बिछान्यात केल्या तरी त्याचा फायदा होतो. जास्त वेळ एका जागी बसल्यानंतरही असे व्यायाम करावेत.

अल्झायमर्ससारख्या आजारात मेंदूच्या पेशी (Neurones) नष्ट होत असतात. अशा रुग्णांनी व्यायाम नियमित केला तर न्यूरॉन्स नष्ट होण्याचे प्रमाण घटते व ते मंद गतीने होते. त्यामुळे अल्झायमर्सचा त्रास होणे लांबते. शारीरिक व्यायामाप्रमाणेच कोडी सोडवणे, बुद्धिबळ खेळणे, ब्रिज खेळणे आणि मैदानी खेळ यांमुळेही मेंदूचे आरोग्य टिकविण्यासाठी किंवा वाढविण्यास फायदा होतो. ट्रेक्स, निसर्गरम्य स्थळांच्या सहली यांचाही मेंदूस चालना व आनंद देण्यासाठी फायदा होतो.

मेंदूचे व्यायाम (Neurobix)

ड्यूक्स विद्यापीठातील प्रा. लॉरेन्स कार्ट नावाच्या शास्त्रज्ञाने मेंदू आणि शरीर दोन्हींना उपयुक्त असा व्यायामप्रकार सांगितला. तुमचे नेहमीचे काम डोळे बंद ठेवून करायचे. बोलण्याऐवजी खुणेची भाषा वापरायची, तसेच एका वेळी ऐकणे, बोलणे, पाहणे यांसारखी भिन्न स्वरूपाची कामे करण्याचा सराव करायचा. क्लिव्हलँड क्लिनिकने असेही निदर्शनास आणले की, आपण शारीरिक व्यायाम करतो आहोत अशी नुसती कल्पनाच करायची, तरीही स्नायू काही प्रमाणात शक्तिमान होतात. याचा उपयोग मेंदूच्या निओकॉर्टेक्सचे कार्यही थोडे जास्त परिणामकारक करण्यात होतो. या प्रकारच्या व्यायामांना 'न्यूरोबिक्स' असे म्हणतात.

व्यायामाचे प्रकार

आपल्या दैनंदिन व्यवहारात ज्या हालचाली होतात त्याला 'व्यायाम' म्हणत नाहीत. ते मुद्दामहून केलेले श्रम असावे लागतात. तेही फावल्या वेळात आणि आपण जो व्यायाम करतो त्याच्याकडे मनापासून लक्षही द्यावे लागते. व्यायामात नियमितता असणे अत्यंत गरजेचे असते. अचानक खूप जास्त प्रमाणात व्यायाम करणे हानिकारक ठरू शकते. वेट लिफ्टिंग, डंबेल्स, स्प्रिंग दाबण्याचे किंवा ताणण्याचे व्यायाम, दंड-बैठका या सदरात मोडतात. योग्य प्रमाणात केलेल्या या

व्यायामप्रकारांनी स्नायूंची वाढ होते, ताकद वाढते व शरीराला रेखीवपणा येतो. असे व्यायाम १२-१५ मिनिटे आठवड्यातून ३ वेळा करावेत.

चल व्यायाम (Kinesthetic Exercise)

स्नायूंच्या हालचालींबरोबरच सांध्यांच्या हालचाली होणारे व्यायाम, चालणे, धावणे, सायकल चालवणे, मैदानी खेळ, पोहणे असे व्यायाम करावेत. हे चल व्यायाम प्रकारात मोडतात. हे व्यायाम ३० मिनिटे आठवड्यातून ३-५ दिवस करावेत. या व्यायाम प्रकारांनी स्नायूंचे, हाडांचे, सांध्यांचे, हृदयाचे, फुप्फुसाचे आरोग्य चांगले राहते. रक्तातील साखरेचे नियमन व्यवस्थित होते. या व्यायामांनी नैराश्य दूर होते, अन्नपचन चांगले होते आणि उत्तम झोप लागते.

योगा

योगामुळे स्नायू, सांधे व त्यांची लिगॅमेंट्स यांची लवचिकता वाढते. शरीराचा तोलही राखला जातो. सूर्यनमस्कार व शाळेतील कवायतीचा उपयोगही या कारणांसाठी होतो. १०-१५ मिनिटे आठवड्यातून ३ वेळा असा व्यायाम करावा.

क्षमता वाढवणे (Endurence)

शरीराला थकवा न येता क्षमता (दम) वाढवणे. धीमेपणाने चालणे किंवा सायकल चालवणे; पण कमीत कमी ४० मिनिटे दररोज हा व्यायाम करणे आवश्यक.

सर्वच व्यायामप्रकारांत नियमितता अत्यावश्यक आहे. सौम्य पार्श्वसंगीत जर असेल तर तोच तो पणा, रटाळपणा वाटत नाही, मन प्रसन्न राहते.

कोणता व्यायाम व किती वेळ करावा यासाठी वय, आजार यांच्या अनुषंगाने डॉक्टरांचा सल्ला घेऊन व्यायामाची आखणी करणे योग्य. कोणताही एक सल्ला सर्वांना सरसकट योग्य ठरत नाही.

मेंदूचा भुस्सा (Junking the brain)

एखाद्या माणसाच्या डोक्यात आपण सांगितलेली गोष्ट सहज शिरत नसेल तर आपण म्हणतो, 'याच्या डोक्यात भुस्सा भरला आहे.' मेंदूतही गेल्या काही दशकांत

सुधारलेली माणसं एकीकडे आपल्या आणि भावी पिढीच्या डोक्यात भुस्सा भरण्याचे काम आधी नकळत व आता समजूनउमजून करताना दिसतात. तर दुसरीकडे मेंदूच्या व संपूर्ण शरीराच्या योग्य वाढीसाठी गर्भधारणेपूर्वी व नंतर मातेला, तर प्रसूतीनंतर बाळाला नेमका कसला आहार द्यावा, याचीही सर्वत्र चर्चा होताना दिसते. भारतात अर्वाचीन काळापासून आयुर्वेद म्हणा अथवा रूढी-परंपरा यांमध्येही गरोदरपणात स्त्रीला आहारात काय द्यावे व काय देऊ नये याविषयी सखोल विचार झालेला आढळतो. त्या काळात कदाचित अशा अन्नाच्या निवडीसाठी नेमकी शास्त्रीय पूर्वपीठिका समजली नसेलही; पण आताच्या तर्कशुद्ध, शास्त्रशुद्ध आहारात व या परंपरागत आहारात बरेच साम्य आढळते. सूक्ष्म प्रमाणात लागणारे धातू, अधातू, जीवनसत्त्वे, तसेच कर्बोदके, प्रथिने व मेदाम्ले यांचे उष्मांक याबद्दल अलीकडे जास्त संशोधन झाले आहे.

अलीकडे स्त्री-पुरुष समानता, दोघांनी अर्थार्जनात घ्यावयाचा सहभाग, यामुळे गृहिणी जास्त काळ घराबाहेर राहू लागल्याने बाहेरचे खाणे, फास्ट फूड, अर्धवट शिजवलेले किंवा टिन्ड फूड यांच्यात वृद्धी होणे साहजिकच आहे. इच्छा असो वा नसो- त्याचा स्वीकार करावा लागतो आहे. अशा फास्ट फूडच्या सोयीखेरीज त्यातला चमचमीतपणा, जिभेला व त्यामुळे मनाला सोकावणारा आहे. असे अन्न खाण्याची चटक पट्कन लागते, पण हे अन्न बऱ्याच प्रमाणात 'भुस्सा' (Junk Food) या सदरात मोडते. भुस्सा खाल्ल्याने डोक्यात व शरीरातही भुस्साच भरला जात आहे, ही त्याची काळी बाजू आहे. पण तंबाखू, मद्य व इतर मादक द्रव्ये जशी व्यसने लावतात, त्याच मार्गावरून 'भुस्सा' अन्नाची वाटचाल चालू आहे, ही आहारतज्ज्ञांची चिंता आहे. हा आधुनिक जीवनशैलीचा शाप ठरत आहे.

अशा 'भुस्सा' अन्नांमुळे मेदवृद्धीचे प्रमाण मोठ्या प्रमाणावर वाढते आहे. रक्तवाहिन्या अरुंद होत चालल्या आहेत. (Atherosclerotic) त्यामुळे मधुमेह, रक्तदाब यांचे प्रमाण झपाट्याने वाढते आहे आणि या दोन्ही व्याधींमुळे हृदयविकार, मेंदूचे आजार, पॅरलिसिस, यकृत, किडनी व इतरही अनेक आजारांना प्रोत्साहन मिळत आहे. तसेच कॅन्सरचेही प्रमाण वाढते आहे. थोडक्यात सांगायचे तर, 'भुस्सा' अन्न शरीरात व मेंदूत भुस्सा भरण्यात कसलीही कसर सोडत नाही.

गर्भवती मातांनी असे अन्न घेतले तर गर्भावस्थेत व जन्मानंतरही बाळाच्या आरोग्याची परवड होते. जंक फूडचा माणसाच्या जनुकांवर विपरीत परिणाम होतो. अर्भकाच्या मेंदूच्या वाढीवरही अनिष्ट परिणाम होतो. गमतीचा भाग असा की, या जंक फूडच्या दुष्परिणामांचे ज्ञान होण्याआधीच लोकांना त्याची सवय होऊन बसते.

सर्व जागरूक देशांमधून तंबाखू किंवा अमली पदार्थांच्या दुष्परिणामाबद्दल सरकार व इतर संघटना जागृती करण्यासाठी दृक्श्राव्य माध्यमांचा, जाहिरातींचा व

कायदेशीर वॉर्निंगचा उपयोग करतात; पण व्यसनाधीन माणसे त्यांच्याकडे दुर्लक्ष करतात. जंक फूडबद्दल अशी वॉर्निंग देण्याची व कायदेशीर कारवाई करण्याची वेळ आली आहे. या चर्चेनंतर आपण आपले अन्न कसे असले पाहिजे याविषयी विचार करू यात.

अर्भकाला पित्याकडून आलेली जनुके व मातेकडून आलेली जनुके आणि मातेच्या रक्तातून मिळणारे सर्व अन्न व इतर घटक यांवर त्या गर्भाच्या शरीराची व मेंदूची वाढ संपूर्णपणे अवलंबून असते. जनुकांमध्ये बदल करणे सध्या तरी सहजपणे आपल्या हाती नसले तरी मातेच्या आहाराबद्दल जागरूक राहणे आपल्याला पूर्णपणे शक्य आहे. मातेच्या अन्नातल्या कमतरतांचे दुष्परिणाम गर्भावस्थेत व जन्मानंतरही त्या बाळास दीर्घ काळ भोगावे लागतात, हे नीट समजून घेतले पाहिजे. सध्या जिन्स व एपिजेनेटिक्स तसेच जेनेटिक इंजिनिअरिंग यांतले संशोधन पुष्कळ पुढे गेले आहे. अलीकडे जिन्समध्ये बदल घडविणे किंवा जिन्समधील मेसेजेस (Expression) व्यक्त होणे किंवा अव्यक्त ठेवणे याविषयी पुष्कळ प्रगती चालू आहे. जिन्समधून येणारे मधुमेह, हृदयविकार व कॅन्सर असे आजार या तंत्राद्वारा पुढच्या पिढीत टाळता येणे शक्य होईल, अशी चिन्हे आहेत.

◆

मेंदूची प्रतिमा

माणसाच्या मेंदूची प्रतिभा तर सर्वज्ञात आहे. मेंदूच्या प्रतिमेचं काय? प्रत्येक मनुष्यास- त्यातही ती ललना असेल तर आणखी आपली छबी पाहण्याचा नादच असतो. आपली छबी- ती आरशातील असो किंवा जनसामान्यातील- ती नेहमी साफसुथरी असावी अशी आबालवृद्धांचीही इच्छा असतेच. आपल्या मेंदूची गोष्ट मात्र न्यारीच. आपली छबी सहजी दिसू न देण्यावरच मेंदूचा भर असतो. प्रकाशाचे विशिष्ट किरण किंवा चुंबकीय आकर्षण मात्र मेंदूलाही भुरळ पाडून आपली छबी देण्यास भाग पाडते. क्ष-किरणाचा शोध रॉंजेनने १८९५ मध्ये लावला; पण मेंदूने त्याला आपली छबी दाखवण्यास नकारच दिला. १९७२ मध्ये गॉडफ्रे हॉन्सफिल्डने क्ष-किरणाबरोबर कॉम्प्युटेड टोमोग्राफी या तंत्राचा उपयोग केल्यानंतर मात्र मेंदूने संकोच सोडून आपली प्रतिमा दाखवण्यास सुरुवात केली. कारण गॉडफ्रेने क्ष-किरणांचा मारा सर्व बाजूंनी केला आणि कॉम्प्युटरला मेंदूतून बाहेर पडणाऱ्या सर्व दिशांच्या क्ष-किरणांचे विश्लेषण करण्याची जबाबदारी दिली. आता मात्र मेंदूच्या बारीकसारीक प्रतिमा व त्यातील दोष- मग ते रक्तवाहिन्यांमधील क्लॉट्स असोत वा ब्रेनट्यूमर- सगळे कसे स्पष्ट दिसायला सुरुवात झाली. त्यातच पुन्हा डिजिटल सबट्रॅक्शन अँजिओग्राफी DSA या तंत्राने आमूलाग्र बदल घडवून आणला. मेंदूभोवतीचा हाडाचा पेटाराच काय, पण मेंदूसुद्धा गायब करून फक्त मेंदूच्या रक्तवाहिन्यांचा अभ्यास त्यामुळे शक्य झाला. यात अर्थातच आधी रक्तवाहिनीत कॉन्ट्रास्टचे इंजेक्शन द्यावे लागते. या डीएसए तंत्रज्ञानाने मेंदूच्या आतील रक्तवाहिन्यांच्या जाळ्याचे मनोहारी दृश्य टिपता येते. त्यामुळे मेंदूच्या रक्तवाहिन्यांमधील अडथळे, फुगे (ॲन्युरिझम) व आर्टरीज व व्हेन्स यांमधील 'अनैतिक संबंध' यांचा छडा लावणे शक्य झाले आहे. Arterio Venous Malformations - (A.V.M.) तसेच ब्रेनट्यूमर किंवा ॲबसेसचा छडा त्यांच्या रक्तवाहिन्यांच्या पॅटर्नवरून ठरविता येणे शक्य झाले आहे.

पेटस्कॅन

रेडिओ आयसोटोपचा छोटा डोस देऊन छबी घेतली तर एमिट होणारे पॉझिट्रॉनची टोमोग्राफीने प्रतिमा नोंदवता येते. आयसोटोपच्या (Neuteralised) पॉझिट्रॉन्सला शरीरातील इलेक्ट्रॉन्स नष्ट करतात. त्या वेळी रेडिएशनने ऊर्जा उत्सर्जित होते आणि त्याची प्रतिमा घेता येते. याचा उपयोग त्या भागाचा रक्तप्रवाह किंवा चयापचय क्रिया यांची नोंद करण्यासाठी होतो; मात्र एकंदरीत हा प्रकार खूप खर्चिक आहे.

स्पेक्ट (SPECT)

सिंगल फोटॉन एमिशन कॉम्प्युटेड टोमोग्राफी. ही मात्र पेट स्कॅनपेक्षा कमी खर्चिक आहे. यातही मेंदूच्या रक्तप्रवाहाचा अंदाज घेता येतो.

एम.आर.आय. (MRI) - रुग्णाला पॉवरफुल चुंबकीय कॉइलमध्ये झोपवून शरीरावर रेडिओ फ्रिक्वेन्सी ऊर्जेचा मारा केला जातो. यातील अपायकारक नसलेल्या रेडिओलहरी मेंदू किंवा इतर मृदू अवयवांची प्रतिमा दाखवू शकतात. यात रॅडिएशनचा धोका बिलकूल नसतो. मेंदू व स्पायनल कॉर्डच्या तपासण्यांसाठी हे खूप मौलिक तंत्र आहे.

MRI करून रोगनिदान करता येईल, असा सिद्धान्त रेमंड डॅमडियन या शास्त्रज्ञाने सर्वप्रथम १९६० मध्ये मांडला. नंतर त्याने १९७७ मध्ये अशा उपयोगासाठी एका यंत्राची निर्मिती केली, त्याला न्युक्लिअर मॅग्नेटिक रेझोनन्स (NMR) असे नाव दिले. आता तेच यंत्र 'मॅग्नटिक रेझोनन्स इमेजिंग' (MRI) या नावाने प्रसिद्ध झाले. या तंत्राने मेंदूसकट शरीरातील अनेक रोगांच- विशेषतः कॅन्सरचे निदान करणे सोपे झाले आहे.

Interventional Radiology - (IVR)

रेडिऑलॉजिस्ट अलीकडच्या काही दशकांपासून फोटो काढण्यापुरते मर्यादित न राहता रुग्णांवर कमीत कमी इजा करून कौशल्याने त्यांचे आजार बरे करून दुवापण घेऊ लागले आहेत. मेंदूच्या रक्तवाहिनीत रक्ताची गुठळी तयार झाली व पॅरलिसिसचा झटका येण्याची सुरुवात झाली तर त्वरित (सहा तासांच्या आत), रुग्णांच्या जांघेतील फिमोरल आर्टरीमधून नाजूक कॅथेटर घालून मेंदूच्या ज्या रक्तवाहिनीत क्लॉट झाला आहे त्या रक्तवाहिनीत क्लॉट डिझॉल्व्ह करणारे इंजेक्शन देतात व पेशंट बरा होऊ शकतो.

ब्रेन इमेजेस

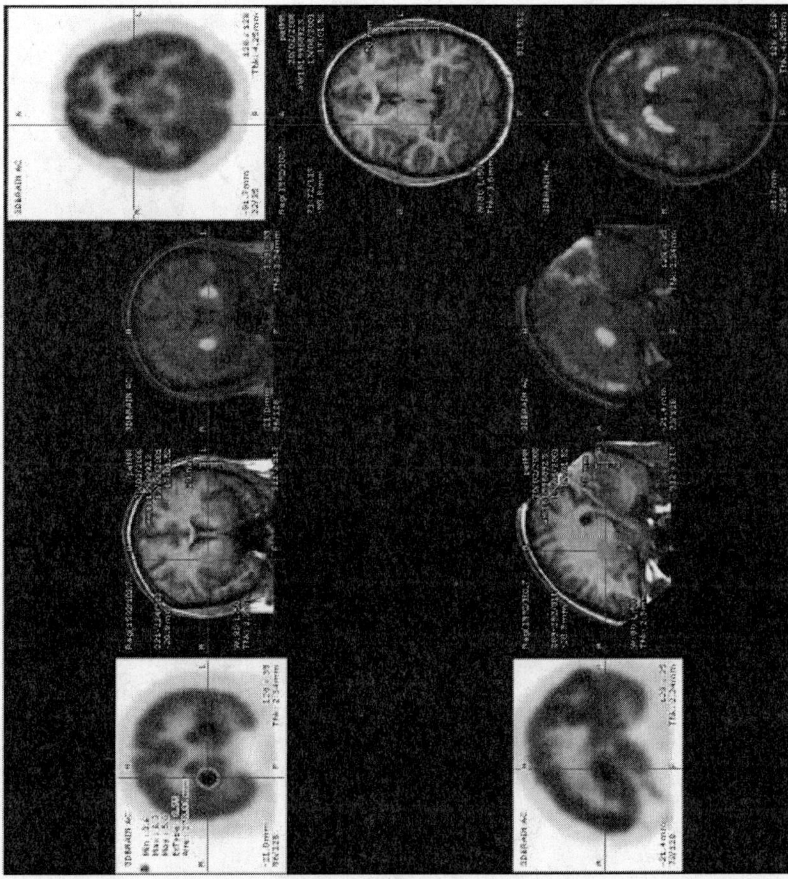

डी.एस.ए

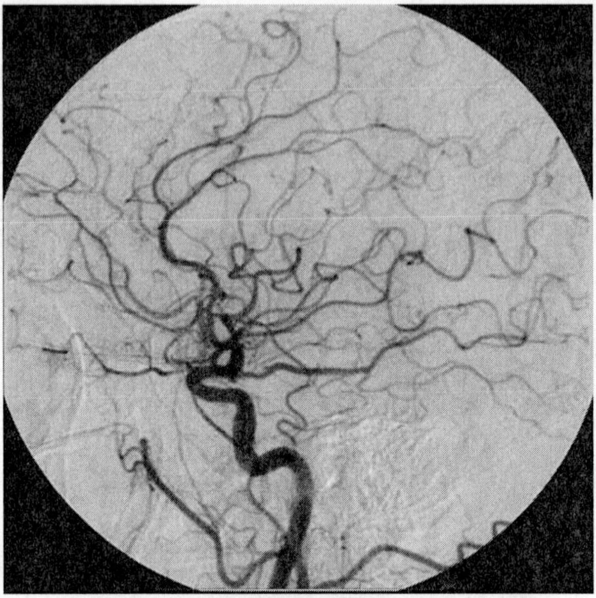

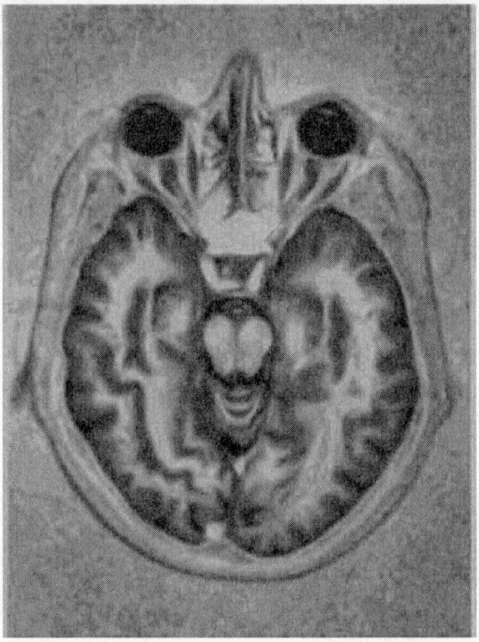

मेनिंगोसील

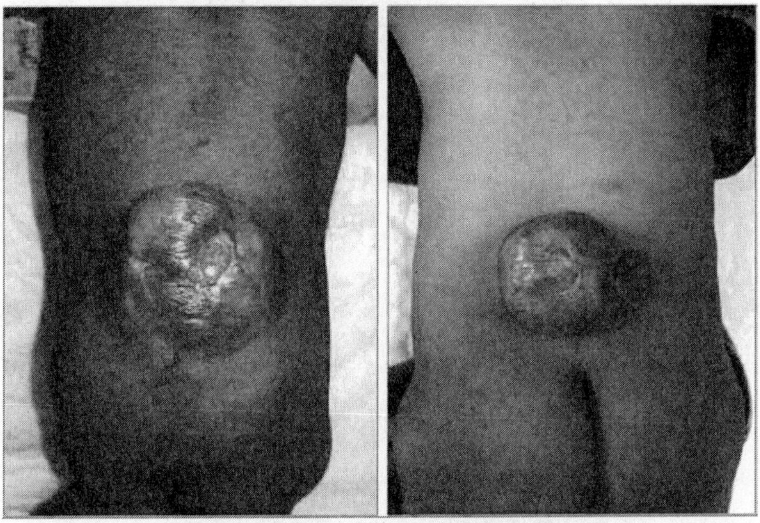

एन केफॅलोसील

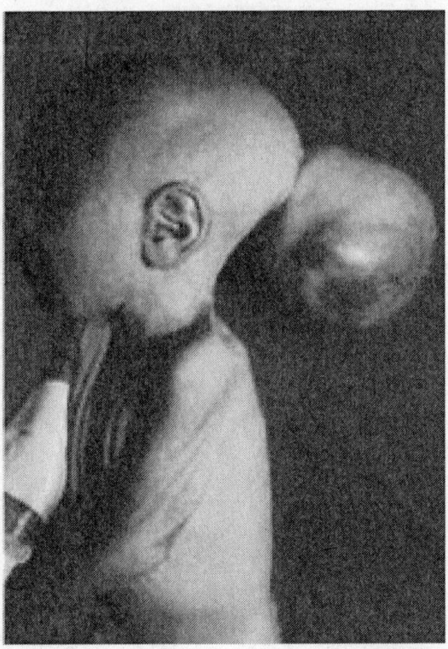

ॲनन केफॅली

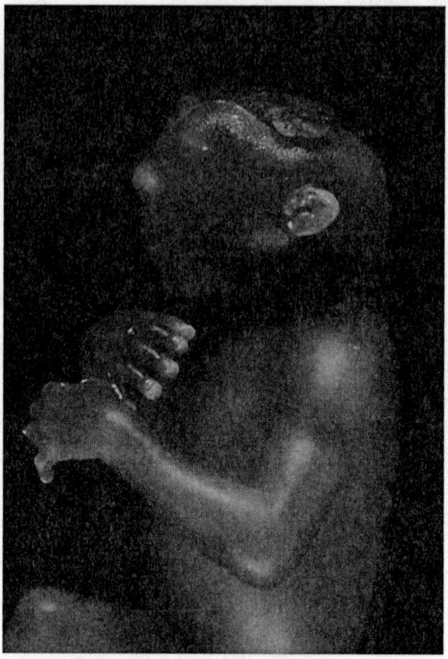

हायड्रोकेफॅलस

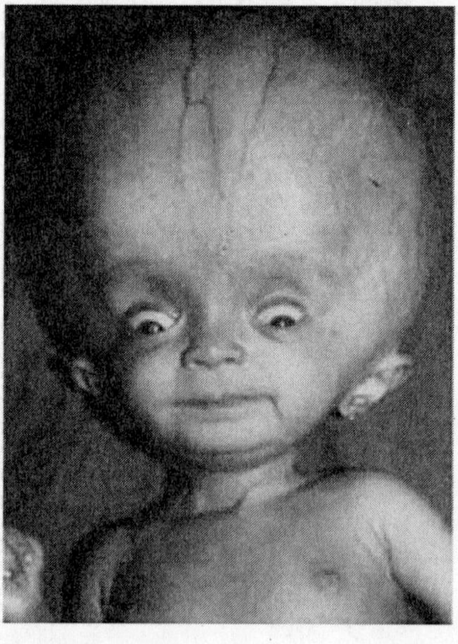

बिनडोक

एखाद्या माणसाला समजून सांगूनही, साध्यासाध्या गोष्टी समजत नाहीत, अशा वेळी आपण त्राग्याने म्हणतो, 'अगदीच बिनडोक आहेस'. बिनडोक म्हणताना त्याला मेंदू नाही असे आपल्याला सुचवायचे असते. कितीही नाही म्हटले तरी तो चालता-बोलता माणूस डोक्यात मेंदू घेऊनच फिरत असतो; त्याचा बौद्धिक स्तर कमी असतो, एवढेच. मात्र काही दुर्दैवी खरोखरीच बिनडोक, बिनमेंदूची किंवा मेंदू जवळपास नाहीच अशा स्वरूपात जन्म घेतात, हे वैद्यकीय सत्य आहे. अशा बिनमेंदूच्या- बिनडोक्याच्या या विकारास 'ॲननकेफॅली' असे नाव आहे.

माणसांच्या कल्पनाविलासात रमण्याच्या स्वभावामुळे अर्वाचीन काळापासून माणसाकडून सायन्सवर आधारित किंवा पूर्णपणे काल्पनिक गोष्टी लिहिल्या जातात. अशा विषयांवरचे चित्रपटही चवीने पाहिले जातात. परग्रहवासीयांची वाहने उडत्या तबकड्या, 'कोई मिल गया' चित्रपटातले परग्रहवासीयांचे 'जादू' सारखे पात्र यातही जगभरच्या जनमानसात काही गोष्टी मनावर बिंबवल्या गेल्या आहेत.

'जादू' या परग्रहवासीयाचे चित्र डोळ्यांपुढे उभे करा. मोठ्ठे डोके, मोठे डोळे व इतर संपूर्ण चेहरा त्या मानाने खूप लहान, शरीरही लहान. सत्य परिस्थितीत माणसाच्या पोटीही असे एलियनसदृश बाळ जन्माला येऊ शकते. जन्मतःच बाळाचे डोके सामान्य किंवा थोड्या मोठ्या आकाराचे असते; पण नंतर १-२ वर्षात ते पुष्कळच मोठे ('जादू'सारखे) होते. डोळे बटबटीत दिसतात, नाक-तोंड, सर्व चेहरा व इतर शरीर त्या मानाने अगदी इवलेसे दिसते. या डोकेवृद्धीच्या आजारास 'हायड्रोकेफॅलस' असे नाव आहे.

हायड्रोकेफॅलस

या आजारात मेंदूभोवती प्रवाहित असलेल्या द्रवाचे (सी.एस.एफ.) चे प्रमाण जास्त दिसते. ते प्रत्यक्षात सी.एस.एफ.चे उत्पादन वाढल्यामुळे किंवा त्याच्या

अभिसरणाच्या मार्गात अडथळा झाल्याने किंवा त्याच्या शोषणाची प्रक्रिया कमी झाल्याने किंवा बंद पडल्याने होऊ शकते. जन्माच्या वेळी सोयीचे व्हावे म्हणून निसर्गाने कवटीच्या हाडांमध्ये अंतर Fontanalle ठेवलेले असते, कवटीची हाडे जुळलेली नसतात. ती नंतर २-३ वर्षांत मेंदूची जवळपास पूर्ण वाढ झाल्यावर जुळतात; पण ते होण्यापूर्वी जर अशी मेंदूत जलवृद्धी झाली तर डोक्याचा आकार प्रमाणाबाहेर मोठा होतो. त्यामुळे तो ॲलियनच्या डोक्यासारखा दिसतो. त्या मानाने चेहरा व इतर शरीराची वाढ सामान्य किंवा त्याहीपेक्षा कमी झाल्याने हा डोके आणि शरीरातला विरोधाभास आणखीनच उठून दिसतो व या बाळाकडे पाहून वाटते माणसाच्या पोटी एलियनने ('जादू'ने) जन्म घेतला आहे.

भुईकोट किल्ल्याभोवती संरक्षणासाठी पाणी असते, तसे पाणी मेंदूच्या पोकळ्या (Ventricles) आणि मेंदू व मज्जारज्जूच्या भोवती सी.एस.एफ. सतत प्रवाही असते. धक्क्यापासून मेंदूला संरक्षण, मेंदूला पोषण व मेंदूतील टाकाऊ पदार्थ वाहून नेणे, असे महत्त्वाचे कार्य या सी.एस.एफ.मुळे होत असते.

लक्षणे

जन्मानंतर लवकरच डोक्याचा आकार बराच वाढणे किंवा कवटीची हाडे जुळल्यानंतर आजार झाला, तर आकारात फारसा फरक न पडता कवटीच्या आतील प्रेशर प्रचंड वाढणे, या आजारात होते. प्रेशर वाढले तर डोके दुखत असल्याने बाळ सतत किरकिरत असते व नंतर रडत असते. त्या बाळाच्या मेंदूची वाढ होण्याऐवजी आतील पोकळी वाढत जाते आणि प्रत्यक्ष मेंदूचा भाग पातळ होत जातो. बाळाच्या मेंदूचे कार्य व्यवस्थित होऊ शकत नाही. त्यामुळे बुद्धिमांद्य, दृष्टिदोष उद्भवतात. फक्त समोरचे दिसते. (Tunnel vision) नंतर फिट्स येऊ लागतात व बाळाचा अंत होतो.

सी.एस.एफ. च्या प्रवाहाच्या मार्गात अडथळे येण्यास जन्मानंतर होणारे एनकेफॅलायटिस, मेनिंजायटिस किंवा टी.बी. मेनिंजायटिस अशी इन्फेक्शन्स किंवा मेंदूचा ट्यूमर, ही कारणे असू शकतात.

अशा बाळांच्या चेहऱ्यावर घाबरल्यासारखे भाव असतात. दूध किंवा अन्न पुरेसे घेतले जात नाही, वरचेवर उलटी येते. बाळाला त्याच्या भोवतालच्या परिस्थितीत गम्य वाटत नाही. डोळ्याच्या वरच्या झडपा वर उचलल्या जातात आणि डोळे खाली फिरवलेले राहतात. हे दृश्य अस्ताला चाललेल्या सूर्यासारखे वाटते. (Sunset Eyes)

उपचार

या विकारासाठी फक्त शस्त्रक्रियेचा उपयोग होतो; औषधांचा नाही. वाढलेल्या सी.एस.एफ.चे शरीरात इतरत्र शोषण होऊन मेंदूतील दाब कमी व्हावा हा या शस्त्रक्रियेचा उद्देश असतो. त्यासाठी बायपास सर्जरी करावी लागते. एका पातळ सायलेस्टिक पदार्थाच्या नळीचे (Catheter) एक टोक मेंदूतील पोकळीत ठेवून दुसरे टोक पोटाच्या आतड्याभोवतीची पोकळी, फुप्फुसांभोवतीची पोकळी यात किंवा हृदयाची उजवी एट्रियम, पित्ताशय यांच्यामध्ये स्थिर केले जाते. त्यामुळे सी.एस.एफ.ला पर्यायी मार्ग देऊन मेंदूतील वाढलेला दाब कमी होतो. या नळीमुळे इन्फेक्शन झाले किंवा ती तुंबली, तर शस्त्रक्रिया करून पहिली नळी काढून दुसरी बसवावी लागते.

बेडूक मानव (Holo Anencephaly)

काही दुर्दैवी बालकांचा मेंदू पूर्णपणे गैरहजर असतो. या बाबतीत देवाने निसर्गाने मेंदूचे वाटप केले तेव्हा 'हे जीव गैरहजर होते' असे म्हणता येईल. मेंदू पूर्णपणे नसल्याने डोक्याची कवटीही तयार होत नाही. कवटीचे काम अतिमूल्यवान मेंदूचे संरक्षण करणे हेच असल्याने, मेंदूच नाही तर कवटीचीही गरजच नाही अशी ही वस्तुस्थिती. अशा बालकांचा डोक्याच्या वरचा कवटीचा भागच नसल्याने बेडकांचे डोळे जसे त्यांच्या खोपडीवर सर्वोच्च स्थानी असतात, तसे या बालकांचेही डोळे सर्वोच्च भागावरच असतात. त्यामुळे बालकांचे डोके बेडकासारखेच दिसते. या अवस्थेला 'होलो अननकेफॅली' असे म्हणतात.

दुसऱ्या प्रकारात मेंदूची जागा फक्त ग्लायलपेशी आणि रक्तवाहिन्या यांनी घेतलेली असते. मज्जापेशी किंवा मेंदूचा गाभा पूर्णपणे गैरहजर असतो. या प्रकारास 'मेरो ॲननकेफॅली' असे म्हणतात. या दोन्ही प्रकारचे बिनडोक लोक जन्मापूर्वीच किंवा जन्मानंतर लगेचच मृत होतात.

ॲननकेफॅली

हा वरील दोन प्रकारांपेक्षा थोडा प्रगत भाग समजावा. मोठ्या मेंदूचे दोन्ही अर्धगोल नसतात, ब्रेनस्टेमचा भाग असतो. यांच्यातही कवटी, त्यावरची त्वचा Scalp गैरहजर असते. या प्रकारातली बाळेही जिवंत जन्मली तरी लवकरच राम म्हणतात.

गर्भाच्या एक्टोडर्मच्या थरापासून त्वचा व मज्जा संस्था निर्माण होतात. या थराच्या पाठीच्या बाजूस एक घळ पडून त्याची नलिका तयार होते व त्याचा विकास मेंदू व संपूर्ण मज्जा संस्था निर्मितीस कारणीभूत ठरतो. या नलिकेमध्ये दोष निर्माण झाल्यास मेंदू व मज्जा संस्थेचे जन्मजात विकार निर्माण होतात. फोलिक ॲसिड या जीवनसत्त्वाचा गरोदर स्त्रीमध्ये अभाव असेल तर असे विकार निर्माण होतात. ते सहज टाळता येण्यासारखे असतात.

या तीनही प्रकारच्या बिनडोकपणाचे कारण जनुकीय असावे अशी शंका आहे; पण तसा पुरावा नाही. मात्र फोलिक ॲसिडची उणीव गर्भधारणेआधीपासून जर मातेत असेल, तर न्यूरल ट्यूबच्या भागात हा दोष निर्माण झाला तर ॲननकेफॅली होऊ शकते. त्या दृष्टीने अपत्यप्राप्तीच्या प्लॅनिंगपूर्वीपासूनच फोलिक ॲसिडची ४ मि. ग्रॅमची रोज एक गोळी स्त्रियांनी घेण्याचे अनन्यसाधारण महत्त्व अधोरेखित होते. त्याचप्रमाणे विषारी पदार्थांचे सेवन (चुकूनसुद्धा) उदा. कथिल, क्रोमियम, पारा व निकेल अशा दोषांना आमंत्रण ठरू शकते.

कमी डोके (Microcephaly)

जेव्हा मेंदू असतो पण त्याची वाढ कमी झालेली असते, त्याला 'मायक्रोकेफॅली' असे म्हणतात. बाळाच्या वयाचा व लिंगाचा विचार करून बाळाच्या डोक्याचा परीघ २-३ स्टँडर्ड डिव्हीएशनने कमी असेल तर त्याला 'मायक्रोकेफॅली' असे म्हणतात. मायक्रोकेफॅली जन्मापासून असू शकते किंवा जन्मानंतर सुरुवातीच्या वर्षात इतर आजारांनी किंवा कारणांनी निर्माण होऊ शकते. यात जनुकीय दोष, डोक्याला इजा, मातेवर गर्भावस्थेत रेडिएशन, मातेचा अनियंत्रित मधुमेह असा प्रकार किंवा बाळाला मेंदूत रक्तस्राव, मेंदूला रक्तपुरवठा कमी पडणे, प्लासेंटाकडून बाळाला कमी प्रमाणात रक्तपुरवठा अशी विविध कारणे मायक्रोकेफॅलीसाठी असू शकतात.

या बाळांमध्ये मेंदूशी निगडित अनेक दोष असू शकतात. बुद्धी कमी असणे, शरीराचा भाग लुळा असणे, स्नायूंचे कार्य व्यवस्थित नसणे, फिट्स येणे असे दोष असतात. त्यातील काही बाळांचे डोके जन्मतः दिसायला सामान्य असते; पण शरीराबरोबर प्रमाणात डोक्याची वाढ नंतर होत नाही. या विकारासाठी कोणतीही ठोस ट्रीटमेंट उपलब्ध नाही.

मेंदू आणि मज्जा संस्था या अर्भकाच्या एक्टोडर्म नावाच्या थरापासून तयार होतात. या थरापासून एक ट्यूब तयार होते, त्यास न्यूरल ट्यूब असे म्हणतात. या ट्यूबमध्ये जर बिघाड झाला तर मेंदू व मज्जा संस्थेचे जन्मजात विकार होतात. या

ट्यूबच्या डोळ्याकडील भागाचे विकार अन्नकेफॅली (बिनडोक) किंवा हायड्रोकेफॅलस (परग्रहावरील बालक) मेनिंगोसील याद्वारा दिसून येतात. तसेच माकडहाडाच्या बाजूला विकार निर्माण होतात. त्यात स्पायना बायफिडा, मेनिंगोसील आणि मायलोमेनिंगोसील या दोषांचा समावेश होतो. अननकेफॅली, मायक्रोकेफॅली असलेली अर्भके मृत जन्मतात किंवा लवकरच दगावतात. मात्र हायड्रोकेफॅलस, मेनिंगोसील, मायेलो मेनिंगोसील या विकारांवर शस्त्रक्रिया करून फायदा होऊ शकतो.

स्पायना बायफिडा (Spina bi fida)

सर्वसाधारणपणे माकडहाडाकडच्या बाजूस जर न्यूरलट्यूबचे दोष निर्माण झाले तर मज्जारज्जूच्या त्या भागावरचे मणके दुभंगलेले राहतात व त्यातून मज्जारज्जूवरची आवरणे फुग्याच्या स्वरूपात बाहेर येतात. त्या फुग्यांना मेनिंगोसील म्हणतात. या फुग्यांच्या आत जर मज्जारज्जूसुद्धा बाहेर आले तर त्याला मायेलोमेनिंगोसील असे म्हणतात. अशा वेळी बाळाच्या दोन्ही पायांत लुळेपण व मल-मूत्रावर ताबा नसणे, ही लक्षणे असू शकतात. यावरही शस्त्रक्रिया करून मर्यादित प्रमाणात यश मिळू शकते.

प्रतिबंध

मेंदूच्या जन्मजात विकारांपैकी ७२-७३ टक्के विकार अगदी सहजपणे टाळता येतात, हे सर्वांनी लक्षात घ्यावे. ॲननकेफॅली, हायड्रोकेफॅलस मेनिंगोसील, मायलोमेनिंगोसील हे न्यूरल ट्यूबचे विकार फोलिक ॲसिडच्या उणिवेतून होतात. नवदाम्पत्याने मूल होऊ देण्याचा निर्णय घेताना संततिनियमनाचे उपचार बंद करण्याच्या तीन महिने आधीपासून दररोज ५ मि. ग्रॅ. ची १ गोळी सुरू करावी व गर्भावस्थेत चालू ठेवावी. एक वर्ष जरी रोज गोळी खाल्ली तरी त्याचा संपूर्ण खर्च वर्षासाठी फक्त ५० रुपये येतो. थोडक्यात हे कोणा गरीब व्यक्तीसही सहज परवडणारे आहे. लोहाच्या कमतरतेने होणारा ॲनिमिया गर्भवती स्त्रीमध्ये असेल तर त्याचाही बाळाच्या जन्मानंतरच्या मेंदूच्या वाढीवर अनिष्ट परिणाम होऊ शकतो. तो टाळण्यासाठी मातेला गर्भावस्थेत पुरेसे लोह पालेभाज्या आणि गोळीच्या स्वरूपात दिले, तर हेही संकट टाळता येते. बाळाच्या जन्मानंतर त्याची नाळ २-३ मिनिटे थांबून कापली तर बाळात ॲनिमिया टाळण्यात आणखी भरीव मदत होते.

◆

मन माझे हे!

मन दिसते कसे, असते कुठे, वसते कुठे याचा थांग तर लागत नाही; मात्र माणसाला मन आहे हे जाणवते. त्याच्या वेगवेगळ्या अवस्थांचा अभ्यासही केला जातो. मनाच्या अवस्थांच्या (States) इंग्रजी नावांना बिनचूक शब्द निवडणे जड जात असल्याने आपण दोन्ही शब्द वापरू यात. 'जागृत मन' (Conscious), 'सुप्त मन' (Sub Conscious) आणि 'बेशुद्ध मन' (Unconscious)

सर्वसाधारण जागृत अवस्थेतील माणसाच्या मनास 'जागृत मन' म्हणणे इष्ट होईल. ते मन आपल्याला दैनंदिन व्यवहारात कसे वागावे याचे आदेश देत असते. सुप्त मनात खूपच जास्त माहिती दडलेली असते. पुष्कळ वेडेवाकडे विचारही असतात; पण आपले जागृत मन त्यांच्यावर नियंत्रण ठेवते व सर्वसामान्य सामाजिक शिष्टसंमत विचारच आपण प्रत्यक्षात बाहेर व्यक्त करतो. थोडक्यात सांगायचे, तर सेन्सर्ड विचार-आचार व्यक्त करताना चांगुलपणाचा बुरखा पांघरलेला असतो, असे म्हणणे योग्य होईल. या सुप्त मनासच सायकॉलॉजीच्या परिभाषेत 'बेशुद्ध मन' (Unconscious) म्हणतात. मात्र सर्वसाधारण वैद्यकीय परिभाषेत 'बेशुद्ध' हा शब्द वेगळ्या अर्थाने वापरला जातो. जेव्हा रुग्ण जागा नसतो व वेदना देणाऱ्या संवेदनांची जाणीव होत नाही, त्या अवस्थेला 'बेशुद्ध' (Unconscious) म्हणतात. मी 'जागृत मन', 'सुप्त मन' व 'बेशुद्धावस्था' असे सर्वसामान्य शब्द वापरणे पसंत करतो.

काही प्रसंगी जागृतावस्थेत हळूहळू किंवा पट्‌कन बदल घडतात. त्यांना 'भास' (इलुजन, डिलुजन) किंवा 'आभास' (हॅल्युसिनेशन्स) असे म्हणतात. यातले काही भास-आभास हे भीतिदायक असतात, तर काही आनंददायीदेखील असतात, असे अनुभव LSD सारख्या मादक द्रव्यसेवनाने होतात किंवा आध्यात्मिक साधनेने संतजनांना होतात. काही लोकांना त्यांचा आत्मा शरीरापासून वेगळा झाल्याची भावना येते. आत्मा द्रवरूप, वायुरूप होऊन विश्वात विलीन झाला- हा वायुरूप आत्मा प्रवासास निघतो. वाटेत शिडी किंवा काळोखा बोगदा लागतो, शेवटी प्रखर

उजेडाने न्हाऊन निघतो. आत्मा विश्वरूप झाला असे जाणवते. त्यांना देव-देवता व पूर्वी स्वर्गवासी झालेल्या आप्तस्वकीयांचे आत्मे भेटल्याची खात्री वाटते. एक विलक्षण शांतीची अनुभूती होते. यालाच ते 'मोक्ष प्राप्त झाला' असे समजतात. यालाच पारलौकिक अनुभूती पण म्हणतात. आनंदी आनंद गडे, जिकडे तिकडे चोहींकडे... अशी परमोच्च समाधानाची अनुभूती मिळते. मात्र हे भास, आभास नाहीत अशी त्यांना खात्री वाटत असते; पण यमराजाची चूकभूल झाल्यामुळे काही आत्मे स्वर्गाला जाऊन परतीचे तिकीट घेऊन पापी भूतलावर पुन्हा येऊन त्यांच्या स्वर्गीय अनुभूतीचे रसभरित वर्णन ऐकवतात. याला 'NDE - Near Death Experience' असे शास्त्रीय भाषेत म्हणतात. ज्यांना तीव्र हृदयविकाराचा झटका आला, मेंदूत जबर मार लागला, गळफासाने किंवा इतर कारणाने श्वास गुदमरला, मेंदूत रक्तस्राव झाला किंवा इतर कारणाने शॉकमध्ये जाऊन मेंदूचा रक्तपुरवठा कमी झाला व उपचारानंतर जी मंडळी बरी झाली, त्यांच्याकडून हे सर्व अनुभव एका तालासुरात गायलेल्या सुगम गीतासारखे ऐकावयास मिळतात. मेंदू शास्त्रज्ञांच्या मते मेंदूचा रक्तपुरवठा किंवा ऑक्सिजनपुरवठा कोणत्याही प्रकारच्या शॉकमुळे २-३ मिनिटे कमी झाला व नंतर सुधारला, तर ही मंडळी या स्वर्गीय अनुभवांचे रसभरीत वर्णन करतात. ज्यांच्या मेंदूचा रक्तपुरवठा ४ मिनिटांपेक्षा जास्त काळ थांबला त्यांनाही पहिल्या ३-४ मिनिटांत हेच अनुभव नक्की येत असणार, पण त्यांच्याकडे परतीच्या प्रवासाचे तिकीट नसल्याने ते आपले अनुभव कथन करण्यास जिवंत परत येत नाहीत.

काही मादक द्रव्ये LSD, एकाग्र चित्ताचे भजन-कीर्तन, तालावर देहभान विसरून बराच वेळ नृत्य करणे आणि दीर्घ काळ ध्यानधारणा यांनीही अशी अवस्था प्राप्त होते. 'संभोगातून समाधीकडे' अशा प्रकारचे तत्त्वज्ञान सांगणारेही जगप्रसिद्ध तत्त्ववेत्ते होऊन गेले.

अशा उद्दीपनाने वेगळ्या समाधी अवस्थेच्या सीमेवर पोहोचताना जास्त उत्तेजनेची Euphoria व वजनविरहित अवस्थेची अनुभूती आल्याचा भास होतो. मेंदूमध्ये सिरोटेनिन व डोपामिन या रसायनांची पातळी वाढल्याने (Hypersynchronisation) असे भास होतात ते कमालीच्या शारीरिक किंवा मानसिक उद्दीपनाने. (Stimuli)

काही वेळ दीर्घ श्वास घेण्याने जे रक्तातील प्राणवायूचे प्रमाण वाढते, त्यामुळे मनाच्या जागृतावस्थेत (Consciousness) फरक (रियलायझेशन) पडतो. याचाच फायदा प्राणायाम करून ध्यानसाधनेत होतो. याउलट भरभर लघू श्वास घेतले तर मनाची चलबिचल होते व मनावर ताण येतो. या अवस्थेस 'डीरियलायझेशन' असे म्हणतात. तसेच ताणतणावाच्या अवस्थेतून अचानक सुखद अनुभव घेतले तर त्या व्यक्तीस देवाचा साक्षात्कार झाल्याची भावनाही होते. याचे मूळ मेंदूच्या

टेम्पोरेल लोबमध्ये आहे, असे शास्त्रज्ञांनी दाखवून दिले व त्याला देवाचे स्थान "God Spot' असे नाव दिले आहे.

पुरेशा झोपेअभावी सुरुवातीस युफोरिया होऊ शकतो; पण नंतर किरकिरेपणा वाढतो व नंतर भास होऊ लागतात. जास्त प्रमाणावर ताप (ज्वर) असेल तर मेंदूवर परिणाम होतो व त्या व्यक्तीत असंबद्ध (Delirium) बोलणे व वागणे दिसून येते. तसेच अपस्मार (Epilepsy) मध्ये न्यूरॉन्समध्ये होणाऱ्या तीव्र संवेदनांमुळे डोळ्यांसमोर विजा चमकणे, कानात नसलेले आवाज येणे, अशा सूचना येतात. जर या अपस्माराचे केंद्र किंवा ट्यूमर टेम्पोरेल लोबमध्ये असेल तर अशा रुग्णांना स्वर्ग, देवता व मुक्ती अशा भावनांचे आभास होतात.

जाणीव-नेणीव (Consciousness)

मनुष्यास उच्च प्रतीच्या जाणिवा व नेणिवांची नैसर्गिक देणगी लाभली आहे. ज्या व्यक्तीस जिवंत असूनही आजूबाजूच्या परिस्थितीची जाणीव होऊ शकत नाही- अगदी वेदनांचीसुद्धा, तेव्हा त्याला वैद्यकशास्त्र बेशुद्धावस्था (Unconsciousness) असे संबोधते. तर अध्यात्मवादी तत्त्वज्ञ पारमार्थिक ज्ञानाला, पारलौकिक ज्ञानाला जाणीव म्हणतात. शास्त्रज्ञांच्या मते तिसराच अर्थ आहे. ज्या जीवमात्रास आजूबाजूच्या परिस्थितीची सर्वसामान्य जाणीव आहे, त्याला ते जाणीव म्हणतात. ही जाणीव वनस्पतींना थोड्या प्रमाणात, तर त्यापेक्षा जास्त प्राण्यांमध्ये व सर्वोच्च कोटीची जाणीव-नेणीव फक्त मनुष्यमात्रासच लाभलेली आहे. अति सूक्ष्म बॅक्टेरिया, विषाणूंमध्ये मेंदू किंवा मज्जातंतू असत नाहीत. म्हणून त्यांना जाणीव नाही, असा सर्वसाधारण समज आहे. मेंदू, मज्जातंतू यांच्याद्वारा त्या त्या जीवास परिस्थितीचे आकलन होते. ते सूक्ष्म विद्युतप्रवाहाच्या स्वरूपात नोंदवणेही शक्य झाले आहे. पण या सूक्ष्म विद्युतप्रवाहाची निर्मिती अतिसूक्ष्म व संवेदनशील रासायनिक क्रियांमुळे घडते, हेही शास्त्रज्ञांनी शोधून काढले आहे. प्रगत मेंदू असो वा अप्रगत दृश्य वा अद्याप न दिसलेले मज्जातंतू असोत, त्यांचे कार्य त्या जीवमात्रास आजूबाजूच्या परिस्थितीची जाणीव करून देणे व आपल्या जिवाचे रक्षण किंवा प्रजनन करून वंशवृद्धी करण्यास मार्गदर्शन करणे, हे आहे. या मूलभूत शास्त्रीय विचाराआधारे असे म्हणता येईल की बॅक्टेरिया विषाणूसुद्धा अशा सूक्ष्म व संवेदनशील रासायनिक क्रियांच्या मदतीने स्वसंरक्षण करताना किरकोळ बदलांना सामोरे जाण्यासाठी जनुकीय Mutations बदल स्वतःमध्ये घडवून आणतात. तेवढ्यावर संकटनिवारण होणार असेल तर दीर्घ निद्रेमध्ये, सुप्तावस्थेमध्ये Hybernation जातात व अशा अवस्थेत शेकडो वर्षे तग धरून राहतात.

आजूबाजूची परिस्थिती पुन्हा जगण्यास व प्रजननास उपयुक्त असा बदल झाला की त्याचीही त्यांना या दीर्घ निद्रेत जाणीव होते व पुन्हा नव्या दमाने आपल्या इच्छित कार्यास ते सुरुवात करतात. प्रगत प्राण्यांमध्ये, माणसांमध्ये मात्र अशी शेकडो वर्षे तग धरून पुनरुज्जीवित होण्याची क्षमता नाही. त्याची बुद्धी तिथे तोकडी पडते.

मात्र सूक्ष्म इतर अप्रगत जीवांपेक्षा अति प्रगत मेंदू व मज्जा संस्था विशेषतः Neo-Cortex मोठा मेंदू लाभल्यामुळे मनुष्यास बुद्धीची अनेक परिमाणे लाभली आहेत. शिकणे, विचार करणे, भावभावना, भाषा, अचाट कल्पनाशक्ती, विचार करून व अनुभवांच्या आधारे परस्थितीनुरूप योग्य निर्णय घेण्याची क्षमता ही या प्रगत बुद्धिमत्तेची परिमाणे आहेत. या बुद्धीच्या अनेक पैलूंच्या एकत्रित परिणामास शास्त्रीय परिभाषेत जाणीव किंवा Consciousness असे म्हटले जाते. कृत्रिम बुद्धिमत्ता या विषयावर विस्तृत प्रमाणावर संशोधन चालू आहे. नजीकच्या भविष्यात संगणकीय बुद्धिमत्ता माणसाच्या बुद्धिमत्तेला आव्हान देईल, अशी लक्षणे आहेत. पण तरीही या बुद्धिमान यंत्रांना जाणीव येईल का याबद्दल मात्र शास्त्रज्ञ साशंक आहेत. निर्जीव वस्तूंना बुद्धिमत्ता प्रदान करता आली तरी जिवंतपणा आणि म्हणूनच जाणीव ही तरीही माणसाची मक्तेदारी राहील, असा आजचा कयास आहे.

सुप्त मन (Sub-Conscious)

मन जागृतावस्थेत (Conscious) मिळालेल्या विस्कळीत किंवा असंबद्ध माहितीचे आकलन करून घेऊ शकत नाही. मात्र सुप्त मन अशा गोष्टींची नोंद ठेवते. जे जे पाहिले, ऐकले, दिसले, अनुभवले त्या सर्वांची नोंद ठेवली जाते. यातून जागृत मन काही उपयुक्त नोंद करू शकत नाही, पण संकटसमयी या असंबद्ध वाटणाऱ्या सर्व माहितीचाही जीवरक्षणासाठी उपयोग करून घेतला जातो. कारण त्याची नोंद सुप्त मनात असतेच. उदाहरण सांगायचे तर, तुमचे जागृत मन (Conscious) एखादा सिनेमा पाहण्यात गर्क आहे. तुमचे लक्ष सिनेमाकेंद्रित आहे. अचानक बाजूच्या माणसाने तुमच्यावर पिस्तूल रोखले, तर तत्क्षणी सुप्त मन धोक्याची सूचना त्या जागृत मनास देते व जीवरक्षणास मदत होते. सुप्त मनाने कळत-नकळत शेजारच्या शत्रूची आधीच नोंद घेतलेली असते. अशीच सुप्त मनाची मदत कोडी सोडवताना अचानक होऊ शकते. यालाच आपण आपला 'आतला आवाज' Intution असेही म्हणतो. यात सुप्त मन हे जागृत मनास सतत मार्गदर्शन करत असते. तसेच नेहमीच निर्णय घेण्यातही गरजेची सर्व माहिती पुरवून मदत करीत असते.

सायको ॲनालिसिस या तंत्राने मानसोपचारतज्ज्ञसुद्धा सुप्त मनातील हे विचार किंवा जागृत मनापासून अलिप्त खोलवर नोंदवलेली माहिती उकरून काढू शकतात. (Psycho Analysis) एकोणिसाव्या शतकातील जगप्रसिद्ध मानसोपचारतज्ज्ञ सिग्मंड फ्रॉइड हा या सुप्त मनाबद्दल विचार मांडणाऱ्यांत अग्रणी होता. त्याच्या मते, जन्मापासूनच लिंग आणि रतिक्रीडा याविषयींचे विचार खोलवर सुप्त मनात दाबले जातात. त्यामुळे भावी आयुष्यात सुप्त मनाचे व जागृत मनाचे व्यवहारातले वागणे यांमध्ये संघर्ष निर्माण होतात. त्यामुळे अनेक मानसिक आजार उद्‌भवतात. सुप्त मन आणि जागृत मन यांतील संघर्षाबद्दल मानसोपचारतज्ज्ञांमध्ये एकवाक्यता असली तरी त्याचा फ्रॉइडने लिंग व रतिक्रीडेशी जोडलेला बादरायण संबंध मात्र आता निकालात काढला गेला आहे. सायको ॲनालिसिसद्वारा मनात संघर्ष निर्माण करणाऱ्या ज्या गोष्टी, प्रसंग किंवा विचार आहेत त्यांचा शोध लावला व व्यवस्थित समजून सांगितले किंवा नार्को ॲनालिसिस तंत्राने सुप्त मनाला सूचना दिल्या, तर अशा संघर्षातून व त्यामुळे निर्माण झालेल्या आरोग्याच्या समस्यांपासून मुक्ती मिळते. तसेच स्वयंसूचना (Autosuggestions) व सकारात्मक विचारांनी आपण आपल्या समस्यांवर मात करून चांगले जीवन व्यतीत करू शकतो.

आभासी घटना (Virtual Reality)

काही कारणाने एखाद्या स्त्रीला आपल्या मनात घर केलेल्या व्यक्तीशी विवाह करता आला नाही तर तिच्या मनात विचार येतो,

"सत्यात नाही आले, स्वप्नात येऊ का?"

प्रत्यक्षात घडले नाही तरी त्याच्या आभासानेही काही आनंद मिळवता येतो. यालाच 'आभासी घटना' म्हणतात. आपल्या मनाचंही असंच असतं. आपण ज्या गोष्टी पाहतो, ऐकतो, गंध किंवा चव घेतो किंवा स्पर्शाने जाणतो त्या गोष्टीच फक्त आपल्या परिसरात आहेत असे नाही, तर ज्या गोष्टी आपल्या मेंदूला जाणवतात, त्याच आपण खऱ्या घटना मानतो. ज्या जाणवत नाहीत, त्यांचं अस्तित्व आपलं मन स्वीकारत नाही, एवढंच. ध्वनिलहरींची वेगवेगळ्या प्रकारची कंपने (Vibrations) असतात. आपल्या श्रवणेंद्रियाला व मेंदूला त्यातल्या एका विशिष्ट लहरींचेच ज्ञान होते. आपल्याला ऐकू न येणाऱ्या ध्वनिलहरी पुष्कळच असतात. त्यांचा आवाज आपल्याला जाणवत नाही; पण समुद्रातील माशांना अशा काही ध्वनिलहरी शेकडो मीटर्स दूरवरून समजतात. इतर ज्ञानेंद्रियांमार्फत येणाऱ्या संवेदनांचेही असेच असते. थोडक्यात, मनुष्य सर्वज्ञ नाही. त्याला आजूबाजूच्या सृष्टीमध्ये असलेल्या संवेदनांच्या केवळ सूक्ष्म भागाचेच ज्ञान होते. मेंदूला ज्या

संवेदनांचे ज्ञान होते तेच सत्य नसून, तो सत्याचा आभास आहे, असे त्यामुळे म्हणावे लागते. सत्य पुष्कळ विशाल आहे. आपल्याला जेवढ्या भागाचे आकलन होते त्यालाच सत्य म्हणून आपण कवटाळतो. ही त्या अर्थी आभासी घटना आहे.

एक गमतीशीर प्रयोग शास्त्रज्ञांनी केला. आपल्या त्वचेला जर एखाद्या वस्तूच्या आकाराचे प्रतिनिधित्व करणाऱ्या विद्युतलहरींनी उद्दीपित करीत राहिलो तर मेंदूला प्रशिक्षण देऊन त्या वस्तूचे चित्र, रंग, रूप, आकार यांची प्रतिमा डोळ्याने न पाहता दिसू शकली. मेंदू या संवेदनांचे रूपांतर डोक्याकडून येणाऱ्या संवेदनांबरहुकूम करू शकला व केवळ स्पर्शाच्या साहाय्याने ती वस्तू पाहू शकला. अंध व्यक्ती या तंत्राचा उपयोग करून आपला मार्ग शोधू शकतात. थोडक्यात सांगायचं, तर त्वचेने डोळ्यांचे पाहण्याचे कार्य करता येते.

गर्भाच्या सुरुवातीच्या वाढीत संपूर्ण शरीरभर सूक्ष्म रक्तवाहिन्यांचे जाळे असते. त्यात रोहिणी (आर्टरी), नीला (व्हेन्स) असा फरक दिसत नाही. हळूहळू रक्ताभिसरण सुरू झाले की तो फरक स्पष्ट होऊ लागतो. ज्या रक्तवाहिन्यांत स्नायू आणि लवचिक थर वाढीस लागतात, त्यांना आपण 'रोहिणी' म्हणतो. या रोहिण्या हृदयाजवळ मोठ्या, तर नंतर त्यांना शाखा फुटत जातील तसतशा व्यासाने लहान होत जातात. त्यांच्या अरुंद शाखांना 'आर्टेरिओल्स' तर आणखी सूक्ष्म शाखांना 'कॅपिलरी' म्हणतात. कॅपिलरीज उतींमधून दुसऱ्या कॅपिलरीज (नीलांच्या) मध्ये रक्त पोहोचवितात. ते गोळा करून छोट्या नीला, मोठ्या नीलांमध्ये व नंतर व्हीनाकेव्हाच्या माध्यमातून हृदयाकडे रक्त परत पोहोचवितात. रोहिणीच्या मानाने नीलेच्या भिंतीत स्नायू नगण्य प्रमाणात असतात, तर लवचिक थर नसतो. रोहिण्यांच्या भिंतीतील स्नायूंचे प्रमाण कमी असेल अशा सदोष जागी रोहिणी फुग्यासारखी फुगते (रोहिणीतील उच्च रक्तदाबामुळे) त्याला 'अन्यूरिझम' म्हणतात. असे छोटे 'ॲन्यूरिझम' मेंदूत असू शकतात व ते फुटल्याने रक्तस्राव होऊन स्ट्रोक येऊ शकतो. त्याचप्रमाणे रोहिणीच्या बाजूचे आर्टेरिअल नीलेच्या केशवाहिन्यांना सरळ जोडतात तेव्हा नीलांमधून अधिक दाबाचे रक्त वाहू लागते. त्यामुळे सुरुवातीला नीलांच्या भिंतीतील स्नायूंचे प्रमाण थोडे वाढते; पण नंतर या थोड्या जाड झालेल्या नीला फुगू लागतात, त्याला 'आर्टेरिओ व्हिनस फिस्टुला' म्हणतात. ॲन्युरिझम व आर्टेरिओव्हिनस फिस्टुला दोन्हींना एकत्रितपणे 'AVM ('Arterio Venous Malformations') असे म्हणतात. अशा AVM मधून रक्तस्राव होऊन स्ट्रोक येतो, तो जीवघेणा ठरू शकतो. सुदैवाने AVM चे प्रमाण कमी असते.

या संदर्भात अमेरिकेतील एका मेंदूशास्त्रज्ञांचा अनुभव उल्लेखनीय वाटतो. जीम बाल्टे टेलर नावाची डॉक्टर मेंदूशास्त्राची (ॲनोटॉमी) अभ्यासक होती. सर्व

आयुष्य कसं सुरळीत चाललं होतं. दहा डिसेंबर १९९६ ला तिच्या डाव्या मेंदूतील AVM मधून अचानक रक्तस्राव सुरू झाला. ती ३७ वर्षांची होती. या घटकेपर्यंत आपल्या मेंदूत AVM असल्याची तिला शंकाही नव्हती.

मेंदूची अभ्यासक संशोधक असल्याने तिच्या लक्षात आले की, तिला मेंदूचा स्ट्रोक येतो आहे. तिच्या डोळ्यांमागे असह्य वेदना सुरू झाल्या. हळूहळू बोलणं, वाचणं, लिहिणं आणि चालणंही अशक्य झालं. तिला स्वतःच्या आयुष्याबद्दल सर्व जाणिवा चार तासांत नष्ट झाल्या. तिच्या मेंदूत डाव्या बाजूस AVM मधून रक्तस्राव झाल्यामुळे त्या बाजूचा मेंदू काम करेनासा झाला. डाव्या मेंदूची सारासार विचार (लॉजिकल, रॅशनल) करण्याची क्षमता नष्ट झाली. काळ-वेळाचे भान हरपले. त्यामुळे तिचा उजव्या (भावनिक) मेंदूने ताबा घेतला. कधी उजव्या तर कधी डाव्या मेंदूचा आलटून पालटून वरचश्मा असे. उजवा मेंदू कार्यरत असे, तेव्हा तिला अतितीव्र आनंदनिर्वाणाचे सुख लाभत होते, तर डावा मेंदू कार्यरत असेल तर मरणप्राय वेदना होत होत्या. क्षणोक्षणी ती अशा टोकांच्या दुःखद व निर्वाणाची असीम शांतता यांच्या हिंदोळ्यावर हेलकावे खात होती. तरीही लॉजिकल विचार करणारा डावा मेंदू तिला जगण्याची धडपड करण्याचा सल्ला देत होता. ती घरी एकटीच होती. कसेबसे तिने डॉक्टरांना फोन केला व तिला हॉस्पिटलमध्ये नेण्यात आले. तपासण्या झाल्या व शस्त्रक्रियाही करण्यात आली. तिला संपूर्णपणे बरे होण्यास तब्बल आठ वर्षे लागली. त्यानंतर तिने 'My stroke of insight' नावाने आपला अनुभव कथन करणारे पुस्तक लिहिले.

डॉ. टेलर यांच्याबद्दल आदर व्यक्त करूनही त्यांच्या अनुभवांबद्दल मला शंका वाटते. पहिली गोष्ट मेंदू ठीक काम करत नसलेल्या जीवघेण्या आजारात घडलेल्या घटनांचे क्षणोक्षणीचे अनुभव आठ वर्षे या दीर्घ कालावधीनंतर आठवणे, हीच अशक्य गोष्ट वाटते. स्ट्रोकच्या सुरुवातीनंतर सहा मिनिटांत एकीकडे मरणप्राय वेदना होत असताना दुसऱ्या क्षणी निर्वाणाची असीम शांती व सुख अनुभवणे ही वस्तुस्थिती मान्य करणे सुसंगत वाटत नाही आणि तशा वेदनांच्या उपस्थितीतही जर असे स्वर्गीय सुख अनुभवाला येत असेल तर डॉक्टरला बोलावून उपचार करून घेण्याचे प्रयोजन, सामान्य माणसाचे जगणे परत मिळवण्याचे व त्यामुळे स्वर्गीय सुख गमावण्याचे कारण कळत नाही.

मात्र असे असूनही हे पुस्तक वाचून सामान्य वाचक खूप प्रभावित होतो. एक तर छापील स्वरूपातला वृत्तपत्रातला किंवा पुस्तकातला सर्व मजकूर खरा असतो असा गैरसमज; त्यातच डॉक्टर, शास्त्रज्ञ यांचे बोल म्हणजे काळ्या दगडावरची रेघ असाही समज. सारासार विचार केला, बुद्धी गहाण ठेवली नाही, तर टेलर यांच्या या लिखाणावर विश्वास ठेवणे मला योग्य वाटत नाही.

पुन्हा आपण ब्रेन स्ट्रोक या मूळ विषयाकडे वळू या. मेंदूच्या रोहिणीमधील रक्ताची गुठळी, रक्तस्राव अशा कोणत्याही कारणाने स्ट्रोक झाला तरी रक्तपुरवठ्याअभावी मेंदूतील मज्जापेशी (Neurones) मृत होतात. जे लोक जास्त प्रमाणात मदिरापान करतात किंवा कुठल्याही प्रकारे तंबाखूजन्य पदार्थांचे सेवन करतात, ते सर्व मेंदूच्या स्ट्रोकला आमंत्रण देत असतात. यांतील काही रुग्णांना अल्प प्रमाणात त्रास होऊन पूर्वसूचना मिळतात, त्याला अल्पावधीचा स्ट्रोक (T.I.A.) असे म्हणतात. दुर्लक्ष केल्यास पूर्ण स्ट्रोक होतो. अल्पावधीच्या तात्पुरत्या स्ट्रोकमध्येसुद्धा मेंदूतील काही मज्जापेशी दगावतात त्या कायमच्याच.

अशा सर्व रुग्णांच्या रक्तदाब, मधुमेह, कोलेस्टेरॉल अशा विविध रक्तचाचण्या करणे योग्य. त्यानंतर सोनोग्राफी, मानेच्या व मेंदूच्या रक्तवाहिन्यांचा कलर डॉपलर अभ्यास सी.टी., एमआरआय, कॅरॉटिड अँजिओग्राफी, एकोकार्डिओग्राफी अशा सर्व तपासण्या कराव्यात.

स्ट्रोकच्या उपचारांचा प्राथमिक हेतू मेंदूचा खंडित झालेला रक्तपुरवठा लवकरात लवकर पुन्हा प्रस्थापित करणे, हा असतो. मेंदूच्या रक्तवाहिनीत रक्ताची गुठळी असेल तर वेळ न गमावता टिश्यू प्लाजमिनोजेन ॲक्टिव्हेटर TPA चे इंजेक्शन हाताच्या व्हेनमधून दिले जाते. त्याने क्लॉट नाहीसा करण्यास मदत होते. ॲथरोस्केरॉसिसमुळे रोहिणी अरुंद झालेली असेल तर रक्तपुरवठा सुरळीत होतो. मात्र रक्तस्रावामुळे रक्तपुरवठा नष्ट झाला तर TPA देत नाहीत, स्टेंटही नाही; पण ॲन्युरिझमचे क्लिपिंग करून रक्तस्राव थांबविला जातो. AVM साठी शक्य असेल तर शस्त्रक्रिया करावी लागते.

कुठल्याही कारणाने स्ट्रोक आला तर नंतर रिहॅबिलिटेशनचा भाग म्हणून स्पीच थेरपी, फिजिओ आणि ऑक्युपेशनल थेरपीला अनन्यसाधारण महत्त्व आहे. या सर्व प्रयत्नांत रुग्णाच्या नातेवाइकांचे सहकार्य खूप महत्त्वाचे असते. स्ट्रोकच्या उपचारासाठी स्टेमसेल्सच्या वापराचे प्रयत्नही चालू आहेत.

प्रतिबंधात्मक उपाय

कोणत्याही आजाराचा उपचार करण्यापेक्षा तो टाळण्याचा कसून प्रयत्न करणे शहाणपणाचे असते. त्यासाठी प्रतिबंधात्मक काळजी घेणे अगत्याचे असते. स्ट्रोक टाळण्यासाठी रक्तदाब, मधुमेह यांच्यावर कंट्रोल ठेवावा लागतो. तंबाखूचे सेवन करू नये. वजन नियंत्रित ठेवावे, मिठाचे प्रमाण अन्नात कमी ठेवावे, ताणतणाव टाळावा. सौम्य शारीरिक व्यायाम, योगासने, प्राणायाम व ध्यानधारणा असे उपाय करावेत. अन्नात टोमॅटोचे प्रमाण जास्त असलेले चांगले. मेडीटरेनियन डाएट

चांगले समजले जाते.

स्ट्रोकनंतरचे वर्तणुकीतील बदल

जे लोक सुदैवी असतात ते स्ट्रोकमधून बरे होतात, पण काही वेळा त्यांच्या आचार-विचारात बदल झालेले दिसतात. अशी मंडळी अध्यात्मवादी बनतात. देव, पुनर्जन्म अशा गोष्टींवर, तसेच इतरांच्या चांगुलपणावर त्यांचा पट्कन विश्वास बसतो. थोडक्यात सांगायचे, तर त्यांचे व्यवहारचातुर्य कमी होते. धूर्तपणा असेल तर तोही कमी होतो. ज्या गोष्टी प्राप्त झाल्याने सामान्य माणूस सुखावतो त्या गोष्टींनी या मंडळींना फारसा आनंद होत नाही. वय वाढेल तसतसे लोक जास्त अध्यात्माकडे झुकतात, हेही आपण पाहतो. वय वाढेल तशा शरीरातील सर्वच रोहिण्या अरुंद होतात व सर्व अवयवांचा हृदय, मेंदूसकट रक्तपुरवठा कमी होतो, हे शास्त्रीय सत्य आहे. थोडक्यात सांगायचे, तर मेंदूचा कमी होणारा रक्तपुरवठा व अध्यात्मवादाकडे वळणारा ज्येष्ठांचा कल यांचा अन्वयार्थ लावता येतो.

स्ट्रोकनंतर मेंदूचा काही भागांचा रक्तपुरवठा आणखी कमी होतो. अशा कारणाने या रुग्णांचे मूड फारच बदलत राहतात. त्यामुळे ही मंडळी क्षणात चिडतात, रागावतात, त्रागा करतात, तर दुसऱ्याच क्षणी सहजपणे हसतात किंवा रडतात. असे लोक नैराश्याची शिकारही बनतात. या रुग्णांचा जागृत मनाचा सुप्त मनावरील ताबा कमी होतो. त्यामुळे समाजात (Socially unacceptable) न शोभणारे बोलणे किंवा वागणेही या रुग्णांमध्ये पाहण्यात येते. काही कोडी किंवा प्रॉब्लेम सोडविण्यात यश येत नाही. स्मृती कमी होते, विसराळूपणा वाढतो. अशा सर्व रुग्णांना सहानुभूती व सेवेची गरज असते. क्वचित प्रसंगी मानसोपचारतज्ज्ञाचा सल्लाही घ्यावा लागतो.

तिबेटियन धर्मगुरूंवर केलेल्या संशोधनात असे दिसून आले की, ते साधनेने आपल्या डाव्या मेंदूचा रक्तपुरवठा कमी करू शकतात. (f-MRI ने अभ्यास) त्यामुळे लॉजिकल विचार कमी होऊन त्यांच्या उजव्या मेंदूतील अध्यात्मवादी विचार प्रबळ होतात. त्यांना आत्मानुभूती, निर्वाण व पुनर्जन्म या संकल्पना पूर्णपणे पटतात.

◆

पारलौकिक अनुभूतीचे मार्ग

पारलौकिक अनुभव हे स्वर्ग, देव, आत्मे यांच्या भेटीचे परमसुखाचे असू शकतात. तसेच क्वचित प्रसंगी खूप क्लेशदायक (नरकाच्या) कल्पनांशी निगडित असतात. NDE चा अनुभव घेणारे रुग्ण बव्हंशी स्वर्गाचा रस्ता धरतात. एखादाच वाट चुकलेला आत्मा नरकाकडे जाण्याच्या फंदात पडतो. त्याला खूप दुःखद-रडणे, भेकणे, अक्राळविक्राळ दृश्ये, आग, प्रलय किंवा गुदमरणे असे अनुभव येतात. एल.एस.डी., कॅनाबिस, अफू, गांजा, हेरॉइन, मारिजुआना अशा मादक द्रव्यांचे सेवन अनादी काळापासून नागरिकांपासून साधू-संन्याशांपर्यंत सर्वांनाच सहजी सुखद अनुभव देतात. ब्रह्मानंदी टाळी लागते. त्यामुळे मेंदूला-शरीराला त्यांची पट्कन सवय लागते व त्या पदार्थांवर (Addiction) अवलंबित्व निर्माण होते. सवय लागल्यावर तो पदार्थ मिळवण्यासाठी अशी व्यसनी व्यक्ती हवे नको ते सर्व प्रयत्न करते. त्या पदार्थांशिवाय राहणे त्यांना शक्य होत नाही. नंतर तर त्यांना दैनंदिन काम करावयाचे असेल तर नशिल्या पदार्थांचे सेवन केल्याखेरीज ते शक्य होत नाही. असे पदार्थ मेंदूतील डोपामाईन नावाच्या रसायनाची पातळी वाढवतात. त्यामुळे त्यांना स्वर्गीय सुखाचा आनंद मिळतो. मनात असीम शांततेची भावना निर्माण होते. कोकेन किंवा अँफेटामाइन ही द्रव्ये खूप उत्साह व शक्ती निर्माण केल्याचा आभास निर्माण करतात, हे नॉरअ‍ॅड्रिनॅलिनची पातळी वाढल्यामुळे वाटते. अशा लोकांना आवरणे आपल्याला कठीण जाते. झोपेची औषधे- ट्रँक्विलायझर्स व अँटिडिप्रेसंट्स मेंदूतील ठरावीक न्यूरॉन्सवर परिणाम करतात. त्यांची सवय होते व हळूहळू तोच परिणाम होण्यासाठी जास्त मात्रेमध्ये ही औषधे घ्यावी लागतात.

पारलौकिक अनुभूती ही टोकाच्या मानसिक किंवा शारीरिक उत्तेजनांमुळे क्विंवा नशिल्या द्रव्यसेवनाने, तल्लीन होऊन भान हरपून नृत्य, भजन, कीर्तन करण्याने किंवा ध्यानसाधनेनेही प्राप्त करता येते.

अशा प्रकारची अनुभूती घेण्याचे इतर चांगले मार्ग म्हणजे दीर्घ काळ नृत्य व व्यायाम (तालावर), तसेच तल्लीन होऊन भजन-कीर्तन, ध्यानधारणा हेही आहेत. या सर्व प्रकारांनी मेंदूतील डोपामाइन या द्रव्याची पातळी लिंबिक सिस्टममध्ये वाढते व सुखद अनुभूती येते. त्यात आत्मा शरीरापासून वेगळा झाल्याची भावना, असीम मानसिक शांतता अशा पारलौकिक (Spiritual) सुखाचा समावेश होतो. ओशोही त्यासाठी संगीताच्या तालावर नृत्य व भजन करण्याचा सल्ला देत असत.

मनःशक्ती

अमली पदार्थ न घेता, नृत्य-संगीत यांचाही आधार न घेता केवळ मन एकाग्र करून ध्यानधारणेनेही पारलौकिक अनुभव (Trauscendence) घेता येतो. ध्यानधारणेत एकाग्रता साधण्यास दीर्घ श्वसनावर, नामावर, मूर्तीवर लक्ष केंद्रित करणे, एखादा जप करणे, अशा गोष्टींचा उपयोग होऊ शकतो. मनातील इतर सर्व विचार काढून टाकणे शक्य असते, प्रयत्नसाध्य असते; पण सोपे नसते. ध्यानाच्या अवस्थेत मेंदूचा अभ्यास केला तर संवेदना नोंदणाऱ्या मेंदूच्या (Sensory Cortex) भागातील हालचाली कमी झाल्याचे दिसून येते. तसेच टेम्पोरेल लोबमधील हालचाली वाढलेल्या दिसून येतात. त्यामुळे मेंदूच्या या केंद्रास 'देवस्थान' (God Spot) म्हणतात.

संमोहन (Hypnosis)

संमोहन अवस्था ही मनाची एक स्थिती आहे. ज्याची तुलना वरवर काही अंशी झोपेशी होऊ शकते; परंतु संमोहनाखाली असलेली व्यक्ती पूर्ण जागृत असलेल्या व्यक्तीसारखीही काही गोष्टी करू शकते. अशा व्यक्तीचे लक्ष संमोहन करणाऱ्या व्यक्तीच्या बोलण्यावर केंद्रित झालेले असते. त्या व्यक्तीच्या सूचनांप्रमाणे वागणे व बोलणे चालू असते. येथे सूचना करणारी व सूचनांचे पालन करणारी व्यक्ती भिन्न असते; पण जेव्हा स्वतःच्याच सूचनेबरहुकूम हे घडते, तेव्हा त्याला 'स्वसंमोहन' असे म्हणतात.

संमोहन ही एक प्रकारची मेंदूची (Unconscious) सुप्तावस्था असावी, असा एक समज आहे. पण शास्त्रज्ञांच्या मते संमोहनाखाली असलेली व्यक्ती पूर्ण जागी असते व तिचे लक्ष एके ठिकाणी केंद्रित झालेले असते. त्या केंद्राच्या आजूबाजूच्या घटनांकडे दुर्लक्ष झालेले असते. सूचना करणाऱ्या व्यक्तींच्या सूचनांची विचार न करता अंमलबजावणी करण्यावरच सर्व लक्ष केंद्रित केले जाते. संमोहनाखाली

असणारी व्यक्ती शांत व रिलॅक्स्ड असते आणि सूचना मिळतील तसे दृश्य, गंध, स्पर्श यांचे आकलन तिला होत आहे, अशी त्या व्यक्तीची खात्री असते- वस्तुस्थिती तशी नसूनही.

संमोहन करणारी व्यक्ती सांगते त्याप्रमाणे जेव्हा समोरची व्यक्ती आपली नजर सूचना करणाऱ्या व्यक्तीचे डोळे, बोट किंवा वस्तूवर केंद्रित करते आणि हळूहळू सूचना मिळतील त्याबरहुकूम संमोहित व्यक्ती वागते. झोपलेली किंवा बेशुद्ध (Unconscious) व्यक्ती मात्र तसे करीत नाही.

संमोहनतंत्राने काही आजारांवर उपचार करण्यात येतात. या तंत्राने IBS आतड्याचा एक आजार, तीव्र वेदना, सोरियासिस, एटोपिक डॅर्मटायटिस, व्यसनमुक्ती, तणावमुक्ती अशा व्याधींवर उपचार केले जातात; मात्र वैद्यकशास्त्राला हे पटलेले नाही. शास्त्रज्ञांच्या मते संमोहनाचा उपयोग उपचारांच्या सूचनांकडे लक्ष केंद्रित करण्याइतपतच होतो. पण काही वेळा भूल न देता शस्त्रक्रियाही संमोहनाखाली केल्या गेल्याची उदाहरणे आहेत.

कल्पनाविलास (Imaginations)

आपला मेंदू बाह्य जगाचे आकलन करण्यासाठी डिझाइन केलेला आहे. मात्र आपण जर डोळे किंवा कान बंद केले, तर बाहेरून संवेदना येणे बंद झाले तरी कल्पनाशक्तीच्या जोरावर व पूर्वानुभवाच्या शिदोरीवर अनेक गोष्टींचे चित्र कल्पनेने उभे करू शकतो, संगीताचे सूर कानांखेरीज मेंदूत निर्माण करू शकतो. कान, डोळे व इतर इंद्रिये बंद ठेवली तर ही क्षमता चांगलीच वाढते. हीच ती 'कल्पनाशक्ती' किंवा हाच तो 'कल्पनाविलास'. कल्पनाविलासात रमून शेख मोहमदी स्वप्ने पाहायला कोणाला आवडत नाही!

भास (Hallucinations)

चित्रविचित्र भास होणे, ही प्रत्येक मनुष्याच्या आयुष्यात कधी ना कधी घडणारी गोष्ट आहे. बाह्य जगातील वस्तूचे किंवा घटनेचे मेंदूला ज्ञान होण्यास तशी चेतना बाहेरून मेंदूला ज्ञानेंद्रियांमार्फत पोहोचणे आवश्यक असते. तशी बाहेरून चेतना न येताही जेव्हा एखाद्या वस्तूची किंवा न घडलेल्या घटनेची नोंद झाली असे मेंदूला वाटते, त्याला 'भास' म्हणतात. या संवेदना मेंदूनेच निर्मिलेल्या असतात. मात्र मेंदूने त्यापूर्वी ज्या वस्तू किंवा घटना कधीच पाहिल्या, ऐकल्या किंवा अनुभवल्या नाहीत त्या नव्याने मेंदू निर्माण करू शकत नाही. यालाच Eyes do not see, what the mind does not know असे म्हणतात. थोड्या वेगळ्या शब्दांत आपण मराठीत म्हणतो - 'मनी वसे ते स्वप्नी दिसे' - थोडक्यात मनाला, मेंदूला जे माहीत नाही ते स्वप्नातही येत नाही. स्वप्नेसुद्धा आधीच्या अनुभवांवरच आधारित असतात. आपल्या श्रद्धा, अंधश्रद्धा या पूर्वानुभव, पूर्वी मिळालेले ज्ञान किंवा संस्कार (घडविलेले विचार) यांवर आधारित असतात. संधिप्रकाशात, झोपेच्या वेळी, अंधाऱ्या बंद खोलीत कोपऱ्यात एखादी आकृती दिसेल– धार्मिक माणसाला त्याच्या देव-देवतांची, तर घाबरट माणसास भूत-पिशाच्चाची आकृती दिसेल. घाबरट माणसास कोणी तरी मागून खांद्यावर हात ठेवल्याचा किंवा पाठलाग करणाऱ्या व्यक्तीच्या पावलांचा आवाज, असे भास होतात. सापाला भिणाऱ्या माणसाला दोरी पाहून अंधारात सापाची आकृती दिसते. ज्याच्यावर ख्रिस्ती धर्माचा पगडा आहे त्याला येशू तर हिंदू माणसांना ब्रह्मा, विष्णू, महेश इत्यादी त्यांची दैवते दिसतात. तर इतर धर्माचे संस्कार झालेल्या व्यक्तींना त्याच अंधारात, त्याच खोलीत त्यांच्या मेंदूला परिचित अशाच वस्तू, घटना, देव-देवता दिसतात. ज्याच्या मेंदूची पाटी कोरी आहे, अशा लहान मुलांपासून देवता व पिशाच्च सगळेच दूर राहतात.

अशा वस्तुस्थितीला सोडून दिसणाऱ्या गोष्टींना 'भास' म्हणतात. आपण प्रत्यक्ष एखादी घटना पाहतो त्यापेक्षा त्यांच्या आभासी प्रतिमा थोड्या धूसर असतात. बारकाव्यांचा त्यात समावेश नसतो.

हे भास जसे नॉर्मल मेंदूस होतात, तसेच मादक द्रव्यांच्या सेवनाने किंवा मेंदूच्या विकारानेही होतात. तसेच पुरेशी झोप न झाल्यानेही होतात.

जेव्हा एखाद्या व्यक्तीस भास होत असतो तेव्हा त्यांच्या मेंदूचे F.MRI स्कॅन केले तर प्रत्यक्ष अनुभव व भास या दोन्ही अवस्थांत मेंदूतील प्रक्रिया व केंद्रे यात फरक नसतो, असा सिद्धान्त प्रयोगाअंती मेंदूशास्त्रज्ञांनी काढला आहे.

आभास (Illusions)

'दिसते तसे नसते म्हणूनच जग फसते', अशी आपल्याकडे म्हण आहे. यालाच 'ऑप्टिकल इल्युजन्स' असेही म्हणतात. याची अनेक चित्रे कोड्याच्या स्वरूपात आपल्या दाखवून प्रश्न विचारले जातात. अगदी साधे उदाहरण -

'अ' आणि 'ब' यांतली 'ब' ही रेषा मोठी वाटते. प्रत्यक्षात मोजली तर दोन्ही रेषांची लांबी तंतोतंत सारखी असते. जसे दृष्टीच्या बाबतीत घडते, तसेच इतर ज्ञानेंद्रियांकडून येणाऱ्या संवेदनांबाबतही घडते.

विरोधाभास (भ्रम) (Delussions)

काही मानसिक आजारांत रुग्णाला भ्रम होत असतो. स्किझोफ्रेनिया या विकारात रुग्णाला त्याचा पाठलाग होतो आहे, कोणी तरी त्याला मारून टाकण्याचा कट रचला आहे, असे खात्रीपूर्वक वाटत असते. या घडू शकणाऱ्या घटना असल्या तरी तशी प्रत्यक्ष वस्तुस्थिती मात्र बिलकूलच नसते; पण रुग्णाला मात्र शंभर टक्के त्या घटनांच्या अस्तित्वाची खात्री असते. हा प्रकार चिंताजनक होऊ शकतो. असे रुग्ण अशा भ्रमामुळे आक्रमक व धोकादायक वर्तन करतात.

पूर्वग्रह (Prejudice)

आपल्या आयुष्यात पूर्वी अनुभवलेल्या घटनांमुळे आपण काही पूर्वग्रह तयार केलेले असतात. ते मनात ठाम असतात. ते चांगले किंवा वाईट दोन्ही प्रकारचे असू शकतात. त्यामुळे नवीन घटनेकडे पाहण्याचा दृष्टिकोन प्रत्येकाचा वेगळा– आपल्या अनुभवानुसार असू शकतो. त्यालाच पूर्वग्रह मनात ठेवून नवीन घटनेचे मूल्यमापन करणे, असे म्हणतात. उदाहरणादाखल एक प्रसंग घेऊ यात. एखादा खाटीक बकऱ्याची मान कापतो, हा प्रसंग पाहून त्याच्या कुटुंबीयांना ते एक नित्याचे, गरजेचे व योग्य काम वाटेल, मांसाहारी व्यक्तीस ते आवडेलच असे नाही; पण त्यात फार वावगेदेखील वाटणार नाही. तर एखाद्या अहिंसक, शाकाहारी माणसाला तेच कृत्य अमानुष, हिंसक व घृणास्पद वाटेल. हे प्रत्येकाच्या आधीच्या अनुभवाच्या पार्श्वभूमीवरचे पूर्वग्रहावर आधारित मत आहे. घटना एकच; पण प्रत्येकाचा त्या घटनेकडे पाहण्याचा दृष्टिकोन किती भिन्न असतो! तसेच एखाद्या प्रसंगाच्या वेळी तुमची मानसिक अवस्था काय आहे, त्यावरही आपल्या मनात भिन्नता असू शकते. तुम्ही खूष असाल तर साध्या साध्या प्रसंगातूनही आनंद मिळतो. जर दुःखी असाल तर त्याच प्रसंगात आनंद मिळत नाही. तसेच तुमच्या आप्तस्वकीयांच्या आनंदात आनंद तर दुःखात दुःख वाटते. याला मेंदूतील (Mirror Neurones) आइना-न्यूरॉन्स जबाबदार असतात. दर्पणात प्रतिबिंब दिसावे तसे सुख-दुःख परावर्तित, प्रतिबिंबित होते. पण, सहसा हे आपल्या निकटवर्तीयांच्या बाबतीत घडते. इतरांच्या संबंधित नसलेल्या लोकांच्या बाबतीत मात्र असे घडत नाही. यालाच आपण 'परदुःख शीतल' असेही म्हणतो.

सुप्त मन Subconscious Mind

जे मन सदैव असते; पण आपले अस्तित्व वरकरणी दिसू देत नाही, त्याला 'सुप्त मन' म्हणतात किंवा दुसऱ्या शब्दांत जागृत आविष्कार करणाऱ्या मनाच्या आधिपत्याखाली सर्वसामान्य परिस्थितीत वावरणाऱ्या मनास 'सुप्त मन' Subconscious Mind म्हणतात. याची तुलना मंत्री व त्यांचे सचिव यांच्याशी करणे योग्य होईल. वरकरणी जाहीरपणे घेतलेले निर्णय मंत्र्यांचे असले तरी त्याच्या आधी प्रचंड अभ्यास व श्रम घेतलेले असतात ते सचिव पातळीवरच्या बुद्धिमान व सक्षम अधिकाऱ्याने. सुप्त मनातली खळबळ बाहेर प्रकटपणे केली जाऊ नये म्हणून जागृत मनाची बंधने Censorship सुप्त मनावर असतात. तर मंत्र्याने अज्ञानाने वेडेवाकडे निर्णय घेऊ नयेत म्हणून सचिव संपूर्ण पूर्वतयारी व योग्य निर्णयाची अंमलबजावणी यात मोलाचे कार्य करीत असतात. थोडक्यात सांगायचे, तर जागृत मन आणि सुप्त मन एकमेकांना पूरक, सहायक काम करीत असतात.

रामदास स्वामींनी जे म्हटले आहे त्यात सूक्ष्म बदल करून म्हणता येईल ...

'जे जे आपणासि ठावे
ते ते इतरांसि सांगावे
शहाणे करूनी सोडावे
तयांचे तन मन!'

असे महत्त्वाचे कार्य सुप्त मन अष्टौप्रहर करीत असते.

जागृत किंवा सुप्त मन यांतील फरक मानसोपचारतज्ज्ञांना एकोणिसाव्या शतकात जाणवला. जागृत मनाला तात्पुरते झोपवून 'Narco analysis' या तंत्राने मनात खोलवर दडून बसलेल्या सुप्त मनाचा शोध घेता येणे व त्या पातळीवर जर काही भीती, गैरसमज धुमसत असतील तर त्यांना मनाच्या पृष्ठभागावर आणून त्यात बदलही करता येतो. याला 'मनोविश्लेषण' व 'समुपदेशन' म्हणतात. अनेक मानसिक आजार बरे करण्यासाठी मानसोपचारतज्ज्ञ– डॉक्टर याचा सर्रास उपयोग करतात. सुप्त मनाचा विचार करणाऱ्या सुरुवातीच्या शास्त्रज्ञांमध्ये सिग्मंड फ्रॉइडचे नाव अग्रणी आहे.

ज्या काळात देव-धर्म, धर्मकांडे यांना अनन्यसाधारण महत्त्व होते, धर्ममार्तंडांची दहशत होती, त्या काळात फ्रॉइडने देव-धर्म व नैतिकता या बुरसटलेल्या विचारांना आव्हान दिले. फ्रॉइडच्या मते, जशी मुलांच्या मनात बापाची भीती असते, तशीच त्या काळच्या समाजमानसावर देव-धर्म यांच्या भीतीचा पगडा होता. सर्व समाजाच्या मनावर 'देव' नावाच्या (मोठ्या) बापाची भीती प्रचंड प्रमाणावर होती. घरात एक भीती दाखवणारा बाप, तर समाजात भीती दाखवणारा मोठा बाप देव हा होता. या

परिस्थितीत बदल घडतोय, पण गोगलगायीच्या गतीने. फ्रॉइडच्या आसपासच्या काळात १९-२० व्या शतकात कार्ल जंग, डी. एच. लॉरेन्स आणि जॅक्स लाकन असे इतर दिग्गज मानसशास्त्रज्ञ होऊन गेले. या सर्वांनी जागृत मन आणि सुप्त मन यावर पुष्कळ अभ्यास केला व प्रयोगही केले. या सुप्त मनाला आणखी एक चपखल उपमा देता येईल. रात्री आपल्याला आकाशात अनेक ग्रह व तारका दिसतात, दिवसा त्या दिसत नाहीत; पण त्या वेळीही त्या आपल्या स्थानावर कायम असतातच. सूर्याच्या उजेडात आपल्याला त्या दिसत नाहीत इतकेच. तद्वतच सुप्त मन हे सतत कार्यरत असते, जागेवर असते; पण जागृत मनाच्या उजेडात ते जाणवत नाही. मात्र जागृत मनास निद्रिस्त केले, तर सुप्त मनास पाहणे केव्हाही शक्य होते.

सतर्क (Allert)

सुप्त मन मूकपणे जागृत मनाच्या अंशतः आधिपत्याखाली काम करत असले तरी पुष्कळच चपळ व सतर्क असते. स्वसंरक्षण सिद्धतेत हे नेहमीच प्रकर्षाने जाणवते. मेंदूतील संवेदनांची नोंद तपासून पाहिली f-MRI तर जागृत मनाने संकटाची चाहूल घेण्याच्या बऱ्यापैकी आधी सुप्त मनात हालचाल सुरूही केली जाते, हे दिसून येते. न पाहता टंकलेखन, व्यावसायिक कौशल्याची कामे किंवा बुद्धिबळाच्या हालचालीतही सुप्त मनाच्या चपळतेची प्रचिती येते.

आयुष्याच्या प्रवासात आपण जरी एखादी गोष्ट प्रथम अनुभवत असलो तरी त्या गोष्टीचा आपण यापूर्वीच अनुभव घेतला आहे (Deja Vu) असे सतत वाटत असते. असे एखाद्या चेहऱ्याबाबत असो, वस्तूबाबत असो की स्थळाबाबत असो; पण नंतर लवकरच ही भावना विरून जाते व पुन्हा तसे वाटत नाही. आपल्या बुद्धीने आपल्याला दिलेला हा चश्मा आहे असे म्हणावे का? अशा वेळी अशा मनाच्या फसवणुकीला गतजन्मीच्या आठवणींचे स्वरूप दिले जाते. सिग्मंड फ्रॉइड या एकोणिसाव्या शतकातील मानसोपचार तज्ज्ञांच्या मते– आपल्या सुप्त मनात (Subconscious Mind) जे गाडलेले विचार असतात, त्याचा हा दृश्य परिणाम असतो. शास्त्रज्ञांच्या मते मात्र मेंदूची ही तात्पुरती फसवणूक होते, ती मेंदूंच्या दोन अर्धगोलांतील संपर्क तात्पुरता तुटल्यामुळे. त्यात मेंदूकडे येणाऱ्या चेतना (Sensory) आणि मेंदूच्या भावनिक केंद्रातील (Limbic System) बेबनाव होत असावा.

याउलट पूर्वानुभव असूनही एखादी व्यक्ती, जागा किंवा प्रसंग आपण प्रथमच अनुभवित आहोत असे जेव्हा मेंदू सांगतो त्याला 'जमाईस वू' (Jamais Vu) असे म्हणतात. प्रत्येकाच्या आयुष्यात असे दोन्ही प्रकारचे अनुभव कधी ना कधी

येतातच. जमाईस वू ही अवस्था लिंबिक सिस्टमच्या तात्पुरत्या फेल्युअरमुळे होते, असा कयास आहे. मात्र लिंबिक सिस्टमचे आजार किंवा इजा यात या गोष्टी सतत किंवा कायम स्वरूपात राहतात. असे रुग्ण आपल्या कुटुंबीयांनाही ओळखेनासे होतात. त्यानंतर ते आक्रमकही होतात.

विस्मरण : शाप की वरदान?

माणसाच्या मेंदूत माहिती साठवण्यावर व त्या आठवण्यावर कुठलीही सीमा नाही. मेंदूची ही क्षमता अगाध आणि अमर्याद आहे. हे जर खरं असेल तर विस्मरण का व्हावे? कितीही विद्वान, बुद्धिमान माणूस असला तरी तो कोणतीच गोष्ट कधीच विसरणार नाही, असं तर घडणं शक्य नाही. प्रत्येक जण विसरण्यास विसरत नाही. मात्र प्रत्येकाची स्मरणशक्ती असो वा विस्मरण– याचे प्रमाण कमी-अधिक असू शकते. 'वापरा किंवा विसरा' (Use it or Loose it) हे तत्त्व मानवी शरीराच्या सर्व अणू-रेणूंना लागू पडते; पण मेंदूच्या बाबतीत तर ते फारच चपखलपणे लागू पडते. मेंदूची कुठलीच क्षमता वापरली नाही, तर कालांतराने ती गंजते, कमी होते व संपूर्ण लयालाही जाते. स्मरणशक्तीला ते सर्वार्थाने लागू आहे. शारीरिक व मानसिक- दोन्ही व्यायामांचा मेंदूच्या क्षमता व स्मृती यांच्या रक्षणासाठी व वृद्धीसाठी खूप उपयोग होतो.

मेंदूला मार लागून किंवा आजार होऊन त्याची क्षमता नक्की कमी होऊ शकते. तसेच वाढत्या वयोमानाने जी झीज होते (Degenerative change) त्यानेही मेंदूच्या व स्मृतीच्या सर्व क्षमतांना क्षती पोहोचते. हा मेंदूचा ऱ्हास कमी व्हावा म्हणून शारीरिक व्यायाम व मेंदूचे शक्य ते व्यायाम नियमितपणे केले तरीही वयोमानाने मेंदू आकुंचन पावतोच. रक्तवाहिन्या अरुंद होतातच.

स्मरणशक्ती अशी एक चीज नाही. मेंदूत साठवलेल्या अनेक केंद्रांतील माहितींची एकत्रितपणे केलेली सुसंगत कृती म्हणजे 'स्मरणशक्ती'. जेव्हा खूप माहिती एकत्र केली जाते, तेव्हा संपूर्ण घटनेची स्मृती एकदम होणे कठीण जाते. अशा वेळी सुरुवात किंवा शेवट आधी आठवतो व अधिक प्रयत्नांनी अधिक स्मृती जागृत होतात.

-शिष्यात् इच्छेत् पराजयम्

माणसाचे मन चंचल आहे असे म्हणतात. तसेच ते प्रगल्भ आहे, विचारी आहे, कल्पनाविलासात कुशल व रमणारे आहे. शिकवणारे आहे, शिकणारेही

आहे. अशा वेळी 'शिष्यात् इच्छेत् पराजयम्' असा उदार विचार करणारेही आहे. मन आणि मेंदू भिन्न आहेत की हे अद्वैत आहे, याबद्दल विचारवंतांमध्ये पुष्कळच वाद आहेत. पण मेंदू जेव्हा काम करणे संपूर्णपणे थांबवतो, तेव्हा मनाचा मागमूसही राहत नाही, हे खरेच. थोडक्यात, आता आपण मेंदू आणि मनाचे अद्वैत मान्य करतो आहोत. बुद्धिमत्ता (Intelligence) हा एक माणसाच्या मेंदूच्या विविध पैलूंच्या कार्याचा एकत्रित आविष्कार आहे. ॲलन ट्युअरिंग या गणिती शास्त्रज्ञाने १९५मध्येच संगणकाचा पाया रचला. संगणक भविष्यात बुद्धीची कार्ये करू शकेल असा दृढविश्वास ट्युअरिंगने व्यक्त केला होता. जगभरचे शास्त्रज्ञ त्या दिशेने अहोरात्र प्रयत्न करीत आहेत. त्यात काही अंशी यशप्राप्ती झाली आहे.

निसर्गातील उत्क्रांतीचे तत्त्व गरजेनुसार बदल घडवून आणत आहेत. पण हा अतिसूक्ष्मसा बदल घडवून आणण्यास निसर्गाला कित्येक लाख वर्षांचा अवधी लागतो. त्या मानाने माणसाचा मेंदू तल्लख आहे. तो स्वतःत व मानवी शरीरामध्ये त्यामानाने खूप जलद बदल करतो. याच मेंदूचा उपयोग करून त्याने अनेक शोध लावले, सोई-सुविधा निर्माण केल्या. त्याने निर्माण केलेले संगणक माणसाच्या मेंदूपेक्षा जास्त जलद गतीने बरीच कामे करू लागले आहेत. पण माणसाच्या मेंदूला त्याबद्दल असूया नाही. 'शिष्यात् इच्छेत् पराजयम्' या न्यायाने माणसाचा मेंदू खिलाडू वृत्तीने मोठ्या मनाने ते स्वीकारतो आहे. पण अजूनही पुष्कळ गोष्टींमध्ये संगणक मेंदूची बरोबरी करू शकत नाही. परिस्थितीचे आकलन होऊन विचारपूर्वक, स्वतंत्रपणे निर्णय घेण्याची क्षमता संगणकाला अद्याप लाभलेली नाही. ते जेव्हा शक्य होईल तेव्हा संगणकास जिवंतपणा लाभेल. पण निर्जीव वस्तू सजीव होणे, (Biological Life) शक्य कोटीतले वाटत नाही. संगणक मेंदूपेक्षा पुष्कळ वेगाने काम करू शकेल. माणसाला थकवा येतो तसा संगणकाला येणार नाही. माणसाच्या जीवाला रेडिएशन, अति उष्णता, अति थंडी, विरळ हवा यांसारख्या परिस्थितीत काम करता येणार नाही; तेथे संगणक बिनदिक्कत वेगाने काम करू शकेल. पण तारतम्याचा विचार तर्कशास्त्र, परिस्थितीत होणारे बदल अशा मानवी विचाराच्या मनाच्या क्षेत्रात संगणक दुय्यम स्थानावरच राहील, अशी आजची तरी स्थिती आहे.

◆

शिक्षण

प्रत्येक जीव आपल्या आयुष्याचे उद्दिष्ट साध्य करण्यासाठी सतत शिकत असतो. सूक्ष्मातिसूक्ष्म जीवसुद्धा आजूबाजूच्या परिस्थितीचा अभ्यास, आकलन करून घेऊन आपल्या कार्याची दिशा ठरवित असतात. माणसाला अतिउत्क्रांत मेंदू लाभलेला असल्याने, त्याच्या शिक्षणाचे क्षेत्र व क्षमता खूप विस्तीर्ण आहेत.

माणसाच्या शिक्षणाच्या व्याख्यासुद्धा व्यापक आहेत. शिक्षण म्हणजे फक्त नवीन गोष्टींची ज्ञानप्राप्ती असे नसून, आधीच्या ज्ञानात योग्य तो बदल, त्यात भर व त्यावर विचार, त्या मिळालेल्या माहितीची पडताळणी या सर्व गोष्टींचा माणसाच्या शिक्षणात अंतर्भाव होतो. या सर्व ज्ञानाचा उपयोग भविष्यात निर्णय घेण्यासाठी होतो. त्यालाच आपण 'अनुभव' असे म्हणतो. शिक्षण ही न संपणारी गोष्ट आहे. माणूस आयुष्यभर विद्यार्थी असतो, हे सत्य आहे. शिक्षणाचे अनेक प्रकार आहेत. वर्तणुकीचे शिक्षण (Behavioral Learning) हे गर्भावस्थेच्या बत्तिसाव्या आठवड्यापासून सुरू होते, असा शास्त्रज्ञांचा निष्कर्ष आहे. वयाच्या दुसऱ्या वर्षाअखेरीस मेंदूची ८५ टक्के वाढ पूर्ण होते. त्यानंतर या मोकळ्या जागा भरून कवटीला अभेद्य कवचाचे स्वरूप प्राप्त होते. त्यानंतर मात्र मेंदूच्या आकारास बराचसा आळा बसतो. एव्हाना मेंदूतील मज्जापेशींची (Neurons) कमाल मर्यादेपर्यंत (100 billian) वाढ झालेली असते. मज्जापेशींचे आयुष्य इजा व आजार सोडले तर त्याच संख्येवर सीमित राहते. अपवाद वगळता, त्यांची सांख्यिक वाढ त्यानंतर होत नाही. या मज्जापेशी त्यांच्या आखूड (Dendrons) व लांब (Axon) या भुजांकरवी एकमेकींशी संपर्क साधत असतात. मेंदूच्या क्षमता मज्जापेशींपेक्षा या जोडण्यांमार्फत (Synaptic Connections) वाढविल्या जातात. त्याला मात्र मर्यादा जवळ जवळ नाही.

मेंदूची आकाराने वाढ थांबल्यानंतरही त्यामुळे माणसाच्या शैक्षणिक क्षमता व कलाकौशल्य यांची भरपूर वाढ वयाच्या ३५-४० वर्षापर्यंत होऊ शकते. मात्र ती वयाच्या पाचव्या वर्षापासून कमी कमी होण्यास सुरुवात झालेली असते. चाळिशीनंतर

नवीन शिक्षण घेण्यास खूपच प्रयास घ्यावे लागतात. विशेषतः वयाच्या तिसऱ्या वर्षापर्यंत भाषाशिक्षण खूपच उत्तम होऊ शकते. या वयात मुले एका वेळी अनेक भाषा बोलणे व लिहिणे शिकू शकतात. या वयात किंवा वयाच्या पाचव्या वर्षापर्यंत जंगलात चुकलेल्या व लांडग्यांनी वाढविलेल्या मुलींनी, पुष्कळ प्रयत्न करूनही भाषा बोलणे, शिकणे शक्य झाले नाही याचे दाखले आहेत. मेंदूच्या मज्जापेशींची वाढ (Nature) निसर्गाने थांबवली तरी त्यांच्या जोडण्यांच्या Synaptic Connections वाढीमुळे म्हणजेच प्रयत्नांनी (Nurture) बुद्धीची क्षमता वयाच्या २-३ वर्षांनंतरही बरीच वर्षे वाढत राहते. शारीरिक व बौद्धिक व्यायामाने, सरावाने मेंदूचा रक्तपुरवठा म्हणजेच पर्यायाने ग्लुकोज व प्राणवायूचा पुरवठा वाढला, तर मेंदूची आणखी निकोप वाढ होते. याउलट ते न मिळाल्याने मेंदू गंजू लागतो. आहे त्या क्षमताही हळूहळू कमी होत जातात. शरीरातील कोणतीही क्षमता वापरली गेली नाही, तर त्या क्षमतेचा लय होतो. यालाच 'वापरा किंवा विसरा' (Use it or loose it) तत्त्व म्हणतात. मेंदूच्या बाबतीत तर हे तंतोतंत खरे आहे.

नवीन पिढीला मिळणाऱ्या शिक्षणाच्या अमर्याद संधी व साधने यांमुळे नवीन पिढ्या वरचढ निपजत आहेत. घरातल्या लहान अपत्याचे शिक्षण तर अधिक वेगाने होताना दिसते. वाढीव संधी हा एक भाग, तर आपल्या मोठ्या भावंडांकडे व सवंगड्यांकडे पाहून त्यांच्या कृतींचे अनुकरण करून पुढची पिढी जास्तच स्मार्ट व बुद्धिमान होते, याचा आपल्याला घरोघरी व भावी पिढ्यांमध्ये सतत अनुभव येत असतो. त्यांचे शिक्षण हसत खेळत व कमी प्रयासाने होत असते. यात पाहण्यात येणाऱ्या घटनांचे ज्ञान (Factual Knowledge) व कार्यांचे, कसबांचे ज्ञान (Proceducal knowledge) प्राप्त होते. त्यासाठी सर्व ज्ञानेंद्रियांचा- डोळे, नाक, कान, जीभ, त्वचा भरपूर उपयोग होतो.

त्यानंतरचा शिक्षणाचा टप्पा हा शालेय शिक्षणाचा, समूहगीते (Rhymes), खेळ, नाच, सहलीपासून सुरू करून विविध विषयांवरील श्रवण, वाचन यांचे ज्ञान शाळेत मिळते. यात थोडा घोकंपट्टीचा भागही असतो. (Rotelearning) जे शिकलो ते परत आठवण्याचा व परत उद्धृत करण्याचा, शिक्षक-विद्यार्थी यांच्या संवादाचा असा हा भाग. त्यानंतर जे शिकलो ते समजून घेऊन दैनंदिन जीवनात त्याचा उपयोग करून घेण्याला 'अर्थपूर्ण शिक्षण' (meaningfull learning) असे म्हणतात. याउलट शाळेबाहेरच्या विश्वात दैनंदिन अनुभव व परिस्थिती यातून जे शिक्षण मिळते, त्याला 'अनौपचारिक शिक्षण' असे संबोधले जाते. शिक्षणात दृक्श्राव्य माध्यमांचा वापर व इतर मल्टी मीडियांचा वापर करणे उपयुक्त असते. स्मार्ट फोन व संगणकाद्वारा 'इ-लर्निंग' होते. आपण एखाद्या प्रसंगातून शिकतो त्याला 'प्रासंगिक शिक्षण' (Episodic Learning) असे म्हणतात.

या सर्व अवगत झालेल्या ज्ञानाची दीर्घ स्मरणशक्तीच्या (Long Term Memory) मध्ये साठवण केली जाते व गरज पडेल तेव्हा आठवण करून ती उपयोगात आणली जाते.

परिपक्वता (Maturity)

क्रियाशीलता- कर्णकर्कश आवाज, गुदमरवणारे वातावरण, कामात येणारे व्यत्यय यामुळे मन विचलित होते. क्रियाशीलतेवर विपरीत परिणाम होतो, कौशल्याची व बुद्धीची कामे नीट पार पाडता येत नाहीत. याउलट प्रसन्न वातावरण, मंदमधुर संगीत, शांतता यांमुळे तीच कामे जास्त चांगल्या प्रकारे पार पडतात. दीर्घ काळ काम करताना अधूनमधून थोडा विरंगुळा असेल, तर ऊर्वरित काम जलद व उत्तम प्रकारे पार पडते.

आयुष्य जगताना शिक्षण, अनुभव आणि या दोन्हीचा उपयोग करण्याची क्षमता ज्याला आली, त्याला परिपक्वता आली, असे म्हणता येईल. आयुष्यात समस्यांचे समाधान शोधणे व कठीण प्रसंगी योग्य निर्णय घेणे ज्याला जमते, त्याला परिपक्व म्हणावे. 'कठीण समय येता कोण कामास येतो?' अशी म्हण आहे. अशा वेळी परिपक्वताच कामाला येते. अर्थात वय वाढले की आपोआप परिपक्वता येते, असे मात्र नाही. काही लोकांना ती येतच नाही. मात्र वाढते वय, शिक्षण, संस्कार, नैतिकता यांचा संगम झाला व सर्वसामान्य बुद्धिमत्ता असली तरी माणसाला परिपक्वता येते, हा अनुभव आहे. विचारपूर्वक सकारात्मक पद्धतीने समस्यांकडे पाहणे, बदलत्या परिस्थितीशी वय व अनुभवाच्या कसोट्या पार पाडणे याला 'भावनिक परिपक्वता' असेही म्हणतात. अशा व्यक्तींवर यशापयशाचा टोकाचा परिणाम होत नाही. दोन्ही गोष्टी पचवण्याकडे त्यांचा कल असतो.

नवनिर्माण (Creativity)

आयुष्यात सर्व आघाड्यांवर अग्रणी असावे असे वाटण्यात काही गैर नाही. निदान आपल्या आवडीनिवडी व क्षमतेच्या क्षेत्रात तरी नक्की अग्रणी असावे यासाठी आपण प्रयत्नशील असतो. पण जे लोक परिश्रम करतात, अंगीकार केलेल्या कार्यात झोकून देतात व पद्धतशीरपणे काम करतात, ते आपले उद्दिष्ट गाठण्यात यशस्वी होतात. असे लोक इतरांनी कल्पनाही न केलेल्या गोष्टी साध्य करू शकतात, नवनिर्मितीतही यशस्वी होतात. ध्यानधारणेच्या तंत्राने माणूस लक्ष केंद्रित करण्यास शिकतो, त्याचा नवनिर्मिती व यशप्राप्ती दोन्हीत मोठा वाटा असतो.

तत्परता (Efficiency)

मनाची उभारी किंवा तत्परता नेहमीच कोणतेही अंगीकृत कार्य आपल्या पूर्ण क्षमतेने करण्यास कारणीभूत ठरते. रात्रीची शांत झोप झाली तर मनाला अशी उभारी येते आणि मेंदू अशा उभारीने काम करतो. कितीही कौशल्याचे काम असले तरी ते उत्तम रीतीने पूर्णत्वास जाते. पिवळ्या रंगाचा मेंदूच्या उभारीसाठी उपयोग होतो. तसेच शारीरिक व्यायाम, मसाज, पुरेसा उजेड, सौम्य सुगम संगीत, योग्य तो चौरस आहार, योग्य प्रमाणात पाणी या सर्व गोष्टी मनाची उभारी येण्यात योगदान देतात. संत्री, मोसंबी, लिंबू, पेरू अशा फळांनीही उभारी येते. याउलट मोठे आवाज, गोंगाट, गुदमरवणारे वातावरण, मानसिक किंवा शारीरिक ताणतणाव, कामाच्या ठिकाणी अनावश्यक वर्दळ अशा सर्व गोष्टी तत्परतेने व पूर्ण क्षमतेने काम करण्यास मारक ठरतात. कामातून अधूनमधून थोडा विरंगुळा घेतला तर कार्य अधिक क्षमतेने करता येते. सवयीने कोणतेही काम जास्त चांगले करता येते.

थॉमस एडिसन या शास्त्रज्ञाने म्हटले आहे, जीनीयस होण्यासाठी एक टक्का प्रोत्साहन (Iinspiration) तर ९९ टक्के घाम (Perspiration) गाळण्याची आवश्यकता असते. कल्पकता ही बरेच वेळा अचानक वीज चमकल्यासारखी येते; तीही ध्यानीमनी नसताना, आराम करीत असताना. पण अशी वीज चमकण्याआधी केलेल्या परिश्रमांनी त्याचा पाया रचलेला असतो. ग्रॅहॅम वाल्स याने एक चतुःसूत्री सांगितली आह, ती नवनिर्माणासाठी उपयुक्त ठरते.

आधी तयारी (Preperation), थोडा अवधी जाऊ देणे (Incubation) त्या कामावर प्रकाश (ज्ञानाचा) टाकणे आणि नंतर आपले अनुमान पडताळून पाहणे. जी व्यक्ती असे योग्य दिशेने प्रयत्न करते, त्याच्या गळ्यात नवनिर्मिती माळ घालते, म्हणते 'यशस्वी भव!'

गुंगी-झोप (Drowsiness)

मेंदूमध्ये सिरोटोनिन या रसायनाची पातळी वाढली की गुंगी किंवा झोप येण्याची प्रक्रिया घडते. गॅमा ॲमॅनो बुटिरिक ॲसिड (GABA) चे रूपांतर होऊन मेंदूच्या विविध भागांत सिरोटोनिनची पातळी वाढते. जाण असणे, सतर्कता, जागरुकता आणि लक्ष केंद्रित होण्याची प्रक्रिया रेटिक्युलर फॉर्मेशन या मेंदूतील छोट्या केंद्रामुळे घडतात. गाबाचा या केंद्रावर परिणाम झाला, तर गुंगी किंवा झोप येते. दुधामध्ये गाबाचे प्रमाण बरेच असते. तसेच ट्रिप्टोफॅन या ॲमिनो ॲसिडपासूनही गाबा तयार होतो. आपण जेव्हा जास्त प्रमाणावर कर्बोदके असलेला आहार घेतो,

(मिठाई, भात) तेव्हा स्वादुपिंडातून अधिक प्रमाणात इन्सुलिनची निर्मिती केली जाते. इन्सुलिनच्या मदतीने स्नायू रक्तातील ट्रिप्टोफॅनखेरीज इतर पाच अॅमायनो आम्ले घेतात. त्यामुळे रक्तातील ट्रिप्टोफॅनची पातळी तुलनात्मकतेने वाढते. त्यामुळे गाबा या ट्रिप्टोफॅनच्या मदतीने जास्त सिरोटोनिनची निर्मिती करते आणि माणसाला गुंगी किंवा झोप येते.

संस्कार (Culture)

प्रत्येक माणूस ज्या समाजात लहानाचा मोठा होतो, सदा सर्वकाळ ज्यांच्यामध्ये वावरतो, त्याचे वागणे, बोलणे, आचार, विचार, रूढी, परंपरा या सर्वांचा कळत-नकळत अंगीकार करतो. त्यालाच 'सामाजिक संस्कार' असे म्हटले जाते. हे मेंदूच्या सामाजिक शिक्षणाने घडते. याच पद्धतीने धर्म-धर्माचरण-देव या संकल्पनांचाही आपल्या मनावर पगडा निर्माण होतो. कौटुंबिक, तसेच सामाजिक वर्तणूक आणि विचार यांचाही तो स्वीकार करतो. खरे म्हणजे जन्माने कुठलाच माणूस हिंदू, मुस्लिम, शीख, इसाई नसतो. एका धर्माच्या आई-वडिलांपोटी जन्मलेले निरागस मूल, दुसऱ्या धर्माच्या पालकांनी वाढविले, दत्तक घेतले, त्याच देशात किंवा परदेशात असे मूल वाढले, तर त्याच्यावर जे संस्कार होतात ते नवीन परिस्थितीनुरूप झालेले असतात व त्या मुलाने ते आत्मसात केलेले असतात. मात्र जे संस्कार मेंदूवर अगदी कोवळ्या वयात केले जातात, त्यांच्या घट्ट मगरमिठीतून माणूस नंतर सहजी बाहेर येऊ शकत नाही. असे संस्कार घट्ट रुजल्यानंतर अशा व्यक्तीचा इतर संस्कृतींशी संबंध आला, तर त्याला ते स्वीकारार्ह होत नाहीत व संघर्षाची ठिणगी पडू शकते. जगाच्या पाठीवर अनादी काळापासून जी युद्धे झाली, त्यात भिन्न देव-धर्म-संस्कृती यांच्यातील संघर्षाचा मोठा वाटा आहे.

अशा भिन्न संस्कृतींमधील संघर्षाची धार अलीकडच्या काळात थोडी बोथट होऊ लागली आहे. देशा-देशांमधील सुधारलेली दळणवळणाची साधने एकमेकांच्या भाषांचा, संस्कृतीचा अभ्यास करण्याची वृत्ती, शिक्षणाने आलेली जाण, अभिव्यक्तिस्वातंत्र्य, विचारस्वातंत्र्य यांचा स्वीकार यामुळे असे संघर्ष कमी होऊ लागले आहेत. यात आंतरराष्ट्रीय यूथ एक्सचेंज प्रोग्रामचा मोलाचा वाटा आहे.

टँजेन्शियल लर्निंग- हा स्व-शिक्षणाचा एक मार्ग आहे, विशेषतः आपल्या आवडीच्या विषयाच्या शिक्षणासाठी योग्य दिशेने प्रयत्न केल्यास, असा अभ्यास फलदायी ठरतो. आपण जे शिकतो ते स्मरणात ठेवण्याचा प्रयत्न करतो. शिक्षण आणि स्मरण या एकाच नाण्याच्या दोन बाजू आहेत. शिक्षणात औपचारिक व अनौपचारिक शिक्षण, असे दोन भाग करता येतील. तसेच स्मरणशक्ती आधी

अल्पकालीन किंवा मध्यमकालीन असते. मात्र उजळणी करून त्यांचे रूपांतर दीर्घकालीन स्मरणशक्तीत करणे शक्य असते; मात्र तशी इच्छाही असावी लागते.

लांडग्यांनी दत्तक घेतलेल्या मुली (Wolf's Daughters)

माणसाचा मेंदू पहिल्या २ वर्षांत जास्तीत जास्त संस्कारक्षम असतो. वयाच्या ५ वर्षापर्यंतही नवीन गोष्टी शिकण्यात खूप तत्पर असतो. विशेषतः ऐकीव, लिखित भाषांच्या बाबतीत हे फारच लागू पडते. या सुपीक मेंदूत या वयात जे पेराल ते लवकर उगवते, फोफावते.

लहान मुले वयाच्या २ वर्षांपर्यंत खूप वेगाने व नंतर ५ वर्षांपर्यंत वेगाने शिकतात. पण या वयात मेंदूच्या या भाषेच्या व इतर क्षमता वापरल्या गेल्या नाहीत तर नंतरच्या वयात 'वापरा किवा विसरा' या न्यायाने त्या क्षमता कमी कमी होत होत निरुपयोगी होतात. त्यानंतर बोलणे, लिहिणे, भाषा याचे ज्ञान होणे जवळपास अशक्यच होऊन जाते. याची प्रचिती एका शहारे आणणाऱ्या अनुभवाने आली आहे.

१९२० मध्ये एका ख्रिश्चन धर्मगुरूला जंगलात ५ व ७ वर्षांच्या दोन मुली, विवस्त्रावस्थेत लांडग्यांच्या कळपातून पळताना दिसल्या. त्यांना लांडग्यांच्या तावडीतून सोडवून ते धर्मगुरू आपल्या घरी घेऊन आले. त्या मुली बोलू शकत नव्हत्या. अर्थातच त्यांना माणसाची भाषा अवगत नव्हती. लांडग्यांसारखे गुरगुरणे किंवा ओरडणे मात्र त्यांना येत होते. त्या चारी पायांवर (हात आणि पाय) चालत व खूप जलद पळूही शकत. त्यांना कच्चे मांस खाणेच पसंत होते. घरातील कुत्र्यांच्या संगतीत त्या रमत. प्रयत्न करूनही संस्कारक्षम व शिकण्याचे वय संपल्याने त्यांना बोलायला शिकणे जमलेच नाही. त्यांच्या चेहऱ्यांवर माणसांसारख्या भावभावना उमटत नव्हत्या. त्यांची श्रवणेंद्रिये, घ्राणेंद्रिये व दृष्टी मात्र खूप तीक्ष्ण होती. या दोन्ही मुली माणसात बिलकूल रमू शकल्या नाहीत. पाण्याबाहेर काढलेल्या माशांसारखी त्यांची घुसमट होत होती व ७ व ९ वर्षांच्या वयातच त्यांना मृत्यू आला. धर्मगुरूने त्यांना माणसात आणण्याचा विफल प्रयत्न केला, ही कृती योग्य झाली की त्यांना लांडग्यांच्या कळपात राहू देणे इष्ट झाले असते, याचा प्रश्न पडला.

'टारझन' नरवानर हे काल्पनिक पात्र एडगर राईस बरो या व्यक्तीने रंगवले. त्यावर अनेक चित्रपट निघाले, हे त्या धर्तीवरच.

थोडक्यात संस्कारक्षम वयात ज्यांचा सहवास घडतो आणि ज्यांचे संस्कार आपल्या मेंदूवर घडतात, त्याप्रमाणेच मेंदूची जडणघडण होत असते व नंतर ती बदलणे खूप कठीण जाते.

◆

स्मरणशक्ती

स्मरणशक्तीचा अर्थ शिकलेल्या गोष्टी मेंदूत रुजवणे, साठवणे आणि गरजेनुसार त्या मनासमोर उभ्या करणे, आठवणे (Retrieval) असा होतो. ही खूपच गुंतागुंतीची पण पद्धतशीर क्रिया आहे. मेंदूचा त्यात हातखंडा आहे. स्मरणशक्तीचे असे एक ठिकाण मेंदूत दाखविणे शक्य नाही. कारण ही एककेंद्री गोष्ट नसून, मेंदूतील अनेक विभागांनी एकत्रितपणे, संगतवार केलेली कृती असते. या सगळ्या ठिकाणांचे किंवा क्रियांचे नेमके विश्लेषण अद्याप शक्य झालेले नाही. निरनिराळ्या विभागांतल्या नोंदींचे एकत्रीकरण करून आताच्या अनुभवावर, परिस्थितीवर निर्णय केला जातो. स्मरणशक्ती म्हणजे केवळ मागची आठवण ताजी करणे नाही; तर मागच्या सर्व अनुभवांच्या पार्श्वभूमीवर आताच्या परिस्थितीचे किंवा अनुभवाचे मूल्यमापन व त्यानुरूप निर्णय, अशी ही गुंतागुंतीची प्रक्रिया आहे. हा पुन्हा मागील विषयावरचा नवा ताजा विचार किंवा अनुभव म्हणता येईल.

स्मरणशक्तीची घडण व प्रकार

आपण नेहमी पाहतो की, वयाच्या ३-४ वर्षांपर्यंतच्या प्रासंगिक आठवणी आपल्याला नसतात. त्या वयात पाहिलेल्या प्रसंगांची आठवण लवकरच पुसली जाते किंवा दीर्घ स्मरणशक्तीत त्या रुजलेल्याच नसतात. त्या मानाने ऐकीव संगीत, ऐकीव गोष्टी जरा अधिक काळ स्मरणात राहतात. पण, याच काळात शिकलेल्या कौशल्याच्या गोष्टींचा विसर पडत नाही. उदा. खेळ. च्युइंगम चघळत केलेल्या गोष्टी स्मरणात लवकर रुजतात. च्युइंगम चघळल्याने जो आनंद मिळतो त्यामुळे स्ट्रेस होर्मोन्सची पातळी खालावते. त्याचा उपयोग स्मरणशक्तीवर सकारात्मक होत असावा, असे अनुमान आहे. f-MRI च्या अभ्यासाने हे अनुमान काढलेले आहे.

सांघिक स्मरणशक्ती (Collective Memory)

प्रत्येक देशातल्या, विभागातल्या, गावातल्या किंवा कुटुंबातल्या समाजाची मानसिकता सांघिक अनुभवांवर आधारित सांघिक स्मरणशक्ती असते.

भौगोलिक परिस्थिती, देव-धर्माच्या संकल्पना हे अशा सांघिक स्मरणशक्तीचे, मानसिकतेचे द्योतक आहे. भाषिक लिपीच्या शोधांपूर्वी अशी सांघिक मूल्ये जपली गेली ती पौराणिक कथा, काव्ये, शिल्प, चित्रकला यांच्या माध्यमातून आणि गोष्टी सांगण्यातून. त्यात समाजातील म्होरके किंवा धर्ममार्तंडाचा पुढाकार होता. ते कथा, काव्य, पोवाडे अशा माध्यमातून आपला वैचारिक वारसा स्मरण करून पुढच्या पिढ्यांना देत असत– तसा इतिहास आहे. गुहांमधील चित्रे, ताम्रपत्रावरील किंवा ताडपत्रावरील सांकेतिक लेखांनंतर जेव्हा भाषा, लिपी यांचा जन्म झाला, तेव्हा ग्रंथनिर्मिती झाली व त्यानंतर आता इलेक्ट्रॉनिक तंत्रज्ञानाची त्यात भर पडली.

अल्पकालीन स्मरणशक्ती

अल्पकालीन स्मरणशक्तीला 'कामापुरती स्मरणशक्ती' (working) असेही म्हणतात. ती काही सेकंदांपासून मिनिटांपर्यंत असते. याची तुलना पाटीवर लिहिलेल्या व नंतर पुसून टाकलेल्या मजकुराशी करतात. त्या कोऱ्या पाटीवर पुन्हा दुसरा मजकूर लिहिला जातो. तसेच नवीन ज्ञान व त्याच्या अल्पकालीन स्मरणाचे असते. दृष्टी तसेच आवाज दोन्हीतही हे घडते. मात्र याची नोंद घेणारी मेंदूतली पाटी वेगवेगळ्या ठिकाणी असते. दृष्टीने निर्माण केलेल्या स्मरणास 'आकृतिबंधाची स्मरणशक्ती' (Iconic Memory) म्हणतात, तर ऐकीव माहितीच्या स्मरणास 'ध्वनिस्मरण' (Phonetic) असे म्हणतात. याचे स्थान ऑक्सिपिटल लोब किंवा टेम्पोरेल लोबमध्ये असते.

दीर्घकालीन स्मरणशक्ती (Long Term Memory)

जी गोष्ट स्मरणशक्तीत अनेक तास, दिवस किंवा कायमस्वरूपी साठविली जाते, त्या प्रकाराला 'दीर्घकालीन स्मरणशक्ती' असे म्हणतात. दीर्घकालीन स्मरण हे अनेक मार्गांनी कलरफुल पद्धतीने साठवले जाते. दीर्घकालीन व विस्तृत जाळ्याने अनेक केंद्रांवर कोरले जाते. त्यात हिप्पोकॅम्पस या मेंदूच्या भागाचाही सहभाग असतो. दीर्घकालीन स्मरणात झोपेतल्या उजळणीचा महत्त्वाचा भाग असतो.

फोटोग्राफिक स्मरणशक्ती

फोटोग्राफी तंत्राची सुरुवात १९ व्या शतकात झाली. त्यानंतर या तंत्रात आमूलाग्र बदल व लक्षणीय प्रगती झाली, हे सर्वज्ञातच आहे. सामान्य माणसाने एखादी मोठी वस्तू किंवा नैसर्गिक दृश्य एकदा पाहिले तर स्मरणशक्तीच्या आधारे तो संपूर्ण तपशील सांगू किंवा चित्रित करू शकत नाही. मात्र काही अपवादस्वरूप व्यक्तींना फोटोग्राफिक स्मरणशक्ती उपजतच लाभलेली असते. आयफेल टॉवर एकदा पाहून त्याचे जसेच्या तसे चित्र रेखाटणे एका अवलियाने करून दाखविले. मात्र या फोटोग्राफिक मेमरीचा वय वाढेल तसा ऱ्हास होताना दिसतो, ही दुर्दैवाची बाब आहे.

स्मरणाशी संबंधित कोणतेही कार्य करताना जे असंख्य न्यूरॉन्स एकत्रितपणे सांघिकरीत्या काम करतात, ते संपूर्ण संच उजळणीच्या वेळी पुन्हा एकत्र समन्वयाने (fire together) काम करतात. प्रत्येक उजळणीने त्यांच्यातली संघभावना जास्त दृढ होते व ते संपूर्ण एकजुटीने कार्य करतात.

स्मरणशक्ती वाढविण्याच्या युक्त्या– मोठा आकडा लक्षात ठेवायचा असेल, उदा. दहा आकडी फोन नंबर तर त्यांची ३-४ आकड्यांच्या गटात विभागणी केल्याने तो आकडा लक्षात ठेवणे सोपे जाते. शिवाय त्या गटांना काही अर्थपूर्णता आणली तर आणखी सोपे जाते. एअरटेलचा नंबर घेतला तर बऱ्याच वेळा जो 98220 ने सुरू होतो ते आधी लक्षात ठेवले तर नंतरचे पाच आकडे दोन गटांत लक्षात ठेवणे सोपे जाते. लहान मुलांची समूहगीते त्याच्या तालात लक्षात ठेवता येतात. याच पद्धतीने इंग्रजी मुळाक्षरे मुले ओळीने; पण समूहामध्ये विभागणी करून तालासुरात म्हणून लक्षात ठेवतात. मेंदूच्या क्रेनियल नर्व्हज बारा जोड्यांत असतात. त्यांची क्रमवार नावे स्मरणात ठेवण्यासाठी एक वाक्य लक्षात ठेवले जाते.

On occassion of Parties The Attractive Faces Are Girl Visitors असे वाक्य उच्चारायला व तशी कल्पना करायला मेडिकल स्टुडंटना आवडते व प्रत्येक शब्दाच्या सुरुवातीच्या अक्षराने क्रेनियल नर्व्हज क्रमाने लक्षात ठेवणे सोपे जाते. याला (Pnemonics) पद्धत असे म्हणतात. काही वेळा जादूगार मंडळी स्मरणशक्तीचे प्रयोग करतात. त्यांनी मनात ५०-५२ वस्तूंची यादी पाठ केलेली असते. प्रेक्षक क्रमाने ५०-५२ त्यांना हव्या त्या शब्दांची यादी सांगतात. प्रत्येक शब्द ऐकल्यानंतर जादूगार त्या वस्तूंची आपल्या मनातील आकड्याच्या वस्तूंशी सांगड घालून एक चित्र डोळ्यांसमोर उभे करतात. सगळ्या वस्तूंची अशी सांगड घातल्यानंतर शेवटी मनात आधी पाठ केलेल्या वस्तूंवर आता नुकतेच काय जोडले, त्याचे चित्र पुन्हा क्रमाक्रमाने डोळ्यांपुढे उभे करून त्या वस्तूचे नाव सांगतो.

मेंदूच्या आवडीनिवडी

कोणाला सुंदर मुलगी आवडते तर कोणाला कलावंत; तर काहींना सुस्वभावी. 'पिंडे पिंडे' आवडी भिन्न असतात. हो मेंदूलाही आवडीनिवडी असतात बरं का! खरं सांगायचं तर वर निर्दिष्ट आवडीनिवडीसुद्धा आपला मेंदूच तर ठरवतो ना! त्यातही ज्या सुखद घटना असतील त्या दीर्घ काळ स्मरणात ठेवाव्यात व ज्या क्लेशदायक घटना आहेत त्या शक्य तेवढ्या लवकर विसराव्यात, अशी मेंदूची इच्छा असते. तसेच कार्यपद्धतीच्या (Procedural) स्मरणशक्ती जास्त दृढ असतात. उदा. पोहणे, सायकल चालवणे, वाहन चालवणे माणूस विसरत नाही. बऱ्याच वेळा मेंदूला इजा झालेली असेल तर इतर बाबींची, घटनांची स्मरणशक्ती कमी झाली किंवा गेली तरी पोहणे, वाहन चालवणे माणूस विसरत नाही. तशीच कौशल्याची कामे करण्यातही अडचण येत नाही. क्लेशदायक तसेच कमी वापरल्या जाणाऱ्या घटनांचे विस्मरण त्या मानाने लवकर होते.

अंतर्मनाच्या सूचना (INTUTIONS)

प्रयत्न न करता व्यक्तींच्या किंवा समस्यांच्या संदर्भात अचानक सूचना मिळून त्याचे समाधान सापडणे किंवा ज्ञान होणे, याला 'अंतर्मनाची सूचना' असे म्हणतात. हे विचार तर्कसंगत असतीलच असे नाही. मात्र जणू पूर्वानुभवातून ती सूचना मिळाली असेल, असे आपल्याला नक्की वाटत असते.

आपला एखादा स्वकीय दूर देशात संकटात आहे असे वाटते व नंतर तो प्रत्यक्षात तसा संकटात होता, अशी माहिती मिळते. त्याला आपण 'अंतर्मनाच्या सूचना' (Intution) म्हणतो, खरं तर या वाटण्याचं समर्थन करायला काही तर्कसंगत आधार तर नसतो.

स्मरणाचे केंद्र

सुरुवातीच्या प्रयोगांमध्ये प्राण्यांच्या मेंदूवर स्मरणशक्तीचे केंद्र शोधण्याचा प्रयत्न झाला. आता मेंदूच्या झालेल्या इजांचा अभ्यास, मेंदूवर शस्त्रक्रिया केल्यानंतर ज्या भागाला क्षती पोहोचली त्याचा विचार, अशा मार्गांनी मेंदूच्या भिन्न कार्यांचे अध्ययन करणे शक्य झाले आहे. पूर्ण भूल न देता मेंदूवर शस्त्रक्रिया करताना मेंदूचे विद्युत उद्दीपन करून काय परिणाम होतो, याचा अभ्यास– अशा विविध मार्गांनी माणसाच्या मेंदूच्या कार्याचा अभ्यास करणे शक्य झाले. त्यानंतर गेल्या काही

दशकांत f-MRI, PET, SPECT अशा विविध स्कॅन पद्धतींनी मेंदूच्या कार्याचा, केंद्रांचा अभ्यास करणे मेंदूशास्त्रज्ञांना सुकर झाले आहे. अशा सर्व अभ्यासांतून असा निष्कर्ष निघतो की, स्मरणशक्ती व इतरही अनेक कार्ये ही मेंदूतील अनेक केंद्रांच्या समन्वयाने होतात. एककेंद्री होत नाहीत.

पूर्वानुभव (IMPLICIT MEMORY)

पूर्वानुभवावरून आपण जेव्हा एखाद्या व्यक्तीच्या वागण्या-बोलण्याचे मूल्यमापन करतो, त्याला पूर्वग्रहदूषित मत (Bias) असे म्हणतात. हे नकळत घडते. इतकेच नव्हे, तर प्रथमदर्शनी आपण आपले एखाद्या नव्याने भेटलेल्या व्यक्तीबद्दल चांगले-वाईट मत बनवतो. ते आपल्याला पूर्वी भेटलेल्या दुसऱ्या व्यक्तीचे या नव्याने भेटलेल्या व्यक्तीशी साम्य असेल तर. हे आपल्याही नकळत घडते.

स्मरण म्हणजे भूतकाळातील अनुभवांची केवळ नोंद नसते. खरे तर आपण जे अनुभवले किंवा शिकलो, त्याची पूर्वग्रहावर आधारित प्रतिमा स्मरणात असते. त्यात आपल्या मेंदूच्या सवयी, पूर्वग्रह आणि पूर्वसंकल्पना यांचा मिलाफ असतो. आपल्याला जे दिसते किंवा नव्याने अनुभवास येते, त्यापेक्षा आपल्याला जे आधीपासून वाटते, पटते ते सहजी लक्षात राहते. याउलट आपल्याला न आवडणाऱ्या, न पटणाऱ्या गोष्टी स्मरणात ठेवणे जड जाते. मराठीत म्हण आहे– 'मनी वसे ते स्वप्नी दिसे' तर खरेच मनी वसलेले अनुभव नव्या अनुभवानंतर प्रतिबिंबित होतात. तसेच ज्या गोष्टी आपल्याला महत्त्वाच्या व सोयीच्या वाटतात, त्या स्मरणात सहजी राहतात व दीर्घ स्मरणशक्तीत रूपांतरित होतात. थोडक्यात, स्मरणशक्ती प्रयत्नपूर्वक (Actively) रचली जाते. ती आपोआप (passively) घडणारी गोष्ट नाही.

प्रत्यक्ष साक्षीदार (Eye Witness Testimoney)

कोर्ट दरबारी 'चक्षुर्वैसत्यम्' या गोष्टीला फार महत्त्व दिले जाते. एखादी घटना किंवा अपराध घडताना ज्या व्यक्तीने 'याचि देही याचि डोळा' पाहिला असेल त्याची साक्ष खरी मानण्याचा कोर्टाचा कल असतो; पण संशोधनांती असे दिसते की, साक्षीदाराला जर वकिलाने वेडेवाकडे-गोंधळून टाकणारे प्रश्न विचारले तर आपण काय, केव्हा व कोठे पाहिले याबद्दल साक्षीदाराच्या मनात संभ्रम निर्माण होतो. कारण पाहिलेल्या सगळ्या घटनांची नोंद तपशिलासह मेंदूमध्ये जशीच्या तशी झालेली नसते. त्यामुळे त्या साक्षीदाराची विश्वसनीयता शंकास्पद होते.

लहान मुले जर साक्षीदार असतील तर हे आणखीनच प्रकर्षाने जाणवते. अमेरिकेत अशा घटनांचा आढावा घेतला तेव्हा एका वर्षात ४५०० लोकांना न केलेल्या अपराधांची शिक्षा अशा गोंधळलेल्या साक्षींमुळे झाल्याचे आढळते. शंभर अपराधी सुटले तरी चालतीत; पण एका निरपराध माणसाला शिक्षा होऊ नये, या कायद्याच्या तत्त्वाला अशा गोष्टींमुळे काळिमा फासला जातो.

असामान्य बुद्धिमत्तेचे वरदान (Gifted & Talented Genius)

काही माणसांची बुद्धिमत्ता उपजतच पराकोटीची प्रगल्भ असते. याला दैवी देणगी म्हणा अथवा निसर्गाचे वरदान म्हणा; ती उपजतच प्रगल्भ असते. अशा लोकांना बुद्धिवर्धनासाठी प्रयत्न किंवा इतर बुद्धिवर्धनाच्या तांत्रिक पद्धतींचा अवलंब करावा लागत नाही. अशी ही बुद्धीची देणगी ही सर्वंकष असेल किंवा बुद्धीच्या एका पैलूपुरतीच मर्यादित असू शकेल. भारतातील शकुंतलादेवी नावाच्या महिलेची किंवा श्रीनिवासन् रामानुजन् या अवलियाची गणिती विद्वत्ता अशा देणगीच्या स्वरूपात त्यांना प्राप्त होती. अनेक आकडी मोठ्या संख्यांचे गुणाकार, भागाकार, वर्ग, घन किंवा वर्गमूळ, घनमूळ क्षणाचाही विचार न करता ते सांगू शकत. इतरांना त्यांचे उत्तर संगणकावर तपासून पाहण्यास अधिक वेळ लागे. मोझार्ट हा संगीतकार इतरांनी खूप मेहनतीने रचलेले संगीत फक्त एकदा ऐकून जसेच्या तसे किंवा वेळी त्यात सुधारणा करून बिनचूक वाजवून दाखवत असे. तेव्हा त्याचे वय केवळ १४ वर्षांचे होते. अशा बुद्धीची प्रगल्भता काही सामान्य बालकांमध्ये आढळते. तशीच ती ऑटिस्टक (मेंदूच्या विकारामुळे अपंग) मुलांपैकी दोन टक्के मुलांमध्येसुद्धा अशा प्रकारची एखाद्या अंगाची अफलातून प्रगल्भता दिसून येते. या प्रकारच्या मुलांना 'Idiot Savants' असे म्हणतात.

प्रयत्नपूर्वक बौद्धिक विकास (Nurture)

सामान्य बुद्धिमत्तेची काही माणसे प्रयत्न करून, बुद्धिमत्ता कृत्रिमरीत्या सुधारू शकतात किंवा वाढवू शकतात. अशा प्रयत्नांनी अर्थातच एखाद्या प्रकारात, घटना गोष्टी लक्षात ठेवण्यात यश मिळू शकते. उपजत सर्वंकष किंवा एखाद्या प्रकारच्या अमामान्य बुद्धीचे वरदान याची ते बरोबरी करू शकत नाहीत. अशा कमावलेल्या बुद्धिविकासाची अनेक तंत्रे आहेत. त्यात आकडे, पेग (खुटी) अशा भिन्न तंत्रांचा समावेश असतो. या तंत्राविषयी खुलासा यापूर्वीच्या भागात आलेलाच आहे.

डयूकस विद्यापीठाने अमेरिकेत अशा बुद्धीचे वरदान लाभलेल्या मुलांची

चाचपणी करून त्यांच्या गुणांना प्रोत्साहन देण्याचे कौतुकास्पद काम गेली कित्येक वर्षे सुरू ठेवले आहे. असे प्रतिभासंपन्न विद्यार्थी हेरून त्यांच्यातील गुणांचे संगोपन केल्याने त्यांच्या राष्ट्रास ओजस्विता प्राप्त होते.

स्मरणशक्ती आयुष्याची जोडीदार

स्मरणशक्ती ही जन्मानंतरच्या पहिल्या श्वासापासून ते आपल्या अंतिम श्वासापर्यंत साथ देणारी सखी आहे आणि ही साथ न मागता अविरत मिळत राहते. मेंदूचे आजार व इजा वगळता बुद्धीचे हे वरदान आपल्याला उपजत (Nature) जनुकांच्या माध्यमातून मिळालेले असते. त्यात किती व कशी वृद्धी करायची, हा भाग तुमच्या प्रयत्नांवर अवलंबून असतो. नवजात अर्भकाच्या स्मृतिपटलावर सर्वप्रथम या बाह्य जगात प्रवास करण्याचा बाका प्रसंग कोरला जातो. त्यानंतर आईचा स्पर्श व गंध याचा परिचय होतो. नंतर आईच्या स्तनाग्राचा गालावर होणारा स्पर्श त्याला अन्नाची दिशा दाखवतो. प्रासंगिक (Episodic) स्मरणाची नोंद मात्र वयाच्या ३-४ वर्षांपर्यंत फारशी होत नाही. या काळात मेंदूला अजून पक्वता येत असते. त्यानंतर अनुभव, उजळणी, परत अनुभव यांतून दीर्घकालीन स्मरणशक्तीची स्थापना केली जाते. टीनएजर्सना त्यांच्या शारीरिक व बौद्धिक क्षमतांची जाणीव होऊ लागते. तसेच त्यांना स्वतःच्या मर्यादाही कळू लागतात. या सुमारास त्यांना आवडीनिवडी, कलाकौशल्ये यांमध्ये रस निर्माण होतो व ते आपल्या आवडीचे विषय ठरवू लागतात. तरुणपणी ते आपल्या भावी करिअरविषयी विचार व प्रयत्न सुरू करतात. नंतर सेवानिवृत्तीच्या काळातही शिक्षण व नवी कौशल्ये आत्मसात करणे चालूच असते. नंतरच्या आरामाच्या आयुष्यात त्या वयाला साजेसे छंद जोपासले जातात. यात प्रवास, संगीत, नाट्य, टी.व्ही., आध्यात्मिक यात्रा यांच्या अभ्यासावर लक्ष केंद्रित केले जाते. या निवृत्तीच्या काळात स्मरणशक्ती ठप्प होत नसली (सेवानिवृत्त होत नसली) तरी तिची लय संथ झालेली असणं, हे निसर्गनियमानुसारच आहे. मात्र जबर मारामुळे व आजारामुळे मेंदूच्या स्मरणशक्तीचा ऱ्हास लवकर व जास्त प्रमाणात होतो.

स्मरणशक्तीस पोषक तत्त्वे (Enhancing Memory)

विद्यार्थ्यांनी निवांत जागी प्रसन्न वातावरणात बसून अभ्यास केला तर लक्ष विचलित न झाल्यामुळे अभ्यासावरच केंद्रित झाल्याने वाचलेले स्मरणात राहण्यास मदत होते. मोठ्याने वाचल्याने वाचण्याच्या क्रियेतून वाचलेल्या मजकुराचे श्रवण

झाल्याने व डोळ्यांनी वाचताना पाहिल्याने तीन ज्ञानेंद्रियांमार्फत तो मजकूर मेंदूच्या भिन्न भिन्न केंद्रांत नोंदविला जातो. याचा उपयोग अधिक प्रभावी स्मरण प्रक्रियेची नोंदणी करण्यात होतो. तसेच दृक्‌श्राव्य माध्यमे, संगणक या माध्यमांचा उपयोग केल्यानेही असा दुहेरी फायदा मिळतो. अभ्यासानंतर झोप काढली तर झोपेत अभ्यासाची उजळणी होते. त्यामुळे मिळालेली माहिती मेंदूत घट्ट रुजते. याउलट शारीरिक व मानसिक अस्वास्थ्यामुळे स्मरणशक्तीवर विपरीत परिणाम होतो.

विषय नीट समजला तर व आवडीचा असेल तर स्मरणात चांगला रुजतो. रुजलेल्या मजकुराची उजळणी जेवढी वरचेवर होईल, तितका तो दीर्घ स्मरणात राहतो. स्मरणशक्ती चांगली राहावी म्हणून एक पद्धत वापरली जाते. त्याला 'PQRST' पद्धत म्हणतात. यात

P	Preview	पूर्व विचार
Q	Question	संभाव्य प्रश्न
R	Read	वाचन
S	Self Recitation	मनन
T	Test	चाचणी

असा अभ्यास केला तर तो संस्मरणीय ठरतो. परीक्षा असो, अथवा भाषणाची तयारी, मुद्दे काढणे व ते लक्षात राहण्यासाठी नेमॉनिक्स पद्धतीचे एखादे वाक्य तयार करून लक्षात ठेवणे, तसेच पेग सिस्टम किंवा काव्यपंक्तीच्या स्वरूपातही तेच साध्य करता येते.

आहाराचे महत्त्व

भात-भाकरीतील कर्बोदके, फळे व भाज्यांतील जीवनसत्त्वे, उच्च प्रतीची प्रथिने, मासे, अंडी, दूध ओमेगा-३ फॅटी ॲसिड्स, राइस ब्रॅन ऑइल किंवा ऑलिव्ह ऑइल यांतून योग्य ते स्निग्ध पदार्थ असा चौरस आहार स्मरणशक्तीस पोषक असतो. तंबाखू कोणत्याही स्वरूपात, मद्य, नशिले पदार्थ जास्त प्रमाणात कॅफिन या सर्व गोष्टी स्मरणशक्तीस मारक आहेत.

एका वेळी जास्त खाणे, तसेच खूप वेळ उपाशी राहणे- दोन्हीही टाळावे. जास्त खाण्याने पचन संस्थेस जास्त रक्तपुरवठा होतो. त्यामुळे मेंदूला तुलनात्मक दृष्ट्या कमी पडतो. त्यामुळे ग्लानी किंवा झोप येते. अभ्यासावर लक्ष केंद्रित होत नाही. खूप वेळ उपाशी राहिल्याने मेंदूला अत्यंत आवश्यक असा ग्लुकोजचा

पुरवठा कमी होतो. त्यामुळे मेंदूची कार्यक्षमता खालावते. थोडक्यात, वरचेवर पण थोडे थोडे खाणे हिताचे. (दिवसातून ३-४ वेळा) सेल्वीया ऑइलमुळे रक्तातील कोलिन इस्टरेज या विकराचा परिणाम कमी होतो. त्यामुळे ॲसेटाइल कोलिनची पातळी कमी होत नाही. याचा फायदा स्मरणशक्ती वाढण्यास होतो. तसेच अंडी व कोबी यात ॲसेटाइल कोलिन जास्त असते. त्याचा स्मरणासाठी उपयोग होतो.

हिरव्या पालेभाज्यांमध्ये बी-१ व इतर बी जीवनसत्त्वे मुबलक असतात. त्याचाही स्मरणशक्तीसाठी उपयोग होतो. मासे, चिकन, ओटमील आणि उसळीचे पदार्थ हे स्मरणास तारक आहेत. जर चौरस आहार मिळण्यात अडचणी असतील तर मात्र व्हिटॅमिन-मिनरलच्या गोळ्या घेणे ठीक. कॅफिनमुळे जागरुकता वाढते; पण कॅफिन स्मरणशक्ती वाढविण्यात सक्षम नाही. त्याउलट जास्त प्रमाणात कॅफिनच्या सेवनाने मेंदूच्या कार्यावर अनिष्ट परिणाम होतो.

मेंदूची निगा

मेंदूची निगा राखणे हे प्रत्येकाचे आद्य कर्तव्य आहे. त्यासाठी उत्तम शारीरिक व्यायाम, मानसिक व्यायाम आणि पुरेशी शांत झोप या तिन्ही गोष्टी अत्यावश्यक आहेत. ताणतणाव सौम्य प्रमाणात असतील तर आपल्याला जबाबदारीची जाणीव होते, कामाच्या निकडीची कल्पना येते व लक्ष कामावर केंद्रित होण्यास साहाय्यभूत ठरते. यांचा सकारात्मक उपयोग होतो. तसेच चांगल्या कामाचे कौतुक व चुकीला शिक्षा (Reward & Punishment) यांचाही मेंदूच्या कार्यावर इष्ट परिणाम होतो. कामातून सेवानिवृत्ती घेतली तर छंद, खेळ, शरीराला व बुद्धीला चालना देणारे व्यायाम, प्रवास, सामाजिक कार्य यात मन गुंतवल्याने विचारशक्ती, बुद्धी किंवा स्मरणशक्ती टिकविण्यास नक्कीच मदत होते.

स्मरण– एक मौल्यवान देणगी

स्मरणशक्ती ही एक निसर्गदत्त मौलिक देणगी आहे. वनस्पती, प्राणी यांना माफक प्रमाणात, तर मनुष्यास मुक्तहस्ते निसर्गाने ही देणगी प्रदान केलेली आहे. भूतकाळात शिकलेल्या प्रसंगांची मेंदूत नोंद करणे व गरजेनुसार त्याची आठवण व उपयोग करणे, यालाच आपण 'स्मरणशक्ती' म्हणतो. आपल्या पाच ज्ञानेंद्रियांमार्फत आपल्याला सतत शरीरांतर्गत व बाह्य वातावरणातील घटनांचे ज्ञान होत असते. या ज्ञानाची आधी तात्पुरती व नंतर मनन-चिंतन उजळणी यांद्वारा दीर्घ स्वरूपात मेंदूतील वेगवेगळ्या केंद्रांत साठवण करणे व गरजेच्या वेळी त्याची आठवण व

उपयोग करण्यात मेंदूचा हातखंडा आहे. मेंदूत स्मरणशक्तीचे असे एक केंद्र दाखविता येत नाही. कारण तो मेंदूतील अनेक केंद्रांच्या एकत्रित कार्याचा परिपाक असतो. या सर्व भिन्न केंद्रांमध्ये कमालीची तत्पर संघटना असते. नवीन अनुभव किंवा शिक्षण घेताना आधीच्या स्मरणात साठवलेल्या संपूर्ण माहितीचा आढावा घेऊन नवीन माहितीची संरचना केली जाते व नव्याने निर्माण केलेली माहिती पुढील प्रसंगी उपयोगात आणण्यासाठी स्मरणात नोंदविली जाते. थोडक्यात सांगायचे, तर स्मरण म्हणजे फक्त मागील नोंदीची आठवण नसून, आजच्या प्रसंगाच्या अनुषंगाने त्या जुन्या माहितीचा सुधारित आढावा व उपयोग आहे. पूर्वीच्या प्रसंगांचे स्मरण काही वेळा सहज होते, तर काही वेळा त्यासाठी प्रयास करावे लागतात. स्मरणशक्तीला मर्यादा नाही; पण आपण आपल्या या अमूल्य खजिन्यातल्या माहितीचा फारच थोडा भाग उपयोगात आणतो. हे स्मरणशक्तीचे जनुकीय वरदान (Nature) तर आहेच, पण प्रयत्नांती काही तंत्र-मंत्रांचा उपयोग करून आपण आपल्याला लाभलेल्या नैसर्गिक स्मरणशक्तीची वृद्धीही करू शकतो.

स्मरणशक्ती आणि 'मी'

आयुष्यातील सकारात्मक, नकारात्मक अनुभवांचे आकलन, भावभावनांची अनुभूती या सर्वांचा आपल्या व्यक्तिमत्त्वावर परिणाम होत असतो. यातून आपल्यातल्या 'मी'ची जडणघडण होत असते. अगदी दूधपित्या बाळालाही आयुष्याच्या सुरुवातीला मीपणाची जाणीव होण्यास सुरुवात होते. मी, माझे हे त्यालाही शिकवावे लागत नाही. प्रत्येक मनुष्याची स्मरणशक्ती ही त्याच्या वैयक्तिक शिक्षणाची, अनुभवाची खासगी शिदोरी, मालमत्ता असते. त्याचे स्वतःचे असे विशाल ग्रंथालय, विद्यालय असते. त्यात स्वचरित्राची नोंद आणि त्याबद्दलच्या स्वतःच्याच कल्पना असतात. आयुष्याच्या पहिल्या ३-४ वर्षांची नोंद पक्की नसते. त्यानंतरच्या बालपणीच्या आठवणीसुद्धा ठळक व प्रिय असतात.

स्मरणशक्ती आणि हुशारी

स्मरणशक्ती आणि हुशारी नेहमीच हातात हात घालून चालतात असे नाही. काही लोकांची स्मरणशक्ती उत्तम असते; पण ते व्यवहारात हुशार नसतात, तर काही लोक 'बुद्धिमान' किंवा 'हुशार' या सदरात मोडत असले तरी त्यांची स्मरणशक्ती त्यांना नेहमी साथ देतेच असे नाही. हुशारी (Intelligence) ही शारीरिक कार्य, गणिती क्षमता, भाषा, संगीत किंवा सामाजिक कार्य अशा एका

किंवा अनेक कौशल्यांसाठी असू शकते. दृष्टी, श्रवण, गंध, चव व स्पर्श अशा भिन्न ज्ञानेंद्रियांचा किंवा एकत्रित कार्याचा स्मरणशक्तीसाठी उपयोग होतो.

घोकंपट्टी, दृक्श्राव्य माध्यमांचा वापर, संगणक यांचा केवळ वापर करून विद्यार्थ्यांना स्वतःच्या प्रयत्नांने, विचाराने, संशोधनात्मक पद्धतीने काम करावयास सांगितले, तर त्यांना विषयाचे आकलन उत्तम होते व त्या गोष्टी जास्त चांगल्या प्रकारे दीर्घ स्मरणात नोंदवल्या जातात.

तो-ती आणि स्मरणशक्ती

कुठल्याही दोन व्यक्तींची स्मरणशक्ती सारखी नसते. प्रत्येकाच्या स्मरणशक्तीत नैसर्गिक जनुकीय देणगी व स्मरणशक्ती वाढविण्याचे प्रयत्न या दोहोंचा संगम झालेला असतो. मात्र तो आणि ती यांच्यातील लिंगभेदामुळे स्वाभाविकपणे रक्तातील होर्मोन्सच्या पातळीतील बदल, सामाजिक, कौटुंबिक जबाबदाऱ्यांतील भिन्नता, सामाजिक संस्कार या कारणांनी स्मरणशक्ती किंवा हुशारीत फरक पडतो तो वेगळाच. माणसाच्या उजव्या आणि डाव्या मेंदूमध्ये काही साधर्म्य, तर काही भिन्नताही असते. डावा मेंदू बारकावे हेरतो. स्त्रिया डाव्या मेंदूचा हा पैलू जास्त परिणामकारकरीत्या वापरतात. त्यामुळे त्यांचे निरीक्षण जास्त प्रभावी असते. दोन सारख्या दिसणाऱ्या वस्तू किंवा देखावे यांतील किरकोळ फरक ओळखण्याची कोडी सोडवण्यात त्यांचा हातखंडा असतो. त्याच कारणाने वनस्पतींमधील भिन्नताही त्यांच्या चट्कन लक्षात येते. माणसांचे चेहरे वाचण्यातही त्या जास्त वाकबगार असतात. पुरुष उजव्या मेंदूचा जास्त उपयोग करतात. त्यांना या गोष्टी कमी समजतात; पण त्यांना मित्यांचे (Space & Dimension) जास्त चांगले ज्ञान होते. त्यामुळे ते नकाशे वाचणे किंवा पत्ते शोधणे, यांत जास्त सरस असतात. टेस्टॉस्टेरॉन हा पुरुषी हार्मोन डाव्या मेंदूला परिणामकारकरीत्या दाबतो. त्यामुळे त्यांच्या उजव्या मेंदूचे कार्य डाव्या मेंदूपेक्षा अधिक परिणामकारक असते. स्त्रियांमधील इस्ट्रोजेन होर्मोन मात्र डाव्या मेंदूला प्रोत्साहित करतो.

दोघेही जेव्हा दक्ष (Attentive) असतात, तेव्हा स्मरण चांगले राहते व जेव्हा प्रसंगाकडे दुर्लक्ष होते, तेव्हा तो प्रसंग स्मरणात नीट रुजत नाही.

स्मरणशक्तीची सीमा

स्मरणशक्तीला खरे तर ना सीमा ना अंत, अशी परिस्थिती असते. तरीही आपण काही वेळा म्हणतो, 'बस्स, माझं डोकं आता काम करत नाही.' अशा वेळी

आपल्याला काही ऐकण्याची, पाहण्याची किंवा शिकण्याची इच्छा नसते इतकेच. स्मरणशक्तीत जागा शिल्लक नाही असा त्याचा अर्थ बिलकूल नसतो. मेंदूतील न्यूरॉन्सची संख्या (1 Billian) ही मर्यादित आहे, पण प्रत्येक न्यूरॉन्सच्या अनेक सायनॅप्टिक जोडण्यांना (प्रत्येक न्यूरॉनला हजारो) सीमा नाही. स्मरणशक्ती ही प्रामुख्याने या सायनॅप्टिक जोडण्यांमुळे निर्माण होते. न्यूरॉनमध्ये होणाऱ्या अशा हजारो जोडण्यांतून आलेले, नोंदलेले अनुभव हे स्मरणशक्तीस कारणीभूत असतात. प्रत्येक वेळा जेव्हा स्मरणातून एखादा प्रसंग किंवा अनुभव जागा केला जातो, आठवला जातो, तेव्हा त्यात काही प्रसंगोचित बदल केला जातो व बदललेली नवीन गोष्ट स्मरणात नोंदवली जाते. थोडक्यात सांगायचे, तर जुन्या स्मृतीचे नूतनीकरण करून नवी माहिती स्मरणात ठेवली जाते. अशा प्रकारे जुन्या अनुभवांचे असंख्य नव्या अनुभवांत रूपांतर होते. आपली स्मरणशक्ती कितीही तीक्ष्ण आहे असे वाटले तरी प्रसंग अगदी जसाच्या तसा हुबेहूब लक्षात राहणे, केवळ अशक्यच असते.

विसरू यात...

आपण जेव्हा एखादा अप्रिय प्रसंग विसरायचा विचार डोक्यात आणतो, तेव्हा आपली अप्रिय विषयापासून सुटका करून घेण्याची इच्छा असते. इंग्रजीत याला 'स्लिप ओव्हर ॲन इव्हेंट' असे म्हणतात. पण खरे सांगायचे तर, झोप आणि स्मरणशक्ती यांचे खूप सख्य आहे. कुठलाही अभ्यास केला व त्यानंतर झोप काढली तर उलट ती गोष्ट झोपेत उजळणी करून चांगली दीर्घ स्मरणात राहण्यास मदत होते. याचसाठी सर्व विद्यार्थ्यांनी अभ्यासानंतर छान झोप घेणे, फारच अगत्याचे आहे, परीक्षेतसुद्धा. तसेच या काळात शारीरिक व्यायाम केल्याने मेंदूचा रक्तपुरवठा वाढल्याने शिकलेल्या गोष्टी स्मरणात ठेवणे सोपे जाते.

सहकार्य आणि संयमन (Partnership & Censorship)

आपण पाहिलं की, सुप्त मन हे खूप चपळ आहे, सतर्क आहे, त्यात माहितीचा प्रचंड खजिना साठवलेला आहे, तर आपल्याला जागृत मनाची काय आवश्यकता आहे? दोन्हीपैकी एकावरच भागेल का? मग सुप्त मनाची गरज काय? खरं सांगायचं तर ही दोन्ही मने एकमेकांना पूरक कार्य व एकमेकांचे संयमन करीत असतात. माणसाला जसा दोन पायांचा उपयोग होतो, तसाच.

सुप्त मनात ज्ञानाचा व अनुभवांचा अमर्याद खजिना असला तरी जागृत मन

त्यामध्ये एडिटिंग करून, चाळण्या लावून ते ज्ञान प्रदर्शनीय व समाजात मान्य होईल अशा पद्धतीने बाहेर आणते. थोडक्यात, मुळातल्या सुंदर व्यक्तिमत्त्वाला शृंगार करून अधिक रूपसंपन्न बनविते. एखादी व्यक्ती जेव्हा मद्याच्या किंवा मादक द्रव्याच्या नशेत असते, तेव्हा हा जागृत मनाचा संयमनाचा ताबा सुप्त मनावर राहत नाही. अशा वेळी ती व्यक्ती सर्व सामाजिक, व्यावहारिक बंधनांना झुगारून देते व खरे बोलण्याचे धाडस करते आणि बिंग फुटल्यामुळे अडचणीतही येते. याउलट जागृत मनाला योग्य तो निर्णय घेता यावा म्हणून सुप्त मनातील माहितीचा व क्षमतांचा खूप उपयोग होतो, मंत्र्याला सचिवांचा होतो तसा. थोडक्यात, जागृत मन आणि सुप्त मन हे परस्परांना पूरक कार्य करतात. दोघेही एकमेकांच्या वागण्यावर अंकुशही ठेवतात.

माझा उजवा डोळा मला जास्त प्रिय आहे; डाव्या डोळ्याला महत्त्व कमी, असे म्हणता येत नाही, तसाच हा प्रकार. खरे सांगायचे तर, उजवा-डावा, सुप्त मन-जागृत मन या दोन्ही एकाच नाण्याच्या दोन सारख्याच महत्त्वाच्या बाजू असतात. त्या माणसानेच कृत्रिमरीत्या निर्माण केलेल्या आहेत. निसर्गात उजवा-डावा, उच्च-नीच असा कसलाच भेदभाव नाही. असणेही ठीक नाही.

जाहिरातींचा महिमा (Advertising Effects)

सत्य, द्वापार, त्रेता, कलियुग अशी नावे युगांना दिलेली आपण ऐकत आलो. सध्याचे युग कलियुग आहे असे म्हणतात. पण खरे म्हणजे सध्याचे युग हे 'जाहिरातीचे युग' आहे, हे नाकारता येणार नाही. 'बोलणाऱ्याचे (जाहिरात करणाऱ्याचे) खडेही विकले जातात; पण न बोलणाऱ्याचे धान्यही विकले जात नाही', असे म्हणतात. यात अतिशयोक्ती असेल; पण ते तसे म्हणणे सत्यापासून फार दूर नाही.

जाहिरातींचे जनमानसावर किंवा व्यक्तीच्या मनावर जे परिणाम होतात, त्याचे विश्लेषण केले तर खूप आश्चर्य वाटणाऱ्या गोष्टी लक्षात येतात. जाहिरात कशी करावी याचे खूप प्रगत तंत्रज्ञान आजमितीस उपलब्ध आहे. जाहिराती तयार करण्यात किती कल्पकता वापरली जाते. त्यासाठी माणसाच्या मनाचा अभ्यास बारकाईने करावा लागतो, हे पाहण्यासारखे नक्कीच आहे. यात जाहिरात करणारा आपल्या सुपीक मेंदूतील कल्पना वापरून तुमचे लक्ष प्रथम आकर्षित करून घेतो. ज्या वस्तूची जाहिरात करावयाची, त्याबद्दल तुमच्या मनात सकारात्मक पूर्वग्रह तयार करतो आणि त्याद्वारा ती वस्तू विकत घेण्यासाठी तुम्हाला प्रवृत्त करतो. थोडक्यात सांगायचे, तर जाहिरात करणाऱ्याच्या कथित विचारांप्रमाणे आपण

आपले विचार करू लागतो व आपण ती वस्तू घेण्यास उद्युक्त होतो. जाहिरात करणारे आपल्या जागेवर बसून तुमच्या मनावर अंशतः आधिपत्य गाजवतात. तुम्हाला मेस्मेराइझ करतात. मेस्मेरिझम हा एक मॉब संमोहनाचा प्रकार म्हणता येईल. जाहिरातदार, तसेच उत्तम वक्ते असलेले पुढारी किंवा धर्ममार्तंडही याच समूहसंमोहनाच्या तंत्राने आपले साम्राज्य प्रस्थापित करतात. ज्यांना ही विद्या अवगत होते, ते पुढारी होतात व त्यांच्यावर हे समूहसंमोहन होते ते आपण बहुसंख्य लोक अनुयायी (मेंढरे) बनतो, तेही स्वखुषीने. आहे की नाही करिष्मा जाहिरातींचा!

'समस्या - समाधान' (Solving Problems)

शास्त्रज्ञ जेव्हा गहन विषयावर विचार करीत असतात किंवा एखादा कलाकार कलाकृतीची नवनिर्मिती करीत असतो, तेव्हा काही प्रसंगी एक मेंटल ब्लॉक निर्माण होतो. जागृत मन ही अडचण घालवून समस्येच्या समाधानासाठी खूप प्रयास सतत करीत असते; पण ते निष्फळ होतात. नंतर नाद सोडून देऊन दुसऱ्या कार्यात मन गुंतवले किंवा झोप काढली, तर अचानक वीज चमकावी तसे अडचणीचे निराकरण आपल्या सुप्त मनाकडून केले जाते. अचानक कल्पना सुचते, शोध लागतो किंवा शंका-समाधान होते व सुटकेचा निःश्वास टाकता येतो. या प्रक्रियेला 'अनकॉन्शस प्रॉब्लेम सॉल्व्हिंग' म्हणतात आणि मग बेभान होऊन बाथटबमधून 'युरेका! युरेका!' म्हणत आर्किमेडिजप्रमाणे माणूस बाहेर येतो. त्यावर जागृत मन मग खुषीने मान्यतेचे शिक्कामोर्तब करते.

माझे 'मी' पण (Personnel Identity)

लहान बाळाचे बारसे होते. त्यानंतर त्याला आपण सर्व जण त्या विशिष्ट नावाने संबोधू लागतो. वरचेवर तेच नाव ऐकून ते बालक आपल्या स्वतःची ओळख करून घेते. 'मी' म्हणजे अमुक हे त्याच्या मनावर बिंबण्यास येथूनच सुरुवात होते. हीच त्याची ओळख नंतर आयुष्यभर सोबत करते. त्यानंतर 'माझे' ची सुरुवात होते. माझी आई, माझे बाबा, माझी भावंडे, माझे कपडे, माझ्या वस्तू, माझे घर, गाव, देश व सर्व काही. मी आणि माझे नंतर त्यासाठी हवा तेवढा संघर्ष करून मी व माझे यांचे स्वरूप व्यापक होत जाते. 'माझे'चा हव्यास कमी होण्याचे नावच घेत नाही. जगातील सर्व संघर्षाचे मूळ बनते ते 'मी' व 'माझे' यामुळे.

स्मरणशक्ती वाढविण्याचा प्रयोग– मेंदूस मार, मेंदूच्या आजाराने, स्ट्रोकने

किंवा अन्य कारणाने जर एखाद्या व्यक्तींची स्मरणशक्ती कमी झाली असेल तर Trans Cranial Magnetic Stimulation (TMS) म्हणजेच कवटीच्या बाहेरून चुंबकीय ऊर्जेने मेंदूचे उद्दीपन केले तर त्या व्यक्तीची स्मरणशक्ती अशा उद्दीपनाच्या क्षणापासून चोवीस तास अधिक कार्यक्षम होत असल्याचे प्रयोगांनी निदर्शनास आले आहे. अशा प्रकारचे प्रयोग मेंदूचा स्ट्रोक (पॅरालिसिस), अल्झायमर्स व स्मरणशक्ती कमी करणारे आजार झालेल्या रुग्णांवर केले, तेव्हा त्यांच्या स्मरणशक्तीत लक्षणीय सुधारणा झाल्याचे आढळते.

मेंदूत स्मरणशक्तीचे एक विशिष्ट केंद्र नसून, तो मेंदूतील अनेक केंद्रांच्या सुसंगत कार्याचा एकत्रित परिणाम असतो. यात हिप्पोकॅम्पस, ॲमिडेला यांचा भाग महत्त्वाचा आहे. या सगळ्या चमूला वाद्यवृंद म्हटले तर हिप्पोकॅम्पस या वाद्यवृंदाचा कंडक्टर आहे. नॉर्थ वेस्टर्न मेडिसिनच्या एका अभ्यास गटाने प्रयोगांती शोधले की बाह्य चुंबकीय उद्दीपनाने या सर्व सुसंगत प्रयत्नांना प्रोत्साहन मिळते आणि त्यामुळे कमी झालेली स्मरणशक्ती (विस्कळीत झालेला) काही काळ (२४ तास) सुधारते. मात्र अशा बाह्य चुंबकीय उद्दीपनाने नॉर्मल माणसाच्या स्मरणशक्तीत वाढ होत नाही. कारण ती आधीच पूर्ण क्षमतेने काम करीत असते.

व्हॉस (Voss) हा शास्त्रज्ञ या विषयावर बरेच संशोधन करतो. त्यांच्या मते, रुग्णांवर नियमित उपचार पद्धती म्हणून TMS चा उपयोग करण्यापूर्वी या विषयावर अजून बरेच संशोधन होणे गरजेचे आहे.

दुभंगलेले व्यक्तिमत्त्व (Identity Disorders)

आपण स्प्लिट पर्सनॅलिटी किंवा मल्टिपल पर्सनॅलिटी डिसऑर्डरबद्दल वाचतो किंवा अशा समस्यांवर आधारित चित्रपट पाहतो. हे काय गौडबंगाल आहे याची सर्वांनाच उत्सुकता असते.

ज्या व्यक्ती अशा दुभंगलेल्या व्यक्तिमत्त्वाच्या शिकार बनलेल्या असतात, त्यांच्यात टोकाची भिन्नता दिसते. एक व्यक्तित्व शांत, सोज्ज्वळ, पापभीरू असते, तर दुसरे कमालीचे क्रूर व गुन्हेगारी वृत्तीचे आढळते. यातील दुसऱ्या व्यक्तिमत्त्वाचा पगडा जेव्हा मनावर असतो, तेव्हा या व्यक्ती कुठल्याही प्रकारचे गंभीर गुन्हे करतात व नंतर जेव्हा पहिल्या व्यक्तिमत्त्वाच्या आधिपत्याखाली येतात, तेव्हा त्यांना स्वतः काही क्षणापूर्वी केलेल्या गुन्ह्याचा गंधही खरोखरीच नसतो. अशा प्रकरणांचे कोर्टात खटले चालतात तेव्हा मानसोपचारतज्ज्ञ डॉक्टरांनी दुभंगलेल्या व्यक्तिमत्त्वाचा हा आजार आहे असे छातीठोकपणे सांगितले, तर त्या व्यक्तीस अपराधाची शिक्षा होत नाही. मात्र अपराध करणारी व्यक्ती जर चलाख

व लबाड असेल तर त्यांनी दुभंगलेल्या व्यक्तिमत्त्वाच्या माहितीवर तसेच नाटक केले आहे, हे निष्णात मानसोपचारतज्ज्ञ त्या व्यक्तीच्या मनाचा सखोल अभ्यास करून त्याचे ढोंग उघडे पाडू शकतो.

दुभंगलेल्या व्यक्तिमत्त्वाचा सखोल अभ्यास करून शास्त्रज्ञांनी असा निष्कर्ष काढलेला आहे की, ज्या व्यक्तींच्या संस्कारक्षम कोवळ्या वयात त्यांच्यावर खूप अत्याचार, विशेषतः लैंगिक अत्याचार झाले आहेत, आई-वडील किवा इतरांकडून अनन्वित छळ झाला आहे, अशा व्यक्ती मोठेपणी दुभंगलेल्या व्यक्तिमत्त्वाची शिकार बनतात. या छळाची धास्ती त्या बळीच्या मनाची शकले करते. ही मनाची शकले मेंदूच्या भिन्न भागात स्थानापन्न होतात. हे खोलवर रुजलेले दुभंगलेले मन किंवा ही दोन शकले मात्र एकाच मेंदूत वास करतात.

या दुभंगलेल्या व्यक्तिमत्त्वावर संमोहनाचा उपचार काही मानसोपचारतज्ज्ञ सुचवतात, तर काहींचे म्हणणे उलट संमोहनाने सामान्य व्यक्तीचे रूपांतर दुभंगलेल्या व्यक्तिमत्त्वाच्या व्यक्तीत होऊ शकते. केवढा हा विरोधाभास!

स्मरणशक्तीत ढवळाढवळ

प्रत्येक माणसाच्या आयुष्यात सुखद व दुःखद- प्रिय किंवा अप्रिय घटनांची नोंद स्मरणशक्तीत असते. अप्रिय किंवा टोकाच्या दुःखद स्मृती मात्र मनोविकारांना आमंत्रण देतात. M.I.T. (Boston) येथे अप्रिय घटना पुसून तिथे प्रिय घटना रुजवण्याचा प्रयोग चालू आहे. हे शक्य झाले तर जगातील कोट्यवधी मनोरुग्णांना दिलासा मिळणार आहे. पण असे करणे तात्त्विकदृष्ट्या, नैतिकदृष्ट्या योग्य नाही असे काही विचारवंतांना वाटते. प्रत्येक माणसाचे व्यक्तिमत्त्व हे या प्रिय-अप्रिय स्मृतींच्या संगमातून घडत असते. असा बदल करणे हे त्या रुग्णाच्या व्यक्तिमत्त्वावर घाला घालण्यासारखे आहे, असे त्यांना वाटते. नैतिकतेच्या– कायद्याच्या गप्पा सर्व काही ठीक असताना मारणे ठीक आहे; पण ज्या मनोरुग्णांना मनुष्य म्हणून जगण्यातल्या आनंदालाच पारखे व्हावे लागते किंवा त्यांच्या प्रियजनांनाही जो मनस्ताप सहन करावा लागतो, तेव्हा या नैतिकतेच्या कल्पना गळून पडतात.

MIT (Boston) येथील प्रा. सुसुम टोनेगावा या मेंदू शास्त्रज्ञाच्या मते मेंदूत साठवलेल्या स्मृती या केवळ स्मृती असतात, निर्गुण असतात. स्मृतीमध्ये प्रिय, अप्रिय असा भेदभाव नसतो. त्या त्या स्मृतिसमूहांशी निगडित प्रसंग मात्र सुखद किंवा दुःखद भावना निर्माण करतात.

◆

विसरून जा

विस्मरण ही मुद्दाम घडवून आणलेली गोष्ट नसून, ती संपादित केलेली माहिती घेणे, रुजवणे व गरजेप्रमाणे आठवणे (Recall) या शृंखलेतील कोणत्यातरी टप्प्यावरचे अपयश असते. खरे तर मेंदूने जेव्हा एखाद्या महत्त्वाच्या कामावर लक्ष केंद्रित केलेले असते, तेव्हा मेंदूकडे नवीन माहिती आली तर ती मेंदूत बऱ्याच वेळा नोंदवलीच जात नाही, म्हणजे त्याचे स्मृतीत पूर्णपणे रूपांतर व नंतर आठवण याचा प्रश्नच उद्भवत नाही. थोडक्यात, तिकडे दुर्लक्ष केले जाते. मात्र एरवी नवीन माहिती घेतली जाते, त्याचे वर्गीकरण, नोंदणी व गरजेच्या वेळी स्मरण ही प्रक्रिया पूर्ण केली जाते. आपल्याला अप्रिय वाटणाऱ्या गोष्टी परत आठवायला मेंदूला आवडत नाही, हे मात्र खरे. त्या दडपून ठेवण्याचा मेंदूचा प्रयत्न असतो.

माणसाची स्मरणशक्ती अमर्याद आहे, तर मग आपणाला विस्मरण का होते? कुठलीच व्यक्ती आपण कधीच काहीच विसरत नाही, अशी प्रौढी मिरवू शकत नाही. प्रत्येक जणास विस्मरणही होतेच. ते व्यक्तीगणीक कमी-जास्त असू शकते, एवढेच.

स्मरण कशाने व कसकसे कमी होते, याबद्दल जाणकारांमध्ये मतभेद आहेत. एका विचारसरणीच्या लोकांना वाटते, स्मरणातील माहिती आपोआप गंजते-क्षीण होते. दुसरा विचारप्रवाह असा आहे की, नवीन आलेली माहिती स्मरणात साठवताना पहिल्यापैकी काही भाग निसटत जातो. हर्मन इबिंगहॉस या जर्मन संशोधकाने प्रयोगांती असे दाखवले की, कोणीही एखादी मोठी नामावली किवा आकड्यांची मालिका वाचली की अल्पावधीत एक मोठा भाग विसरला जातो. उरलेल्या भागाचा विसर हळूहळू होतो. आपण मिळवलेल्या माहितीची उजळणी मनात किंवा झोपेतसुद्धा केली नाही, तर मिळालेली माहिती दीर्घ स्मरणशक्तीत नोंदली जात नाही. पूर्वी संपादित केलेल्या माहितीने नवीन स्मरणासाठी अडथळा निर्माण होतो. Interference निर्माण होतो. त्याला 'अधोगामी अडथळा' (Retroactive) म्हणतात, तर नवीन माहिती घेताना जो स्मरणासाठी अडथळा निर्माण होतो, त्याला 'पुरोगामी अडथळा'

असे म्हणतात. दोन्ही गोष्टी स्मरणशक्ती कमकुवत करण्यास कारणीभूत ठरतात. एकदा कुठल्याही माहितीचे दीर्घ स्मरणात रूपांतर होते व ती साठवली जाते, तरी काही वेळा ती माहिती स्मरणातून परत आठवताना अडचणी येऊ शकतात. दैनंदिन व्यवहारात एखादी गोष्ट आठवताना, ती अगदी जिभेच्या शेंड्यावर आहे पण बाहेर पडत नाही, असा अनुभव विशेषतः वय वाढायला लागल्यावर येतो. अशा वेळी आपण विचार करतो नेमका कोणता शब्द बरं? चार अक्षरी आहे, अमुक अक्षराने सुरू होतो; पण हा नाही तो नाही, नेमका शब्द का आठवत नाही? नंतर दुसऱ्या कामात व्यस्त असताना किंवा झोपेत, झोपून उठल्यावर मात्र डोक्यात वीज चमकावी तसा तो नेमका शब्द आठवतो किंवा त्याच्या संदर्भात जिभेवर येतो.

बालपणीच्या आठवणी

भूतकाळातील आठवणींमध्ये हरवून जायला सर्वांनाच आवडते. बालपणीच्या आठवणी तर आपल्याला फारच प्रिय असतात. पण शालेय जीवनातल्या आठवणी जशा ताज्या असतात तशा शिशू अवस्थेतील मात्र नसतात. वयाच्या पहिल्या ३-४ वर्षांतल्या आठवणींनी मनात मूळच धरलेले नसते. कारण या वयात अजून मेंदूची वाढ पूर्ण झालेली नसते. मेंदूच्या क्षमता पूर्णत्वास पोहोचलेल्या नसतात. याला अपवाद फक्त टोकाच्या आनंदाच्या किंवा दुःखाच्या आठवणी असू शकतात. या घटनात्मक (Episodic) स्मरणांची नोंद घेण्यात त्या वयातील प्रीफ्रॉंटल कॉर्टेक्स व हिप्पोकॅम्पसची अपरिपक्वता हे कारण असते.

वयाशी निगडित विस्मरण

विस्मरण हेही मेंदूचे एक अविभाज्य अंग असते. वय वाढेल तसे मेंदूची डीजनरेटिव्ह झीज होणं हे इतर अवयवांची झीज होण्याइतकंच स्वाभाविक असतं. त्याची चिंता करू नये. पण, शरीराच्या प्रत्येक अवयवास व्यायामाचा फायदा होतो. व्यायामाने प्रत्येक अवयवाचे वय वाढते, तसेच वयोवृद्धीबरोबर होणारी झीज नक्की कमी वेगाने होते. वयोमानाने विस्मरण वाढते, हे समजून घेणे आवश्यक आहे. विशेषतः आपल्याला व्यक्तींची नावे पट्कन आठवत नाहीत. त्याला 'नाम विस्मरण' (Nominal Aphasia) असे म्हणतात. मात्र तरीही बोलीभाषेचे, काम करण्याचे किंवा कौशल्याचे विस्मरण फार होत नाही.

विस्मरण– वय आणि आजार

संपूर्ण विस्मरण मात्र फारच विरळे असते. मात्र स्मरणशक्तीत नोंद घेणे, त्याचे वर्गीकरण, साठवण व गरजेच्या वेळी आठवण यात काही वेळा तात्पुरता किंवा क्वचित कायमस्वरूपी अभाव आढळतो. अशा विस्मरणास अनेक आजार किवा मोठी झीज कारणीभूत असतात. मेंदूला बसलेला जबर मार, जंतुसंसर्ग (Infections) किंवा मेंदूचा ट्यूमर या कारणांमुळे विस्मरण तरुण किंवा मध्यम वयातही होऊ शकते. जबर मार बसल्याने होणारा विस्मरणाचा त्रास काही तास, दिवस किंवा महिने राहू शकतो; पण बहुधा परत पूर्वपदावर येण्याची शक्यता पुष्कळ असते. याउलट मेंदूची झीज झाल्यामुळे विशेषतः अल्झायमर्स, पार्किन्सोनिझम किंवा स्ट्रोक यामुळे आलेले विस्मरण बहुधा पूर्वपदावर येत नाही. हे विस्मरण भूतकाळातील घटनांबाबत असेल तर त्याला 'अधोगामी विस्मरण' म्हणतात. यात रुग्णाला मागच्या घटनांचे तर विस्मरण होतेच; पण तसेच त्यातल्या काही रुग्णांना आपले नातेवाईक, घर इतकेच काय तर आपण कोण आहोत याचेही संपूर्ण विस्मरण होते. त्यांना त्यांचा भूतकाळही आठवत नाही. तरीही वाहन चालवणे, पोहणे, वाचन करणे अशा कौशल्याच्या गोष्टींचे विस्मरण होत नाही. याचे कारण या कौशल्यांच्या कामासाठी त्या रुग्णाला लहान मेंदू व प्युटामेन नावाचा मेंदूचा भाग व्यवस्थित कार्य करत असतो. असे लोक नवीन कौशल्याची कामे करण्यासही सक्षम असतात.

पुरोगामी विस्मरण

या विस्मरणाच्या प्रकारात, नवीन माहितीचे रूपांतर स्मरणात करण्यास मेंदूला अपयश येते. ही क्रिया मंद गतीने घडते. त्याला अल्झायमर्स, मद्याचे किंवा नशिल्या पदार्थांचे व्यसन, मेंदूला झालेले आजार किंवा जबर मार हे कारणीभूत असतात. जरी अशा कारणांनी मेंदूच्या न्यूरॉन्सची कायमची हानी झाली असली तरी आजूबाजूच्या निरोगी न्यूरॉन्सची सायनॅप्टिक कनेक्शन्स नव्याने जोडून गमावलेल्या क्षमतांपैकी काही क्षमता परत मिळविण्यास अंशतः यश मिळू शकते.

विसरण्याचे आजार

बुद्धीच्या कामावर- स्मरणशक्तीवर निरनिराळ्या कारणांनी विपरीत परिणाम होत असतो. इतर काही आजारांमुळे तात्पुरत्या स्वरूपात बरळणे, चाळे करणे

अशा ज्या घटना घडतात, त्यांना 'बुद्धिभ्रंश' (Delirium) असे म्हणतात. हा प्रकार सर्वसाधारणपणे एनसेफॅलायटिस, मेनिंजायटिस, मेंदूचा मलेरिया किंवा इतर कारणांनी खूप ज्वर असतो तेव्हा होऊ शकतो. तसेच डायबेटिस, यकृत किंवा किडनी फेल्युअरमध्ये ग्लुकोज, किटोन, अमोनिया किंवा युरियाचे रक्तातले प्रमाण वाढते तेव्हाही होऊ शकतो. मूळ आजाराचा किंवा कारणाचा योग्य उपचार केल्याने बुद्धिभ्रंश नाहीसा होतो. रुग्ण पूर्वपदावर येतो. मेंदू ताळ्यावर येतो.

विस्मरण (Dementia)

स्मरणशक्ती वरचेवर कमी-कमी होणे, हिशेब न जमणे, कामावर लक्ष केंद्रित न होणे, वरचेवर मूड बदलणे, आजूबाजूच्या परिस्थितीचे आकलन व भान कमी होणे अशा बुद्धीच्या क्षमतांचा सर्वंकष ऱ्हास होणे याला 'डिमेन्शिया' म्हणतात. हा इतर आजारांमुळे तात्पुरता असेल तर ते आजार बरे झाल्याने आटोक्यात येतो; अन्यथा ही वयोमानाने मेंदूच्या ऱ्हासाने झालेली गोष्ट हळूहळू वाढतच राहते. डिमेन्शियामध्ये विचार करण्याची आणि (Reasoning) तर्क करण्याची क्षमता कमी होते.

अल्झायमर्स डिमेन्शिया

वयोवृद्ध व्यक्तींना होणारा हा डिमेन्शिया बऱ्यापैकी पाहण्यात येतो. मेंदूचा ऱ्हास (वय) होत जाईल तसा वाढत जातो. त्यामुळे या आजाराने माणूस वरचेवर जास्त प्रभावित होतो. मृत्यू हाच त्याचा शेवट असतो.

सर्वसाधारणपणे वयाच्या ६५ वर्षांनंतर याची सुरुवात होते. तत्पूर्वी हा आजार झाल्यास त्याला 'लवकर सुरू झालेला अल्झायमर्स' म्हणतात. (Premature or Early Onset) अल्झायमर्सच्या रुग्णांमध्ये १३ टक्के लोक या लवकरच्या प्रकाराने ग्रस्त असतात, त्याला काही जनुकीय कारण असू शकते.

लक्षणे

शिकण्यात व्यत्यय, भाषा, हालचाल यात मंदपणा, या अडचणी येतात. निरनिराळ्या रुग्णांत सुरुवातीची लक्षणे भिन्न असू शकतात. सर्वसाधारणपणे मनावरचा ताण, अलीकडच्या गोष्टींचे विस्मरण पण जुन्या गोष्टी आठवणे, विचार करण्याची क्षमता कमी होणे, अशा लक्षणांनी सुरुवात होते. त्यानंतर आजार

बळावेल तसे मनाचा गोंधळ, चिडचिडेपणा, आक्रमकता, बदलते मूड आणि अखेर जुन्या आठवणींनाही तिलांजली, असा हा लक्षणांचा चढता क्रम असतो. त्यानंतर भास-आभास, मल-मूत्रावरचा ताबा जाणे, न्यूमोनिया, बेडसोअर्स (जखमा) यांनी अंत होतो.

अल्झायमर्स या आजाराचे नेमके कारण अजून समजू शकलेले नाही; पण ही एक मेंदूची डीजनरेटिव्ह डिसऑर्डर आहे हे नक्की. यात मेंदूतील मज्जापेशी (Neurones) नष्ट होत जातात.

प्रतिबंधात्मक उपाय

निश्चित प्रतिबंध करणारा कुठलाच उपाय नाही. पण शारीरिक व्यायाम, योगा, प्राणायाम, ध्यानधारणा आणि बौद्धिक क्षमतांचा वापर करावे लागणारे खेळ, संगीत या सर्वांचा हा आजार थोडा लांबवण्यासाठी उपयोग होऊ शकतो.

सी.टी., एम.आर.आय. स्कॅन्सचा अल्झायमर्सच्या निदानासाठी चांगला उपयोग होतो. यात मेंदू एकंदरीतच संकुचित झालेला दिसतो. या आजारात मज्जापेशींचा ऱ्हास होतो. हे रुग्ण दिवसेंदिवस इतरांवर अवलंबून होत जातात.

या आजारांवर अद्याप गुणकारी किंवा बरा करणारा उपाय सापडलेला नाही. मात्र समतोल आहार, शारीरिक व बुद्धीचे व्यायाम, खेळ यामुळे हा आजार उशिराच्या वयापर्यंत टाळता येतो. हे आजार झाल्यापासून साधारणपणे ७ वर्षांत रुग्ण दगावतो.

ॲमनेशिया (विस्मरण) :

याचा शब्दशः अर्थ लक्षात न राहणे, विसरणे असा आहे. आपण एखादी गोष्ट नव्याने शिकतो तेव्हा त्या ज्ञानावर प्रक्रिया मेंदूत होतात. आधी लक्ष असेल तरच अशा नवीन गोष्टींची मेंदूत नोंद अल्प काळाच्या स्मरणात नंतर प्रामुख्याने झोपेत या ज्ञानाची उजळणी - विश्लेषण व जुन्या स्मृतीत ठेवलेल्या ज्ञानाशी पडताळणी अशा प्रक्रिया करून नवीन रूपात अशी माहिती दीर्घ स्मरणात ठेवली जाते.

स्मरणात साठवलेली माहिती अंशतः किंवा पूर्णतः पुसली जाणे, याला 'ॲमनेशिया' (विस्मरण) म्हणतात. मेंदूला मार लागून किंवा आजारांमुळे इजा झाली तर असे घडू शकते. मानसिक धक्का किंवा नशिल्या पदार्थांच्या सेवनाने अल्प काळासाठी असे विस्मरण होऊ शकते. विस्मरणाचे दोन प्रकार आढळतात.

भूतकाळाचे विस्मरण Retrograde Amnesia

मेंदूला अपघाती धक्का बसला तर त्या घटनेआधीच्या गोष्टींचे विस्मरण होते. ते अपघाताआधीच्या काही महिन्यांपुरते किंवा काही वर्षांपुरते मर्यादित असू शकते. जणू या काळातील स्मरणाच्या तिजोरीची किल्लीच हरवलेली असते.

मै कहाँ हूँ?

अपघातात डोक्याला मार लागलेले चित्रपटातील नायक किंवा रुग्ण शुद्धीवर आल्यावर असा प्रश्न विचारताना आपण खूप वेळा पाहतो. त्यांच्या मेंदूतला हा गोंधळ नेमका कशाने होतो, यावर अलीकडेच डॉ. जॉन ओकिफ या शास्त्रज्ञाने संशोधन केले आहे. त्यासाठी नुकताच ऑक्टोबर २०१४ मध्ये नोबेल पुरस्कार जाहीर करून सन्मान केला आहे. मेंदूतील हिप्पोकॅम्पस या भागात स्पेससेल्स आणि ग्रीड सेल्स या विशेष न्यूरॉन्समुळे प्राण्यांना व माणसांना स्थलकालाचे आकलन होते, असे लक्षात आले आहे. या न्यूरॉन्सवर आणखी संशोधन झाले, तर अल्झायमरसारख्या स्थलकालाचे भान गमावणाऱ्या रोगावर भविष्यात उपाय निघण्याची शक्यता निर्माण झाली आहे.

भविष्यातील विस्मरण Anterograde Amnesia

या प्रकारात अपघातापूर्वीची स्मृती शिल्लक असते, पण अपघातानंतरच्या घटनांची नोंद स्मृतीत करण्यास अडथळा निर्माण होतो. टेम्पोरेल लोबच्या आतील Medial भागास किंवा हिप्पोकॅम्पसला इजा झाली तर हा प्रकार घडतो.

विसरा आणि क्षमा करा

आपलं मन कोणी दुखावलं आणि नंतर त्याला त्याच्या चुकीची जाणीव झाली तर आपण म्हणतो, 'चला विसरून जाऊ या; क्षमा केली'. पण, विसरणं हे सोपं नसतं. तरी तसा प्रयत्न करणं हा आपल्या मनाचा चांगुलपणा ठरतो. हे विसरणं चांगलं; पण एरवी ज्या गोष्टी लक्षात ठेवणं आवश्यक, त्या विसरणं म्हणजेच 'विस्मरण' आपल्याला नको असतं.

माणसाला शिकण्याची, ज्ञानार्जनाची मोठी देणगी निसर्गानं दिली आहे. त्या स्मरणात राहण्यासाठी प्रगल्भ बुद्धिमत्तेचा मेंदू लाभला आहे. यातच इतर जीवमात्रांपासून

माणसाचं वेगळेपण उठून दिसतं. किती व काय लक्षात ठेवायचं याला काही मर्यादा नसते; पण तरीही सगळ्या गोष्टी जशाच्या तशा कोणाच्याच स्मरणात राहत नाहीत, हेही मान्य करावं लागतं. विस्मरण हाही जीवनाचा एक अविभाज्य भाग आहे.

परंतु अशा विस्मरणाची व्याधी जडलेल्या रुग्णांच्या मेंदूतच 'मेमरी चिप' बसविण्यासाठी शास्त्रज्ञांचे प्रयत्न चालू आहेत. अशा मेमरी चिपचा उपयोग संगणक व स्मार्टफोनमध्ये सर्रास केला जातो, तो 'स्मरणशक्तीसाठीच!'

◆

निद्रा

माणसाला जगण्यासाठी अत्यावश्यक गरजा कोणत्या, असा प्रश्न विचारला तर हवा, पाणी व अन्न हे उत्तर क्षणार्धात येते. मेंदूशास्त्राच्या अभ्यासकांना हाच प्रश्न विचारला तर झोपेचा नंबर अन्नाच्याही आधी लावतात. होय, झोप ही अन्नापेक्षा जास्त जीवनावश्यक बाब आहे, हे सिद्धही करता येते. माणूस अन्नावाचून १०-१५ दिवस जगू शकतो; पण झोपेविना एवढे दिवस जगत नाही. याचा फायदा घेऊन अपराध्यांकडून किंवा शत्रुराष्ट्राच्या हेरांकडून, शिपायांकडून हवी ती माहिती मिळविण्यासाठी त्यांना झोपू न देण्याचे तंत्र अवलंबविले जाते.

झोपेत मेंदू पूर्ण विश्रांती घेतो, असा सर्वसामान्य माणसांचा समज असतो. याउलट झोपेत मेंदू वेगळे कार्य करण्यात पुष्कळ व्यस्त असतो. जागृत अवस्थेत शरीरांतर्गत व बाह्य वातावरणातून सतत येणाऱ्या संवेदनांमुळे मेंदू सतत शिकत असतो. स्मरणात त्या गोष्टी साठवत असतो. हे अगदी कळत नकळत पण सहजपणे करण्यात मेंदूचा हातखंडा आहे. मिळालेल्या ज्ञानाचे दीर्घ स्मृतीत रूपांतर करण्यापूर्वी झोपेत या सर्व नवीन ज्ञानाची उजळणी होत असते. त्यानंतर त्याची नोंद (Encoding) लघू, मध्यम व दीर्घकालीन नोंदीत होते. असे केले नाही, तर दीर्घकालीन स्मृती तयार होण्यास अडचणी निर्माण होतात. याच काळात घटनांचे वर्गीकरण, साठवण किंवा नको त्या घटनांचे विस्मरणही (Rejection) होते.

झोपेत या सर्व कामासाठी योग्य वेळ असतो. कारण त्या काळात बाह्य घटनांच्या संवेदनांना मेंदूत शक्यतो प्रवेश बंद केलेला असतो. त्यामुळे उजळणीच्या, वर्गीकरण व साठवण (स्मरण) या कार्यात झोपेत बाधा येत नाही.

उंट, गाय यांसारखे प्राणी अन्न मिळेल तेव्हा भराभरा नीट न चावता गिळतात व सवडीच्या वेळी रवंथ करून पुन्हा तोंडात आणून त्यांचे व्यवस्थित चर्वण करतात. तसा मेंदू झोपेत परत दिवसातल्या घटना आठवून त्यावर प्रक्रिया करीत असतो. भारताचे प्रथम पंतप्रधान पंडित जवाहरलाल नेहरू म्हणत असत, 'आराम हराम है!' कामात बदल म्हणजेच विश्रांती. मात्र हे ब्रीद मेंदूला माणसाच्या

व्युत्पत्तीपासून माहीत आहे. कामाच्या स्वरूपात बदल, म्हणजेच झोप - विश्रांती असे म्हणणे सयुक्तिक होईल.

माणसाला ज्या गोष्टी सहज मिळतात, त्याचं महत्त्व जाणवत नाही. ज्या सुखसुविधा कळत नकळत विनासायास मिळालेल्या असतात, त्यांतली एखादी मिळेनाशी होते, तेव्हा त्याचे महत्त्व अधोरेखित होते. झोपेचेही तसेच आहे. आपोआप व्यवस्थित झोप लागते, तोपर्यंत झोपेचे महत्त्व जाणवत नाही. जेव्हा काही कारणाने झोप हराम होते, तेव्हा वेड लागायची पाळी येते. मेंदूचे काम झोपेतही अविरत चालू असले तरी शरीराला चांगली विश्रांती नक्कीच मिळते. ती अत्यावश्यकही असते. झोपेच्या काळात स्नायूंना आवश्यक तो आराम, संपूर्ण शरीरात झालेली झीज भरून काढणे व नष्ट झालेल्या पेशींची जागा घेण्यासाठी पेशींचे नवनिर्माण व त्याच प्रक्रियेने इजा (जखमा) झालेल्या भागाचे बरे होणे, या सर्व गोष्टी केल्या जातात.

माणसाला किती झोपेची आवश्यकता आहे हे त्याचे वय, कामाचे स्वरूप, व्यायाम, ताणतणाव, थकवा, आजार व आजूबाजूचे वातावरण अशा विविध गोष्टींवर अवलंबून असते. नवजात अर्भकाच्या व बालकांच्या मेंदूची व शरीराची वाढ झपाट्याने होणे आवश्यक असते. त्यांना सर्वांत जास्त झोपेची गरज असते व ती येतेही. कष्टकरी किंवा बुद्धीचे भरपूर काम करणाऱ्यांनाही जास्त झोपेची आवश्यकता असते. सर्वसामान्य माणसास ६-८ तास झोपेची गरज असते. पण 'पिंडे पिंडे शरीर्भिन्नाः' न्यायाने प्रत्येक व्यक्तीगणीक ही झोपेची गरज भिन्न असते. वय वाढेल तशा शारीरिक क्षमता, बुद्धीची क्षमता व झीज भरून निघण्यासाठी पेशींच्या नवनिर्माणाची प्रक्रिया मंदावल्याने, या वयात झोपेच्या वेळेतही शरीर कपात करते. शरीराला झोपेची एक लय असते. त्याला 'सिर्काडियन लय' असे म्हणतात किंवा यालाच 'मेंदूचे घड्याळ' अशी संज्ञा आहे. मेंदूत गव्हाएवढी (०.५ ग्रॅम) एक लहान मूर्ती आहे. तिला 'पिनियल ग्रंथी' म्हणतात. ही ग्रंथी एन्डोक्राइन ग्रंथींच्या शृंखलेतली एक महत्त्वाची छोटी ग्रंथी आहे. या ग्रंथीतून स्रवणाऱ्या मेलॅटोनिन या होर्मोनमुळे आपल्या झोपेचे नियंत्रण केले जाते. अंधार पडला किंवा डोळे मिटले की डोळ्यातून मेंदूकडे येणाऱ्या उजेडाच्या संवेदना कमी होतात, तेव्हा ही ग्रंथी मेलॅटोनिनची रक्तातील पातळी वाढवते व माणसाला झोप येते. अंधार कमी झाला, उजेड वाढला की डोळ्यांकडून जी संवेदना येते त्यामुळे मेलॅटोनिन होर्मोन्सची निर्मिती कमी केली जाते व माणूस झोपेतून जागा होतो. असे असले तरी जरूर तेव्हा मध्यरात्रीचे विमान पकडण्यासाठी, अभ्यासासाठी, रात्रपाळीच्या कामासाठी माणूस उठू शकतो. कारण त्याचा मेंदू तशा सूचना पिनियल ग्रंथीला देतो. हे उठणे मेंदूच्या जबाबदारीच्या जाणिवेने असो किंवा अलार्मच्या आवाजाने असो- आपण

आवश्यकतेनुसार या सिरकार्डियन घड्याळावर मात करू शकतो.

निद्रानाश

झोपेच्या नियंत्रणाची चोख व्यवस्था मेंदूने केलेली असली तरी काही वेळा निद्रादेवी आपल्याला गरज असूनही प्रसन्न होत नाही. याला 'निद्रानाश' (Insomnia) असे म्हणतात. जेव्हा माहीत असलेल्या शारीरिक किंवा मानसिक कारणाने झोप हुलकावणी देत, तेव्हा त्याला 'दुय्यम (सेकंडरी) निद्रानाश' असे संबोधतात. ज्या कारणाने- आजाराने ते घडते आहे त्याचा इलाज पुरेसा असतो. जेव्हा असे निद्रानाशाचे नेमके कारण समजत नाही, तेव्हा त्याला 'प्राथमिक निद्रानाश' असे म्हणतात. निद्रानाशात झोप मुळीच न येणे किंवा झोप लागल्यानंतर त्यात वारंवार जाग येऊन समाधानाची झोप न होणे, असे दोन प्रकार पडतात. झोपेचे असे नित्यनेमाने महिनाभर खोबरे होत असेल तर त्याला निद्रानाशाचा आजार समजतात.

उपाय

झोपेच्या वेळात नियमितता ठेवणे, झोप येत नसताना उगाचच खूप वेळ अंथरुणात पडून राहणे, कॅफिन, निकोटिन, मद्य यांचे सेवन टाळणे या उपचारातील प्राथमिक गरजा आहेत. अवेळी झोपणे टाळावे, योग्य तो शारीरिक व्यायाम करणे, झोपेच्या वेळेच्या २-३ तास आधी जेवण घेणे, बेताचे पण जरूर तसे ३-४ वेळा घेणे, जास्त जेवण घेणे टाळणे, स्नायू शिथिल करणे, मन प्रसन्न राहण्यासाठी व ताणतणाव कमी करण्यासाठी प्राणायाम, योगा व ध्यानधारणा यांचा आश्रय घ्यावा, शय्यागृहात प्रसन्न वातावरण ठेवावे, पुरेसा अंधार करावा, योग्य तेवढी टणक गादी, ऋतूप्रमाणे कपडे व पांघरूण यांचा वापर करावा. विवाहित युगुलांनी समागम केल्यानेही संपूर्ण शरीरात शैथिल्य येऊन, समाधानाने झोपही चांगली लागू शकते. काळज्या, विवंचना विसरण्यासाठीही ध्यानाचा चांगला उपयोग होतो व झोप लागते. अशा सर्व तंत्रांचा उपयोग करूनही झोप लागत नसेल तर डॉक्टरांच्या सल्ल्याने थोडा काळ औषधे घ्यावीत.

अतिनिद्रा

आजार नसताना, सामान्यपणे वय, कामाचे स्वरूप, व्यायाम यांच्या प्रमाणापेक्षा खूप जास्त झोप येत असेल तर त्याला 'अतिनिद्रा' म्हणतात. महिन्यापेक्षा जास्त

काळ हे टिकले तर डॉक्टरांच्या सल्ल्याने औषध घ्यावे.

निद्रा न तू वैरिणी– झोपेत श्वास थांबणे (Sleep Apnoea)

झोपेत आपला साथीदार मस्त घोरत असेल आणि आपल्याला झोप हुलकावणी देत असेल तर मनात विचार येतो, काय मस्त घोरतो आहे! सुखी प्राणी आहे! पण तोच घोरणारा अचानक श्वास घ्यायचा थांबत असेल व नंतर परत जोरात आवाज करून श्वास चालू होत असेल तर चिंताही वाटते. याला 'झोपेत श्वास थांबणे' (Sleep Apnoea) असे म्हणतात. हा एक जीवघेणा ठरू शकणारा झोपेचा विकार आहे. चांगली झोप झाल्यावर झोप ही सखी वाटते; पण हा विकार म्हणजे अनेक शारीरिक तक्रारींना व क्वचित साक्षात मृत्यूला आमंत्रण ठरू शकतो. त्या वेळी 'निद्रा न तू वैरिणी' म्हणण्याचा बाका प्रसंग येतो.

माणूस झोपतो तेव्हा सर्व स्नायू शिथिल पडतात. असे जिभेचे स्नायू ढिले पडल्याने जीभ घशात मागे जाते. आपण जीभ घशात घातली म्हणतो त्या अर्थाने नाही, तर प्रत्यक्षातच हे घडते. त्यामुळे घशातून फुप्फुसाकडे जाणाऱ्या हवेचा मार्ग बंद होतो. तसेच पडजिभेचे स्नायू सैल पडल्याने तीही मागे पडते व नाकातून फुप्फुसाकडे जाणाऱ्या हवेचा मार्गही बंद होतो. अशा दुहेरी अडथळ्याने फुप्फुसाकडे जाण्याचा हवेचा संपूर्ण रस्ताच बंद होतो. अर्थातच रक्तातील प्राणवायूचे प्रमाण कमी होते व मेंदूला रक्तपुरवठा कमी पडतो. प्राणवायू व ग्लुकोज हा खराच मेंदूचा प्राण आहे. ३-४ मिनिटांपेक्षा जास्त काळ मेंदूला प्राणवायू मिळाला नाही, तर मेंदूला कायमस्वरूपी इजा होते. आणखी थोडा वेळ (काही मिनिटे) या परिस्थितीत सुधारणा झाली नाही, तर मृत्यू ओढवतो. अगदी क्वचितच या थराला गोष्टी जातात; पण बऱ्याच विशेषतः जाड (वजनदार) लोकांचा झोपेत काही सेकंद ते एक मिनिट असा श्वास थांबतो आणि ही घटना दर तासाला ३०-४० वेळासुद्धा घडू शकते. या अल्प काळासाठी मेंदूची प्राणवायूची उपासमारही प्रकृतीवर अनेक अनिष्ट परिणाम घडवते. या महाभागांना सकाळी उठल्यावर उत्साह वाटत नाही, डोकेदुखी खूप तीव्र असू शकते, मनाची गोंधळलेली स्थिती, ताण, चिंता, नैराश्य, कमालीचा शारीरिक थकवा, ब्लडप्रेशरची वाढ, हृदयाचे अनियमित ठोके पडणे व जास्त काळ दुर्लक्ष झाले तर हृदयविकार, अशा अनेक आजारांशी सामना करावा लागण्याची शक्यता निर्माण होते.

या विकारांचा अभ्यास केला असता या विकारात तीन प्रकार आढळले. पहिला व सर्वांत जास्त प्रमाणात ८४ टक्के लोकांत फक्त जीभ व पडजीभ मागे पडल्याने हा विकार असतो, दुसऱ्या ०.४ लोकांत मेंदूत दोष असतो. त्यांचा मेंदू झोपेत

‘श्वास घ्या’ असा आदेश देण्यास विसरतो. (मेंदूच झोपतो म्हणावे का?) तर १५ टक्के लोकांत या दोन्ही प्रकारच्या कारणांचे मिश्रण असते. यात मेंदूच्या विसराळूपणामध्ये रुग्ण दगावण्याची शक्यता खूपच असते.

उपाय

या विकाराचे शिकारी बरेच रुग्ण हे खूप जाड (मेदवृद्धी) असतात. त्यांनी वजन कमी करणे आवश्यक असते. अशा रुग्णांनी एका कुशीवर झोपावे. कॉटचा डोक्याकडचा भाग ३० अंशांनी वर केलेला असावा. अशा रुग्णांनी निकोटिन, मद्य, अमली पदार्थ, झोपेची औषधे यांचे सेवन कटाक्षाने टाळावे. उशी कमीत कमी घ्यावी. या प्राथमिक उपायांचा फायदा झाला नाही, तर ‘पॉलीसॉमनोग्राफी’ या तंत्राने झोपेविषयीच्या तज्ज्ञांकडून तपासणी करून घ्यावी. त्यांनी सुचवल्यास घशाच्या ठेवणीची पुनर्रचना करणारी शस्त्रक्रिया किंवा पॉझिटिव्ह प्रेशर व्हेंटिलेशनच्या उपकरणांचा वापर करावा. पण विकाराचे कारण मेंदूकडून श्वास घेण्याची आज्ञा येत नाही हे असेल, तर त्यासाठी सध्या प्रायोगिक स्वरूपात श्वासपटलाच्या मज्जारज्जूचे Phrenic Nerve उद्दीपन करणारा पेसमेकरचा वापर करण्यास सुरुवात झाली आहे. त्याचा चांगला उपयोग होतो, पण ते खूप खर्चिकही आहे.

झोपेचे अन्य विकार (Parasomnias)

झोपेत भयानक स्वप्ने पडणे, झोपेत बरळणे, चालणे, दात खाणे असे किरकोळ विकार पाहण्यात येतात. सेक्सोमॅनिया नावाच्या विकारात ही मंडळी झोपेत त्यांच्या नकळत संपूर्ण संभोग करतात. अशा लोकांनी झोपेत शेजारच्या स्त्रीवर बलात्कार केल्याच्या घटनाही घडतात. मानसोपचारतज्ज्ञ डॉक्टर यांचे नेमके निदान करून बलात्कार नकळत झोपेत केला की जाणूनबुजून जागेपणी याविषयी कोर्टात साक्षीसाठी बोलावले जातात; पण बलात्कार खरोखरीच झोपेत केलेला असेल तर तो करणाऱ्या व्यक्तीस जागेपणी ते खरोखरच आठवत नसते. स्वप्नांच्या बाबतीत घडते तसे हे विस्मरण असते किंवा मुळात स्मरणच नसते.

निद्रा आणि स्वप्ने

निद्रा आणि स्वप्ने हा दैनंदिन जीवनाचा अविभाज्य भाग आहे. निद्रा ही जीवनावश्यक बाब आहे. या अवस्थेत मेंदूसकट सर्व अवयव अंशतः का होईना

विश्रांती घेत असतात. या काळात नष्ट झालेल्या पेशींचे नूतनीकरण पेशींच्या प्रजननाने होते व खर्च केलेली ऊर्जाही परत प्राप्त केली जाते. ही क्रयशक्ती नवजात अर्भकात व वाढत्या वयात जास्त असते, तर उतरत्या वयात क्षीण झालेली असते.

झोपेमध्ये आपल्या जाणिवा आणि नेणिवा काहीशा बोथट झालेल्या असतात; पण पूर्णपणे गेलेल्या नसतात. मेंदू झोपेतही कार्यरत असतोच. झोपी गेलेला सहजी जागा होऊ शकतो. झोपेचा अभ्यास केला तर दोन प्रकार आढळतात. दोन्ही प्रकारच्या निद्रेची साधारणपणे दर ९० मिनिटांनी आवर्तने होत असतात. गाढ निद्रा हिला 'शॉर्ट वेव्ह निद्रा' म्हणतात आणि दुसरा प्रकार स्वप्न निद्रा (रेम निद्रा). झोपेची सुरुवात गाढ झोपेने होते व एका आवर्तनाचा शेवट स्वप्ननिद्रेने होतो. अशी आवर्तने पूर्ण निद्राकाळात होत असतात. स्वप्ननिद्रेच्या काळात डोळ्यांची सतत जलद हालचाल होत असते, म्हणून त्याला REM (Rapid Eye Movement) निद्रा असे म्हणतात. गाढ निद्रेत मेंदूतील कार्य बऱ्यापैकी थंडावलेले असते. याउलट रेम निद्रेच्या काळात स्वप्नरंजन चालू असते. स्वप्नांचा सत्यसृष्टीशी फारसा संबंध नसतो. भुकेकंगाल संपूर्ण वैभवात लोळण्याची स्वप्ने पाहू शकतो, 'स्वप्ने किं दारिद्रता।' तर कुबेरही कंगाल झाल्याचे स्वप्न पाहून दचकून जागा होऊ शकतो. गाढ झोपेच्या काळात रेम काळातील स्वप्नांसारखी स्पष्टता नसते. ती धूसर असतात. त्यांना गुंगीच्या अवस्थेतील विचार म्हणता येईल. ते थोडे वस्तुस्थितीला धरून असू शकतात. ही गाढ निद्रा आरोग्याच्या व शरीराच्या भल्यासाठी अत्यावश्यक असते, तर रेम झोपेतील स्वप्नरंजन दिवसभरात मिळवलेल्या ज्ञानाची उजळणी व मानसिक तणाव दूर करण्यासाठी उपयोगी असतात. अभ्यासानंतर झोपण्याने उजळणीचा फायदा होतो.

रेम काळात ब्रेनस्टेममधील क्रिया बंद ठेवल्यामुळे सर्व स्नायू शिथिल होतात. त्यामुळे स्वप्नात आपण पळत असलो, कोणाला मारत असलो तरी प्रत्यक्षात स्नायूंची हालचाल होत नसल्याने हे स्वप्नातले विचार प्रत्यक्षात आणले जात नाहीत. त्यामुळे अनेक संकटेही टळतात.

पूर्वीच्या काळी स्वप्नांच्या माहितीवरून रोगनिदान करणे किंवा भविष्यातील घटनांचा मागोवा घेण्याचे प्रयत्न झाले; मात्र अशा विचारांना शास्त्राने दुजोरा मिळत नाही.

सिग्मंड फ्रॉइड या मानसोपचारतज्ज्ञाने स्वप्नांच्या अन्वयार्थावर पुस्तक लिहिले आहे. त्याच्या मते आयुष्यात ज्या इच्छा-आकांक्षा प्रत्यक्षात उतरत नाहीत, त्यांचा स्वप्नांशी संबंध असतो. फ्रॉइडच्या मते हे सर्व बालपणीच्या लैंगिक भावनांचा निचरा न झाल्याने घडते. पण शास्त्रज्ञ मंडळी फ्रॉइडच्या या मताशी सहमत नाहीत.

स्वप्नांच्या अन्वयार्थाबद्दल अनेक संस्कृती, जाती, धर्म यांनी बऱ्याच प्रकारचे तर्क-वितर्क लढविले होते. त्याबद्दल सर्वच जाती-धर्मात रंजक कथांचा सुळसुळाट आढळतो. दिवास्वप्न हा एक औत्सुक्याचा विषय आहे. अतिउद्योगी माणूस तसेच अतिआळशी माणूस दोघेही दिवास्वप्ने पाहतात. या दिवास्वप्नांतील आशा-आकांक्षा या जागृत अवस्थेतील जाणिवांवर आधारित असतात. अशा स्वप्नरंजनाने बरेच वेळा अशा व्यक्ती लक्षवेधी (forcussed) व कष्टाळूपणाने वागून आयुष्यात यश प्राप्त करून घेतात. धीरूभाई अंबानींचे पेट्रोल पंपावर काम करणाऱ्या पोऱ्यापासून जगातील एक मोठी पेट्रोलियम कंपनी स्वतः काढण्याचे दिवास्वप्न प्रत्यक्षात उतरले, हे एक उत्तम उदाहरण आहे. त्याचप्रमाणे शेख महंमदी स्वप्ने पाहून आहे तेही गमावल्याचीही उदाहरणे आहेत.

दिवास्वप्न म्हणजे नेमके काय? या अवस्थेत मनुष्य तात्पुरता त्याच्या आजूबाजूच्या परिस्थितीपासून अलिप्त झालेला असतो, निर्लेप झालेला असतो, त्यामुळे वस्तुस्थितीचा त्याला अल्पकाळ विसर पडतो किंवा त्याची जाणीव थोडी धूसर होते. त्या वस्तुस्थितीऐवजी तो कल्पनाविलासात रमलेला असतो व ते सत्य मानत असतो. याचा थोडा उपयोग त्या व्यक्तीस तात्पुरते समाधान आशा किंवा महत्त्वाकांक्षा बहाल होण्यात होतो.

ल्यूसिड ड्रीम

या अवस्थेतील व्यक्तीस जाणीव असते की आपण स्वप्न पाहतो आहोत. रेम झोपेतल्या स्वप्नात आपण खरे प्रेक्षक असतो. आपण स्वप्न पाहण्याचा आनंद लुटतो; पण स्वप्नांवर आपले अजिबात नियंत्रण नसते. ल्यूसिड ड्रीम ही शक्यतेच्या कसोटीवर आधारित असतात. ती नीट समजत असतात. त्याचा अर्थबोध होत असतो. अशा स्वप्नांतील रचना घटनांवर आपला ताबाही असतो. मात्र ती भौतिकशास्त्राच्या नियमांवर आधारित नसतात. तुम्ही बागेत फिरू शकता, इतरांशी बोलू शकता, आकाशात उडण्याचा व्यर्थ प्रयत्नही करू शकता. अशा वेळी मेंदूतील आवश्यक ते केंद्र तुम्हाला भानावर आणते. ही ल्यूसिड ड्रीम्स अनवधानाने येतात. पण काही महाभाग प्रयत्नपूर्वक अशा स्वप्नावस्थेत जाऊ शकतात, त्यात रमू शकतात.

◆

खेळ मनीचे

आपण शारीरिक व मानसिक आरोग्यासाठी व आनंदासाठी खेळ खेळतो. माणसाच्या मनाचे खेळ न्यारे व दुसऱ्याच काही कारणासाठी असू शकतात.

ढोंग की सोंग (Malingering)

रुग्ण काही वेळा सोंग करताना दिसतात. आपल्याला न होणाऱ्या त्रासाच्या खोट्या तक्रारी किंवा जो त्रास आहे त्याचे खूप स्तोम माजवून लक्ष वेधण्यासाठी किंवा कामचुकारपणा करण्यासाठी असे खोटे सोंग केले जाते. शाळा चुकवण्यासाठी चुकार विद्यार्थी, मादक द्रव्य मिळवण्यासाठी ज्यांना व्यसने लागलेली आहेत अशा व्यक्ती किंवा शिक्षा चुकवण्यासाठी गुन्हेगार अशा सोंगांच्या तंत्राचा उपयोग करतात. हे सोंगाडे त्यांच्या उद्दिष्टपूर्तीसाठी नसलेल्या रोगाची लक्षणे निर्माणही करतात. अशी लक्षणे शारीरिक किंवा मानसिक दोन्ही प्रकारची असू शकतात. त्यांची तपासणी केली तर दुखण्याच्या जागा त्यांना नीटपणे दाखवता येत नाहीत. (Pin point) तरीही लक्षणांबद्दल अशी खोट्या लक्षणांची शंका व्यक्त केली तर हे लोक भडकतात. कुशल डॉक्टर तरीही ते सोंग ओळखण्यास सक्षम असतात.

असे रुग्ण तपासले किंवा त्यांच्या काही तपासण्या केल्या तरी आजाराला किंवा हजर असलेल्या लक्षणांना पुष्टी देणारे निष्कर्ष येत नाहीत. अशा रुग्णांना त्यांच्या मनातली दुःखे मोकळी करण्यास प्रोत्साहन देणे, समजून सांगणे पुरेसे असते. त्यांना ज्या गोष्टींची चिंता वाटते किंवा ज्या गोष्टींमुळे त्यांना नैराश्य येते त्या बाबी शक्य असेल तर संबंधितांशी बोलून दूर करणे पुरेसे असते. औषधोपचारांची फारशी गरज नसते. हळूहळू त्यांनी पांघरलेली लक्षणे नाहीशी होतात. कामधंद्याला लागलेल्या पुरुषांमध्ये हा सोंगाचा प्रकार स्त्रियांपेक्षा जास्त प्रमाणात आढळतो.

हिस्टेरिया (Hysteria)

१९ व्या शतकात स्त्रियांच्या बाबतीत जेव्हा त्यांच्या ठायी असलेल्या लक्षणांचा व तक्रारींचा नेमका अर्थ डॉक्टरांना लावता येत नसेल तेव्हा अशा सर्व तक्रारींना 'हिस्टेरिया' असे म्हणण्याची फॅशन होती. पण, बऱ्याच वेळा मानसिक समस्यांमुळे ज्या नाट्यमय शारीरिक लक्षणांचा उदय होतो, त्यांना आजही हिस्टेरिया न म्हणता 'कन्व्हर्जन रिॲक्शन' असे मानसशास्त्रीय परिभाषेत संबोधले जाते. हिस्टेरियाचे निदान फ्रॉइड व समकालीन मानसोपचारतज्ज्ञ १९ व्या व २० व्या शतकात अगदी सहजपणे करीत असत. आज त्याच मनाच्या व्याधीचे नवीन नामकरण झाले आहे. मनात खोलवर दाबून गाडून ठेवलेल्या व्यथांमुळे जे मानसिक आजार निर्माण होतात, त्यांना 'कन्व्हर्जन रिॲक्शन' असे आपण म्हणतो आहोत. या आजारात शरीराच्या हालचाली किंवा ज्ञानेंद्रियांच्या कार्यात अडथळे निर्माण झाल्याचे सांगितले जाते. हात किंवा पाय हालवता येत नाही, डोळ्याला दिसत नाही किंवा ऐकायला येत नाही, अशा तक्रारी असतात. मात्र तपासणी केली तर हे अवयव पूर्ण तंदुरुस्त असल्याचे लक्षात येते. पण, अशा रुग्णांचे मनोविश्लेषण केले तर त्यांच्या मनावर काहीतरी ताण असल्याचे डॉक्टरांच्या लक्षात येते. रुग्णांना त्यांच्या स्वतःच्या लक्षणावर काही अंकुश नसतो, शिवाय त्यांना मानसिक ताण आहे त्यामुळे हा त्रास होतोय, याचाही पत्ता नसतो.

अशा रुग्णांना अंग लुळे पडणे, अंधत्व येणे, बहिरेपणा येणे, भास होणे, चक्कर येणे, तोल जाणे आणि हालचालीत सुसूत्रता नसणे, डोके दुखणे, मळमळणे, थरथरणे किंवा बधिरपणा येणे, असा त्रास वाटतो. हा कन्व्हर्जन रिॲक्शनचा आजार पुरुषांपेक्षा स्त्रियांमध्ये अधिक असतो. तरुण वयात हा त्रास जास्त प्रमाणात आढळतो.

कारणे

कन्व्हर्जन रिॲक्शनची लक्षणे जरी शारीरिक आजारांवर आधारित नसली तरी ती काल्पनिक लक्षणे किंवा सोंग नसते. मेंदूतील काही बदल किंवा बिघाड अशा लक्षणांच्या मुळाशी असतो. मेंदूचा फंक्शनल एम.आर.आय. करून तशी खात्री करता येते. एखाद्या रुग्णाला एक हात हलवता येत नाही असे तो सांगतो, तेव्हा f-MRI मध्ये मेंदूत हात हलवण्याच्या नेहमीच्या प्रयत्नांत जी प्रतिमा दिसते तशीच कन्व्हर्जन रिॲक्शनच्या रुग्णाच्या f-MRI मध्ये दिसते. म्हणजे त्या रुग्णाच्या मेंदूला तशी सूचना देऊनही हात प्रत्यक्षात हलत नाही. याचाच अर्थ असा

की, हे सोंग नाही. मनापासून खराच प्रयत्न आहे; पण इच्छित परिणाम नाही. सारांश, या रुग्णांच्या स्नायूंनी मेंदूची आज्ञा मानण्यास नकार दिलेला असतो.

प्लासिबो (I treat HE cures)

मानवी शरीरामध्ये जखमा भरून येण्याची असामान्य क्षमता नैसर्गिकरीत्याच असते. यात इच्छाशक्तीचा मोठा वाटा असतो. एखाद्या रुग्णास जर नकळत औषधी गोळ्यांऐवजी डमी (रिकाम्या) कॅप्सूल किंवा औषधी नसलेले इतर पदार्थ घालून कॅप्सूल दिली, तर त्याला 'प्लासिबो' म्हणतात. अशा प्लासिबो औषधानेही (अज्ञानापोटी) रुग्णाच्या मेंदूकडून शरीराला बरे होण्याच्या आज्ञा जातात व रुग्ण बरा होतोही. या रुग्णाची जेव्हा त्याच्या डॉक्टरवर श्रद्धा असते, तेव्हा त्याच्या मेंदूत घडणारा संवाद असा असतो–

'माझे पोट दुखते आहे. मी माझ्या फॅमिली डॉक्टरकडे जाईन ते मला तपासतील व योग्य ते औषध देतील आणि मी बरा होईन' हे स्वसंमोहन गुणकारी असते. या विचारांसरशी रुग्णाच्या बरे होण्याची प्रक्रिया सुरू झालेली असते व प्लासिबो देऊनही तो बरा होतो. यालाच 'प्लासिबो इफेक्ट' असे म्हणतात. रुग्ण म्हणतो 'मला डॉक्टरांनी बरे केले.'

डॉक्टरही म्हणतात I treat He cures शस्त्रक्रियासुद्धा काही वेळा असा प्लासिबोसारखा गुणकारी उपाय ठरतात, असेही प्रयोगाअंती दिसून आले आहे.

◆

मनोविकार

मनाचे आजार

मेंदूचे आजार हे जन्मजात दोष, इन्फेक्शन, रक्तपुरवठा खंडित होणे, रक्तस्राव होणे, मार लागणे किंवा ट्यूमर्स या स्वरूपात होतात. मेंदू दिसतो, तसेच या आजारांचे कारण बरेच वेळा दृश्य असते. मनाचे अस्तित्व जाणवते, त्याचे कार्य दिसते; पण 'मन' दिसत नाही. तसेच मनाच्या आजारांचे कारणही सहजी दृश्य स्वरूपात दिसत नाही. मात्र ज्याला मनाचे आजार जडतात, त्याच्या वागण्या-बोलण्यात फरक जाणवतो. या वागण्यातील बदलाने मनाच्या निरनिराळ्या आजारांचे निदान व त्या अनुषंगाने उपचार करावे लागतात.

सामान्य माणसास इतर माणसांच्या वर्तणुकीने त्यांचा परिचय होतो. एखाद्या माणसाचा स्वभाव चांगला आहे, बरा-वाईट आहे. शीघ्रकोपी किंवा शांत आहे. सज्जन, दुर्जन, दुष्ट, उदार-कंजूष, प्रेमळ, तुसडा असे एक ना अनेक स्वभाव आपल्याला परिचित असतात. आपण सतत जवळच्या, लांबच्या पण परिचित व्यक्तींच्या स्वभावविशेषाचे किंवा वर्तणुकीचे मूल्यमापन करीत असतो. पूर्वी सामान्य माणसास मानसिक आजारांची नावे किंवा लक्षणे माहीत नसत. माणूस शहाणा किंवा वेडा आहे अशा दोनच संभावना माहीत असत. आता जसजसे सर्वसामान्य माणसाचे सामान्यज्ञान वाढत गेले, तसतशी त्याच्या प्रकृती, स्वास्थ्य, आजार व त्याचे उपचार याबद्दलच्या सामान्य ज्ञानातही मोठी भर पडलेली आहे.

स्किझोफ्रेनिया हे मानसिक आजाराचे नावही आता वैद्यकीय सामान्यज्ञानाच्या कक्षेत आले आहे, असे म्हटल्यास अतिशयोक्ती होणार नाही.

स्किझोफ्रेनिया (Schizophrenia)

या आजारात आनुवंशिकतेचा अंश असतो, पण या मनाच्या आजाराचे नेमके

कारण शास्त्रज्ञांना अद्याप समजलेले नाही. हा आजार तसा बऱ्याच प्रमाणात पाहण्यात येतो. अशा रुग्णांच्या परिस्थितीच्या आकलनात, विचारात व वर्तणुकीत बराच फरक आढळतो. या आजारात भास, आभास व भ्रम यांचा पगडा रुग्णाच्या मनावर असतो. बोलणे आणि वागणे बरेच असंबद्ध असते. अस्तित्वात नसलेले आवाज त्यांना ऐकू येतात. या लोकांच्या भावना बोथट होतात, उत्साह कमी होतो. हा आजार मध्यम वयात सुरू होतो; पण कोणत्याही वयात होऊ शकतो. या आजाराचे काही रुग्ण गप्प बसून राहतात, हालचाली करीत नाहीत आणि विचित्र अवघडलेल्या स्थितीत बसून राहतात, तर कधी निष्कारणच चिडचिड करतात. सगळ्यात वाईट गोष्ट म्हणजे त्यांना वाटत असते की ते नॉर्मल आहेत, त्यांना आजार नाही, त्यांना जे भ्रम होतात ते भ्रम नसून ती हकिगत आहे. त्यामुळे मानसोपचार तज्ज्ञाकडे जाणे किंवा उपचार करून घेणे त्यांना मान्यच नसते.

आप्तस्वकीयांना त्यांच्या आजाराची अंधुक जरी कल्पना आली तरी मानसोपचारतज्ज्ञ डॉक्टरांचा सल्ला व उपचार घेणे गरजेचे असते. ज्या रुग्णांमध्ये काही सकारात्मक लक्षणे असतात, ते बरे होण्याची शक्यता बरीच असते. मात्र नकारात्मक विचारांचे रुग्ण सहजी बरे होत नाहीत. या आजारास जसे आनुवंशिकता हे एक कारण असू शकते, तसेच आजूबाजूची कौटुंबिक परिस्थितीसुद्धा अंशतः कारणीभूत असू शकते.

याच्या उपचारासाठी मानसोपचारतज्ज्ञांना औषधांबरोबरच शॉक ट्रीटमेंटचा (E.C.T.) उपयोग करावा लागतो. त्याच्या जोडीला समुपदेशनही उपयुक्त ठरते.

चिंता (Anxiety)

आगीत होरपळल्याने त्वचेला इजा होते, तसेच चिंता मनाला जाळीत असते. भीती ही माणसाला जगण्यासाठी आवश्यक असते, असे म्हटले तर अनेकांच्या भुवया उंचावतील; पण हे अक्षरशः खरे आहे. ज्या ज्या गोष्टींपासून आपल्याला इजा होऊ शकते त्या त्या गोष्टींपासून दूर राहण्यास भीतीच कारणीभूत असते. आपल्या जिवावर संकट आले तर याच भीतीच्या वरदानामुळे आपण जीवरक्षणासाठी लढतो तरी किंवा एकदम पाय लावून धावत तरी सुटतो. थोडक्यात- भीती, चिंता या दोन्हीही माफक प्रमाणात जगण्यास आवश्यक आहेत. मात्र अनाठायी चिंता (Anxiety) आजाराला आमंत्रण देते व चितेकडे नेते.

चिंता ही सकारण व प्रमाणात नसते तेव्हा आजाराला निमंत्रण देते. मृत्यूची चिंता ही सर्वांत मोठी, पराकोटीची चिंता असते. पराकोटीची चिंता ही तर काल्पनिकतेने फुगवलेली भीती असते. अशा चिंतेमुळे बेचैनी, थकवा, कामावर

लक्ष केंद्रित न होणे आणि स्नायूही ताठर बनणे, अशी लक्षणे दिसतात.

मन चिंती ते वैरी न चिंती (GAD - General Anxiety, Disorder)

दैनंदिन जीवनातील घडामोडींची अवास्तव चिंता वाटते त्याला 'GAD' असे म्हणतात. 'फोबिया' हा असाच एक GAD च्या प्रकारात मोडणारा तीव्र चिंतेचा आजार असतो. या फोबियांना अनेक कारणे असू शकतात.

कोणाला उंचीची, कोणाला बंद खोली किंवा लिफ्टची भीती वाटते. कोणाला आरशाची, पाण्याची, सुंदर बायकांची, संभोगाची किंवा लैंगिक अवयवाची भीती वाटते, अंधार, इंजेक्शन, रक्त याही कारणांनी फोबिया होतो.

लक्षणे : फोबिया असणाऱ्या रुग्णांना ज्याचा फोबिया आहे अशा परिस्थितीच्या संपर्कात आल्याबरोबर छातीत धडधडणे, स्नायू गलितगात्र झाले असे वाटणे, डोक्यावर ताण येणे, थकवा येणे, मळमळ होणे, उलटी येणे, छातीत दुखणे, दम लागणे, घामाने चिंब होणे, असा त्रास होतो. अशा रुग्णांकडे पाहिले तर ते पांढरेफटक पडलेले, घामेजलेले, थरथरताना दिसतात. त्यांच्या डोळ्यांच्या बाहुल्याही मोठ्या झालेल्या असतात.

थोडक्यात, 'चिंता' माणसाला भयभीत करते, बेचैन करते. तेही अकारण किंवा कारणाच्या तुलनेत खूपच जास्त आणि हे कारण किरकोळ असून किंवा केवळ कल्पनेतल्या कारणाने अशी दयनीय अवस्था होते, अशा रुग्णांना नंतर सर्वच गोष्टी भयानक व भीतिदायक भासतात.

ज्या मुलांना लहानपणी आई-वडिलांचे प्रेम मिळत नाही, खूप कडक शिस्तीत वाढविले जाते, मादक द्रव्ये किंवा शारीरिक छळ, लैंगिक छळ अशा समस्यांना सामोरे जावे लागते, अशा रुग्णांना हा चिंतेचा त्रास होतो. अशा वेळी समुपदेशन, ECT अशा उपचारांचा उपयोग होतो.

तीव्र भीती (Fobia)

'भीती' ही एक जीवरक्षक भावना आहे. तिचा जीवरक्षणासाठी उपयोग होतो. पण, हीच भीती अनाठायी आणि ज्या कारणाची भीती वाटते त्या कारणाच्या गरजेपेक्षा खूप तीव्र स्वरूपाची असते, तेव्हा मोठी समस्या निर्माण होते. अशा तीव्र स्वरूपाच्या अनाठायी भीतीला 'फोबिया' म्हणतात. या विकाराची बळी असलेली व्यक्ती असे प्रसंग, वस्तू टाळण्याचा प्रयत्न करते. त्या व्यक्तीलाही नक्की माहीत

असते की एवढी भीती वाटण्यासारखे हे कारण नाही, तरीही भीती कमी होत नाही. जेव्हा टाळता येत नाहीत तेव्हा ते सोसण्याकडे अशा लोकांचा कल असतो. पण याचा त्यांना त्रास होतो. दैनंदिन जीवनात अडचणी निर्माण होतात. कामधंदाही सुचत नाही. अशा तीव्र भीतीला कारणीभूत परिस्थितीशी सामना झाला की या लोकांची भीती वाढण्यास सुरुवात होते. अशा तीव्र भीतीची अनेक कारणे असू शकतात. ती कुत्रा, साप, पाली, झुरळ, विंचू, सरडे अशा प्राण्यांची किंवा उंची, बंदिस्त जागा (लिफ्ट), रक्त, इंजेक्शन, आरसा, इतकेच काय सुंदर स्त्रिया, संभोग, पुरुषाचे उद्दीपित इंद्रिय, पैसा, संपत्ती, झोप, उजेड, अंधार, पाणी, माणसांची गर्दी, सार्वजनिक ठिकाण आणि मृत्यू अशा विविध गोष्टींची असू शकते. काही लोकांना सार्वजनिक मुतारीत लघवी करण्याचीदेखील भीती असू शकते.

या विकाराने पीडित व्यक्तींपैकी काही लोकांना थोडी जास्त भीती वाटते, पण ते सहन करू शकतात. तर ज्यांना भीती खूप तीव्रतेने जाणवते अशा लोकांना धाप लागणे, छातीत धडधडणे, छातीत दाब जाणवणे किंवा छातीत दुखणे, संपूर्ण शरीर थरथरणे, चक्कर येणे, घामाने चिंब होणे, बधिरपणा किंवा अंगात मुंग्या येणे, पोटात खड्डा पडणे, मळमळणे, उलटी येणे, डोके दुखणे, शरीरापासून विलग झाल्याची भावना होणे, वेड लागल्याची भावना होणे व त्या ठिकाणाहून पळून जाण्याची तीव्र इच्छा होणे, अशा प्रकारचा असह्य त्रास होतो. त्यांना जाणीव असते की त्यांची भीती अनाठायी आहे; पण त्यांचा स्वतःवर ताबा राहत नाही.

उपचार

फोबिया तीव्र चिंतेचा (Anxiety) प्रकार आहे. हा दीर्घ काळ चालणारा विकार आहे. याचा उपचार वेळीच केला नाही तर अशा व्यक्ती त्यातून बाहेर येणे अवघड होत जाते. पण, जर अशा रुग्णांची यातून बाहेर पडण्याची इच्छा असेल तर उपचारांनी ते चांगले सुधारतात. याच्या उपचारात मानसोपचार तज्ज्ञांकडून समुपदेशन व डीसेन्सिटायझेशन करून सुटका होते. ज्याची भीती वाटते त्या गोष्टी दुरून पाहून, त्यांची चित्रे पाहून, हळूहळू त्या वस्तू हाताळून किंवा त्या परिस्थितीला सामोरे जाऊन त्याविषयी भीती कमी कमी होत जाते. योगा, प्राणायाम, ध्यानधारणा अशा उपचारांचाही काही प्रमाणात उपयोग होतो. जरूर पडली तर चिंता कमी करणारी औषधेही दिली जातात.

बरोबर की चूक? (O.C.D.)

तुमची कृती एकाच वेळी बरोबर आणि चूक असू शकते का? हो असे असू शकते. स्वच्छता ठेवणे बरोबर, पण स्वच्छ हात वारंवार धूत राहणे चूक. झोपण्यापूर्वी घराचे दरवाजे व्यवस्थित बंद असल्याची खात्री करणे बरोबर; पण तीच गोष्ट सात-आठ वेळा करणे आणि तरीही नीट बंद केल्याची खात्री न वाटणे चूक. याचा अर्थ तुमची कृती योग्य तेवढी काळजी घेण्यापलीकडची अतिशयोक्तीपूर्ण होते आहे आणि तरीही तुमची खात्री पटलेली नाही. याचाच अर्थ, या गोष्टींची चिंता तुमच्या मनात घर करून बसली आहे. ती वेडाच्या (Crazy) सीमेवर पोहोचली आहे. ही स्वच्छतेची किंवा सुरक्षिततेची भावना तुमच्या मनात घट्ट पाय रोवून बसली आहे. त्याचे तुम्हाला वेड लागतेय, त्याचे व्यसन जडलेय.

या चिंतेच्या (Anxiety) प्रकाराला Obscessive Compulsive Disorder (O.C.D.) म्हणतात. मेंदूला काही प्रमाणात रक्तपुरठा कमी होणे किंवा मेंदूचे इन्फेक्शन, होर्मोनल बदल अशा कारणांनी हा विकार जडतो. यासाठी मानसोपचारतज्ज्ञ डॉक्टरांच्या समुपदेशनाने किंवा औषधे घेऊन आराम पडू शकतो.

सर्वसाधारणपणे हा आजार कमी-अधिक प्रमाणात डोके वर काढतो; पण उपचारांचा बऱ्यापैकी उपयोग होतो. क्वचित प्रसंगी हा आजार उपचारांना दाद देत नाही.

लैंगिक जीवन (Sexual Life)

प्रत्येक व्यक्तीस सुखी, समाधानी कौटुंबिक व सामाजिक आयुष्य जगायला आवडते. माणसाची जसजशी सामाजिक उन्नती होत गेली, तसतशी विवाह संस्था व मर्यादित व्यक्तींबरोबर लैंगिक संबंध याची सुरुवात झाली आणि आता परत मुक्त लैंगिक संबंधांकडे कल वाढू लागला आहे. विवाहबंधन असो वा नसो लैंगिक सुख ही माणसाची सुखी, समाधानी जीवन जगण्यासाठीची गरज आहे. शिवाय प्रजननकार्य हे प्रत्येक जीवमात्राच्या इतिकर्तव्यात मोडते. या प्रजननकार्यासाठीही माणसात लैंगिक संबंधाचे नैसर्गिक प्रयोजन आहे. योग्य पद्धतीने व समाधान देणाऱ्या लैंगिक संबंधांची शारीरिक व मानसिक आरोग्यासाठीही नितांत आवश्यकता असते. अशा लैंगिक संबंधांतून नर व मादी दोघांचेही शारीरिक व मानसिक समाधान व्हावे लागते. त्यासाठी दोघांची शारीरिक व मानसिक क्षमता अत्यावश्यक असते. लैंगिक संबंध हे केवळ इतिकर्तव्य न राहता, ते शृंगारकलेच्या माध्यमातून पार पडले तर त्या समाधानाला एक उंची प्राप्त होते. सुशिक्षित, अशिक्षित, आंधळे,

बहिरे, मुके सगळ्यांनाच न शिकवता ही कला बहुधा साध्य होते. निसर्गाची किमया- दुसरे काय!

तरीही क्वचित प्रसंगी काही युगुलांना नेमके काय व कसे करायचे याची जाण नसते. अशा जोडप्यांना समुपदेशनाची व समजून देण्याची आवश्यकता पडते. तपासणी केली तर काही वेळा स्त्रीमध्ये योनिमुखाचा पडदा (Hymen) जास्त जाड असेल तर त्यावर छेद करण्याची आवश्यकता असते. पुरुषांमध्ये लैंगिक उत्तेजना न होणे किंवा हव्या त्या प्रमाणात न होणे अशा समस्या असू शकतात.

लैंगिक अक्षमता (Impotence)

पुरुषांच्या बाबतीत ही अक्षमता पूर्ण किंवा अर्धवट असू शकते. लिंगताठरता येत नसेल तर पूर्ण अक्षमता व ताठरता पुरेशी न येणे किंवा लवकर वीर्यस्खलन होणे अशी अर्धवट अक्षमता असू शकते. त्यामुळे संभोग पूर्ण होऊ शकत नाही. ही अक्षमता शारीरिक, मानसिक किंवा दोन्ही कारणांनी असू शकते. अशी उणीव इच्छा उद्दीपन किंवा समेवर पोहोचण्याच्या अशा कुठल्याही पायरीवर असू शकते. याला शारीरिक उणीव किंवा मानसिक ताणतणाव, ही कारणे असू शकतात. कमालीचा शारीरिक थकवा, ताण किंवा अपराधाची भावना, अशीही कारणे असू शकतात. जोडीदाराबद्दल अनाकर्षण हेही कारण असू शकते. त्यामुळे उद्दीपन होत नाही. अशा प्रकारच्या पुरुषातील लैंगिक समस्येला पूर्वी 'नपुंसकत्व' म्हणत, आता 'लैंगिक उद्दीपनाची समस्या' असे संबोधले जाते. लिंगाला होणारा रक्तपुरवठा कमी असेल तर ही समस्या आढळते. मधुमेह, वयोमानाने झालेली रक्तवाहिन्यांची ताठरता (Atherosclerosis) व अरुंदता यामुळे लैंगिक उद्दीपनात अडथळे निर्माण होतात.

पुरुषाच्या शरीरातील टेस्टॉस्टेरॉन या होर्मोनची खालावलेली पातळी, प्रोस्टेट किंवा रेक्टमच्या कॅन्सरच्या ऑपरेशनच्या वेळी नर्व्ही एरिगॅंटिसला इजा पोहोचली तरी उद्दीपनाची समस्या निर्माण होते. सिफिलिससारख्या गुप्तरोगानेही अशी समस्या निर्माण होते. नैराश्यासाठी दिली जाणारी औषधेही या समस्येचे कारण असू शकतात.

पुरुष लिंगास रक्तपुरवठा कमी आहे म्हणून उद्दीपन हवे तेवढे होत नसेल तर सिल्डेनॅफिल (व्हायग्रा) या औषधाने उद्दीपन होण्यास व टिकण्यास मदत होते. मद्यसेवनाने संभोग करण्याची इच्छा वाढते; पण क्षमता हिरावून घेतली जाते हे नक्की.

स्त्रियांच्या समस्या (Frigidity)

स्त्रियांच्यामध्ये उत्तेजना येण्यासाठी पुरेसा वेळ संभोगाआधीच्या शृंगारासाठी द्यावा लागतो. स्त्रीमध्ये उत्तेजना येत नाही त्याला 'थंडपणा' (फ्रिजिडिटी) असे म्हणतात. 'भीती किंवा जोडीदाराबद्दल नावड किंवा घृणा, मानसिक ताण, नैराश्य, वाढते वय, गर्भावस्था, बाळाला अंगावर पाजणे, रजोनिवृत्ती अशा होर्मोन्सच्या पातळीतील बदलांमुळे, इस्ट्रोजेन व टेस्टोस्टेरॉन या होर्मोन्सच्या कमतरतेमुळे व इतरही काही कारणांनी असा थंडपणा (फ्रिजिडिटी) असू शकतो. याखेरीज संभोग वेदनादायी असणे, हेही थंडपणाचे कारण असू शकते. योनिमुखाचा जाड पडदा त्या भागाचे इन्फेक्शन किंवा संभोगासाठी आवश्यक वंगणाचा (Lubrication) अभाव, यामुळेही वेदना होतात.

क्वचित प्रसंगी बीजांडकोष ओटीपोटात गर्भाशयाच्या मागे खालच्या पातळीवर असेल किंवा योनिमार्गाचा स्नायू सतत आकुंचनात (Spasm) राहत असेल तरी स्त्रीला संभोग खूप क्लेशदायक होऊ शकतो व नकोसा वाटतो.

यातील शारीरिक अडचणीसाठी डॉक्टरांची मदत लागते; पण मानसिक अडचणींसाठी पुरुषाने पुरेसा वेळ आधीच्या शृंगारासाठी (Foreplay) देणे उपयुक्त ठरते. घाईगडबडीने काम उरकल्यासारखे केले तर पुरुषाचे एक वेळ समाधान होऊ शकेल; पण स्त्री समेवर न पोहोचल्याने असमाधानी राहू शकते. त्यासाठी पुरुषाने आधीचा शृंगार व नंतरही थोडा, याने स्त्रीलाही समेवर आणावे. सौम्य सुगम संगीताची साथ, शय्याकक्षात प्रसन्न वातावरणासाठी सुगंधाची उधळण यांचाही समेवर पोहोचण्यास दोघांनाही उपयोग होतो.

सर्व काळजी घेऊनही अडचण सुटली नाही तर गरजेप्रमाणे सेक्स एक्स्पर्ट किंवा मानसोपचारतज्ज्ञ डॉक्टरांचा सल्ला वेळीच घ्यावा.

व्यसने व व्यसनमुक्ती (Addiction-Deaddiction)

सुखाच्या शोधात अर्वाचीन काळापासून मनुष्य विविध द्रव्यसेवनांचा उपयोग करतो आहे. त्यात अफू, गांजा व मदिरा यांचे सेवन किंवा तंबाखू-विडी-सिगार आणि हुक्का यांचा वापर होतो आहे. दारूड्या किंवा व्यसनी होण्याचा कोणाचाच उद्देश नसतो. सुरुवातीस मजा, चारचौघात मिळून मिसळून राहणे, गप्पा अशा स्वरूपात अशा पदार्थांच्या वापरास सुरुवात होते. या सुखांचे स्वरूप डोके हलके वाटणे, तरंगल्यासारखे वाटणे, आपण हवेत उडतो आहोत, स्वर्गानुभव घेतो आहोत अशा नाना प्रकारच्या उल्हसित करणाऱ्या ऊर्मी निर्माण करणारे असते.

असा अनुभव एकदा घेतला की परत परत घेण्याची इच्छा होत राहते. सुखाची इच्छा होणे हा आपल्या मेंदूचा स्थायीभाव आहे. मात्र असे सुख अनुभवण्यासाठी अशा सुखदायी वस्तूंची मात्रा वाढवत जावी लागते. मेंदूला जसजशी त्या पदार्थांची चटक लागेल, तसतसा तेवढाच परिणाम साधण्यासाठी वाढत्या प्रमाणात त्या पदार्थांचा वापर करावा लागतो. याला (Tolerance) वाढीव गरज असे म्हणतात किंवा नॉर्मल वागण्यासाठी त्या पदार्थावर मानसिक (Dependance) अवलंबित्व झाले असे म्हणतात. असे नशिल्या पदार्थावर अवलंबित्व निर्माण झाले की, ती व्यक्ती तो नशिला पदार्थ मिळविण्यासाठी हर प्रकारची धडपड करते. (Craving) त्यासाठी सर्व भल्या-बुऱ्या मार्गांचा अवलंब केला जातो. व्यसनाधीन झालेल्या व्यक्तींना व्यसनांची साधकबाधक सर्व माहिती असूनही ते स्वतःवर नियंत्रण ठेवू शकत नाहीत. तरीही त्यांना नशिल्या पदार्थांपासून वंचित ठेवले तर त्यांना शारीरिक त्रास सुरू होतो. (Withdrawl Symptoms) त्याला नशिल्या पदार्थांच्या उपासमारीचा त्रास होतो. हा त्रास मादक द्रव्यसेवनाची अनावर इच्छा, मळमळ, उलटी, डोळ्यांना व नाकाला पाणी सुटणे, डोळ्यांच्या बाहुल्या मोठ्या होणे, घाम, ताप, आवंढा गिळण्यास त्रास, निद्रानाश, मनाची चिंताग्रस्त अवस्था, उजेड किंवा आवाज सहन न होणे, अंग थरथरण, असा होतो. अखेर त्यांना फिट्स (Epileptic) येतात.

उपचार

ज्या लोकांनी व्यसनी लोकांची अवस्था जवळचे नातेवाईक किंवा मित्र यांच्यात पाहिलेली असते, त्यांना अशा मार्गापासून कोसो दूर राहणे हाच खरा प्रतिबंधात्मक उपाय आहे. 'एकच प्याला', 'एकच झुरका' वगैरे पहिलाच मोह टाळला पाहिजे. मद्यपान न करणे, सिगारेट, तंबाखू किंवा इतर नशिले पदार्थ न घेणे, कुठल्याही प्रकारे सामाजिक हितसंबंधाआड येत नाही, याची खात्री बाळगावी. कुठल्याही कारणाने 'एकच प्याला' दूर ठेवावा. चिंता किंवा नैराश्यासाठी काही लोक अशा गोष्टींच्या आहारी जातात. पण कुठलेही व्यसन हे कुठल्याही समस्येचे समाधान नसते, तर व्यसनच समस्या असते, हे मनापासून मान्य केले पाहिजे व अशा सर्व गोष्टींपासून निश्चयपूर्वक अलिप्त राहिले पाहिजे.

आपल्या आप्तस्वकीयांपैकी दुर्दैवाने कोणी व्यसनाधीन झाले असेल तर त्या व्यक्तीला सहानुभूतीने वागवले पाहिजे. त्याला मानसोपचारतज्ज्ञ डॉक्टर किंवा व्यसनमुक्तीसाठी कार्य करणाऱ्या स्वयंसेवी संस्थेत नेऊन त्याच्यावर योग्य दिशेने उपचार केले पाहिजेत. अशा केंद्रांवर अशाच व्यसनाधीन झालेल्या व्यक्तींचे

सामूहिक व वैयक्तिक समुपदेशन, चर्चा व औषधोपचार यांच्या साहाय्याने उपचार करणे आवश्यक असते. यासाठी दीर्घ काळ व पद्धतशीर लढाच द्यावा लागतो, तरच यशाची शक्यता वाढते.

अशा सामान्यपणे वापरात असलेल्या व्यसन जडणाऱ्या पदार्थांविषयी थोडे समजून घेऊ यात.

मद्य, तंबाखू (कुठल्याही स्वरूपात), ॲम्फेटामाइन, कॅफिन, कोकेन, अफू, एल.एस.डी., चरस, गांजा, हेरॉइन आणि झोप येण्यासाठी वापरली जाणारी औषधे या पदार्थांचा अमली किंवा व्यसन जडवणाऱ्या पदार्थांच्या यादीत समावेश होतो. खरे तर, ही यादी याहीपेक्षा पुष्कळच मोठी आहे.

या द्रव्यांची कार्यपद्धती

आपल्या मेंदूला आनंदाची भावना देणारा (न्यूरोट्रान्समीटर) डोपामाइन हा आहे. वर उल्लेख केलेले पदार्थ मेंदूतील डोपामाइनची पातळी उंचावतात. बिचारा मेंदू अल्प काळाच्या आनंदासाठी दीर्घ काळासाठी स्वतःची परवड नकळत करून घेतो. मेंदू फसतो म्हणणे योग्य होईल. अशा पदार्थांपासून सावध, सावधान!

उत्क्रांती सिद्धान्तास आवाहन (Defying Instincts)

माणसाच्या व्युत्पत्तीपासूनच जीवरक्षणासाठी संकटांची भीती हा माणसांचा व प्राण्यांचा स्थायीभाव आहे. सर्व प्रकारच्या संकटापासून जिवाचे रक्षण हे मनुष्याच्या मेंदूचे प्रमुख उद्दिष्ट आहे. हा उत्क्रांतीच्या मूलभूत सिद्धान्तांपैकी सर्वांत जास्त महत्त्वाचा भाग आहे. मेंदूचे आद्य कर्तव्य आहे. आत्महत्या किंवा तसा विचार हे त्यामुळेच अपवादात्मक आहे. ते उत्क्रांतीच्या सिद्धान्ताच्या विरोधातही आहे. मात्र मानसिक विकारामुळे डोके ठिकाणावर नसल्याने असे विचार मनात येऊ शकतात.

प्रेम, त्याग आणि दान या मानवी मनाच्या महत्त्वाच्या धारणा आहेत. त्याग करावा, दान करावे या भावना उदात्त आहेत यात शंका नाही; पण त्यांचा वापर एका विवक्षित मर्यादेपर्यंतच केला जातो.

बादशहा आणि बिरबल यांच्यात एकदा वाद झाला. बादशहाचे म्हणणे सर्वांनाच आपल्या अपत्याबद्दल इतके प्रेम असते की त्यासाठी कुठलाही त्याग केला जातो.

बिरबलाने एक प्रयोग केला. एका बाहेर पडता येणार नाही अशा कोरड्या हौदात त्याने एक माकडीण व तिचे पिलू ठेवले. नंतर त्यात पाणी भरण्यास

सुरुवात केली. पिलाच्या नाकापर्यंत पाणी येऊ लागले तेव्हा माकडिणीने पट्कन पिलाला उचलून डोक्यावर घेतले.

बादशहा जिंकल्याच्या आविर्भावात बिरबलाकडे पाहून हसला.

बिरबलाने शांतपणे हौदात पाणी भरणे चालू ठेवले. पाणी आता माकडिणीच्या नाकापर्यंत आले. माकडिणीने पट्कन पिलाला खाली ठेवले व ती त्याच्यावर उभी राहिली. बादशहा समजून चुकला.

अशा तऱ्हेने स्वजिवाचे संरक्षण, हीच जर उत्क्रांतीने उलगडलेली सर्वांत अग्रक्रमाची उपजत, नैसर्गिक प्रेरणा असेल तर काही लोकांच्या डोक्यात आत्महत्येचे विचारसुद्धा का यावेत, हा महत्त्वाचा मुद्दा आहे. आत्महत्येची कल्पना मेंदूत का येते? खरे तर आत्महत्येचा विचार डोक्यात येणे हे फार फार विरळाच आहे. नॉर्मल किंवा निरोगी मेंदूत असा विचार येतच नाही. पराकोटीची विचारविकृती निर्माण झाली तरच असला विचार मनात येतो. टोकाची चिंता किंवा नैराश्यच असे विचार डोक्यात येण्यास कारणीभूत ठरतात. सहनशक्तीच्या बाहेरच्या वेदना व त्या थांबण्याची आशा नसणे, अगदी प्रिय व्यक्तीचे निधन, कमालीचे शारीरिक किंवा आर्थिक संकट- की ज्याचे निवारण होणे अशक्य वाटत- अशा भिन्न कारणांनी आत्महत्येचे विचार मनात डोकावू लागतात.

काही वेळा मानसिक विकारांचे रुग्ण आत्महत्या करण्याचा आभास निर्माण करतात. आत्महत्येचे प्रयत्न यशस्वी होणार नाहीत अशाच योजना आखतात. आजूबाजूच्या लोकांच्या लक्षात येईल व ते मदतीला धावून येतील आणि आपल्याला वाचवतील, असाच प्रयत्न ते करतात. विष किवा झोपेच्या गोळ्यांचे अल्प मात्रेत सेवन करणे, आत्महत्या करीत आहोत अशी चिठ्ठी ठेवणे, दार आतून बंद करून न घेणे अशी काळजी घेऊनच असे अयशस्वी प्रयत्न केले जातात.

मात्र काही लोक आत्महत्या करण्याच्या विचारावर व प्रयत्नावर ठाम असतात. असे लोक विचारपूर्वक योजना आखतात; ते लहरी, चिंताग्रस्त असतात. त्यांचे दैनंदिन व्यवहारात लक्ष नसते, झोप व्यवस्थित लागत नाही म्हणून ते मद्य व नशिल्या पदार्थांचा आसरा घेतात. चाकू किंवा बंदूक मिळवण्याच्या प्रयत्नांत असतात. त्यांच्यात नैराश्य किंवा कमालीची अस्वस्थता (Panic Disorder) दिसते. अशा व्यक्ती स्वतःवरच टीका करताना आढळतात. निरवानिरवीच्या, निरोपाच्या गोष्टी बोलतात. सुखद घटना, प्रेमालाप, व्यायाम, खेळ यांपासून दूर राहतात. 'आपण जन्मलोच का... आपल्याला जगण्याचा अधिकारच नाही, आपण मृत्यूला कवटाळलं पाहिजे,' असे बोलतात.

आपत्कालीन परिस्थिती

जे लोक आत्महत्येच्या विचाराने पछाडलेले असतात, ते स्वतःच्या किंवा इतरांच्या जिवावर उठलेले असतात आणि त्यातून आपत्कालीन (Emergency) परिस्थिती निर्माण होऊ शकते. इतरांवर किंवा मानसोपचारतज्ज्ञांवरही हल्ला करण्याची त्यांची प्रवृत्ती बनलेली असते. वयाच्या ४०-५० नंतरच्या पुरुषांमध्ये अशा वृत्तीचे प्रमाण जास्त आहे.

नैराश्य (Depression)

प्रत्येक मनुष्यास आनंदाने, उत्साहाने, मजेत जगायला आवडते. आशावादी असावे असे वाटते; पण माणसाचा मूड नेहमीच सरड्याप्रमाणे रंग बदलत असतो. त्यात चढ-उतार होत असतात. मूड कधी हसता-खेळता, कधी अतिउत्साही तर कधी नैराश्याच्या खाईत लोटणारा असतो.

नैराश्य आलेल्या व्यक्तीचा मूड खालावलेला असतो. कामाचा उत्साह नसतो. नैराश्यामुळे त्या व्यक्तीचे आचार, विचार, भावभावना आणि शारीरिक स्वास्थ्य यांवर विपरीत परिणाम होतो. ती व्यक्ती दुःखी-कष्टी होते. चिंताग्रस्त असते. पोकळी वाटणे, निराशावाद येणे, हतबलता, आपल्याला किंमत नाही असे वाटणे. अपराधीपणाची भावना निर्माण होणे, दोषी असल्याची भावना निर्माण होणे, चिडचिडेपणा वाढणे, बेचैन होणे व मनात आत्महत्येचे विचार येणे, अशा अवस्थांना रुग्ण पोहोचतो.

नैराश्य आलेल्या व्यक्तींची भूक हरपते, पण खाण्याचे समाधान होत नसल्याने ही मंडळी खातच राहतात व लठ्ठही होतात. या व्यक्तींचे लक्ष केंद्रित होत नाही. त्यामुळे स्मरणशक्ती व निर्णयक्षमता कमी होते. याचा परिणाम आत्मघाती विचार डोक्यात येण्यात होतो. अशा व्यक्तींना शारीरिक वेदना होतात, निद्रानाश होतो किंवा जास्त झोप येते, थकवा जाणवतो किंवा शक्तिपात झाल्यासारखे वाटते.

नैराश्य हा नेहमीच मानसिक आजार नसतो. प्रियजनांचा मृत्यू, आर्थिक स्थिती कोलमडणे, उदरनिर्वाहाचे साधन गमावणे किंवा अपघातात अवयव जाऊन अपंग होणे, कॅन्सर, एड्ससारख्या आजाराने किंवा तीव्र वेदनेने ग्रासले जाणे, या व अशा कारणांनी तात्पुरते नैराश्यही येऊ शकते. दैनंदिन घटनांमुळेही अल्पकालीन नैराश्य येऊ शकते; पण विवंचना सुटताच हे नैराश्यही संपुष्टात येते. प्रसूतीनंतर किंवा रजोनिवृत्तीनंतर स्त्रियांमध्ये तात्पुरते नैराश्य येऊ शकते.

उच्च रक्तदाबाकरिता वापरले जाणारे रिसर्पिनसारखे औषध हिपॅटायटीस-

सीची औषधे, बीटा ब्लॉकर्स यांमुळेही नैराश्य येऊ शकते.

सायकॅट्रिक सिंड्रोम

एखाद्या व्यक्तीस दोन आठवड्यांपेक्षा अधिक काळ नैराश्याने ग्रासले तर त्याला 'सायकॅट्रिक सिंड्रोम' म्हणतात. अशा वेळी मानसोपचारतज्ज्ञाकडून उपचार करून घेणे अगत्याचे असते. त्यात अँटी डिप्रेसंट औषधांपासून मनोविश्लेषण (Psychoanalysis) ते शॉक (ECT) असे उपचार करण्याची आवश्यकता पडू शकते.

पौष्टिक चौरस आहार, व्यायाम, प्राणायाम, योगा, ध्यानधारणा यांचाही पूरक उपचार म्हणून सकारात्मक उपयोग होतो.

नैराश्याने पुरुषांपेक्षा स्त्रिया जास्त प्रमाणात प्रभावित होतात. होर्मोन्सची बदललेली पातळी, कुटुंबातील स्त्रीचे स्थान व जबाबदारी, याचा हा परिणाम असावा. ही समस्या काही कुटुंबांत जास्त प्रमाणात आढळते.

सुख

'सुख पाहता जवापाडे, दुःख पर्वताएवढे' अशी म्हण आहे. जी गोष्ट दुर्मिळ ती हवीहवीशी वाटते. माणसाला अन्नपाण्यापेक्षा सुखलोलुपता जास्त प्यारी वाटते. डोपामाइन आणि सिरोटोनिन ही दोन रसायने मेंदूतील अनेक सुखकारक केंद्रांशी दुवा जोडत असतात. मादक द्रव्यसेवनानेही यातील डोपामाइनची पातळी विलक्षण वाढते.

परग्रहवासीयांचा मेंदूवर ताबा?

आपल्या मेंदूवर आपला ताबा नसून दुसऱ्याच कोणाचा तरी ताबा आहे असे स्कीझोफ्रेनियाच्या रुग्णांना वाटू शकते. अशा रुग्णांच्या मेंदूमधील उद्देश आणि कृती नियंत्रित करणाऱ्या तंत्रात बिघाड झालेला असतो. त्यामुळे आपल्या शरीराच्या हालचाली आपण नाही, तर दुसराच कोणी नियंत्रित करतो आहे, अशी भावना त्यांच्या मनात निर्माण होते. त्यामुळे इतर व्यक्ती किंवा मेंदूत बसवलेल्या इम्प्लीटमुळे आपल्या हालचाली नियंत्रित होत आहेत, अशी त्या रुग्णाची ठाम धारणा असते. अशा रुग्णांना 'पॅरानॉइड स्कीझोफ्रेनिक्स' म्हणतात.

मी मेलेलो आहे! (Cotard's Syndrome)

एखादा रुग्ण जर मी जिवंत नसून मेलेलो आहे असे तुम्हाला निक्षून सांगत असेल, तर त्याला काय म्हणावे? तो रुग्ण मात्र मनापासून ते सांगत असतो. ज्या रुग्णांच्या दृष्टीचे व इतर ज्ञानेंद्रियांचे कनेक्शन भावनिक केंद्रापासून तुटलेले असते त्यांच्यात जगातील कोणत्याच घटनांमुळे भावभावना निर्माण होत नाहीत. (तशा भावना निर्माण होणे हे जिवंतपणाचे लक्षण आहे.) रुग्णाच्या लेखी याचा अर्थ आपण जिवंत नाही, हाच होतो. एकदा ही संकल्पना त्या रुग्णाच्या मेंदूत पक्की घर करून बसली की त्याला त्याच्या जिवंतपणाचा एखादा पुरावा दिला, (उदा. जखम झाली तर रक्त वाहत आहे) तरी तो त्याचा अर्थ वेगळ्याच पद्धतीने लावतो व आपण जिवंत नाही, हेच खरे मानतो.

Mini Cotard Syndrome

कोटार्डपेक्षा मिनी कोटार्ड सिन्ड्रोम जास्त पाहण्यात येतो. त्याला 'डीरियलायझेशन' आणि 'डीपोलरायझेशन' असेही म्हणतात. तीव्र (Acute Anxiety) चिंता, पॅनिक अॅटॅक, नैराश्य व इतर डिसोसिएटिव्ह स्टेटमध्ये हे प्रकार पाहण्यात येतात.

जेम्स बाँड

एखाद्या लांडग्याने तुमच्या हाताचा लचका तोडला किंवा एखाद्या जवानाचा हात किंवा पाय स्फोटकामुळे उंच हवेत उडाला किंवा एखाद्या स्त्रीवर निर्घृण बलात्कार झाला, तर अशा मरणप्राय परिस्थितीत मेंदूतील अँटिरियर सिंग्युलेट गायरस एकदम उत्तेजित होतो. त्यामुळे अॅमिग्डेला आणि मेंदूतील इतर भावनिक केंद्रे तात्पुरती बंद केली जातात (दुःख विसरण्याच्या उद्देशाने). त्यामुळे अशा नकोशा, वेदनामय अनुभूती नष्ट होतात. त्यामुळे भीती, चिंता नष्ट होते; परंतु त्याच क्षणी अँटिरिअर सिंग्युलेट गायरस योग्य त्या प्रतिकारासाठी शरीर तयार करते. शरीर प्रतिकारासाठी किंवा पळून जाण्यासाठी कमालीचे तत्पर बनवले जाते.

जेम्स बाँड जसा भावनिक गुंतवणूक न ठेवता लढण्याची किंवा माघार घेण्याची कमालीची तत्परता, विजेची चपळता दाखवतो; त्याला प्रेम, दया, माया आड येत नाही तसे.

मात्र मेंदूच्या सिंग्युलेट गायरसमधील ही यंत्रणा अचानक रासायनिक बदलामुळे जर कार्यान्वित झाली, तर कसलीही भीतिदायक परिस्थिती नसून, असे रुग्ण फाइट

किंवा फ्लाइट (पलायन) मोडमध्ये जातात. अशा रुग्णांच्या दृष्टीने बाह्य जग हे खरे नसते किंवा तो स्वतः तरी खरा नसतो. यालाच 'डीरियलायझेशन' किंवा 'डीपर्सोनेशन' असे म्हणतात.

मेंदूचे अपराधशास्त्र (Neuro Criminology)

संशोधन करून असा एखादा मेंदूचा स्कॅन करता येईल, ज्याद्वारा अपराध्याच्या मनातील गुन्ह्यामागच्या उद्देशाचा खुलासा होईल. मेंदूतील रासायनिक क्रियांच्या अभ्यासाने मेंदूच्या विकारांचा उलगडा व उपचार करणे नजीकच्या भविष्यात शक्य होईल. या शास्त्र शाखेस 'Evolutionary Neuro Psychiartry' म्हणतात.

◆

मेंदूच्या आजाराची लक्षणे

वेदना आपली 'सखी' (Pain Friend)

आपले काही दुखायला लागले की वाटते, ही वेदना अस्तित्वातच नसती तर किती बरे झाले असते? वेदना खरीच एवढी वाईट आहे का; की वेदना सखीही असू शकते? निसर्गाने माणसासाठी खूप चपखल अशा उत्तमोत्तम योजना संपूर्ण शरीरभर केलेल्या असतात. या वेदनेचे काय प्रयोजन असावे? पण खरे सांगू का, निसर्गाने कुठलीच गोष्ट निरुपयोगी दिलेली नाही. वेदनाही एक खूप उपयुक्त संवेदना आहे. वेदना ही खऱ्या अर्थाने आपली सखी आहे. वेदना झाल्यामुळे आपण वेदनादायी किंवा इजा पोहोचविणाऱ्या गोष्टींपासून सावध होतो. दूर सरकतो.

आपल्या शरीराला टोचणे, कापणे, उष्णतेचा चटका, विद्युत झटका किंवा मुका मार यांना तोड द्यावे लागते. त्यांत प्रथम तोंड द्यावे लागते ते त्वचेला. त्यामुळेच त्वचेमध्ये वेदना व उष्णता यांचे ज्ञान देणारे लाखो करोडो रिसेप्टर यांची मुक्तहस्ते उधळण निसर्गाने केली आहे. तसेच शरीराला असणाऱ्या नैसर्गिक छिद्रांनाही अशा संवेदना देणारे रिसेप्टर्स मुबलक प्रमाणात दिले आहेत. कान, नाक, तोंड व मलमूत्र विसर्जनाच्या जागा यांचा यात समावेश होतो. आपल्या हातांचा वापर पुष्कळ प्रमाणात होत असल्याने तळहातालाही विशेष प्राधान्याने या संवेदना दिल्या आहेत. डोळे हा फार महत्त्वाचा अवयव असल्याने, त्याच्या कॉर्नियालाही अशा संवेदना असतात. आतडी पोटात खोलवर असतात. त्यांचा संबंध येत नसल्यामुळे त्वचेसारखी वेदना, उष्णता यांच्या संवेदनांची गरज नसते; पण आतड्यातून अन्नाबरोबर जंतू किंवा इतर त्रासदायक रसायने येऊ नयेत यासाठी योजना हवी. जंतुसंसर्ग किंवा रसायनांचा उपद्रव झाला तर पोट दुखणे, मळमळ, उलटी किंवा जुलाब याद्वारा त्यांचा सामना करावा लागतो. म्हणून त्या संवेदना पचन संस्थेला निसर्गाने बहाल केल्या आहेत. मेंदू व मज्जा संस्था अति महत्त्वाच्या असल्याने अभेद्य तिजोरीत बंद असतात. त्यांना बाहेरून स्पर्श, वेदना किंवा उष्णता

लागण्याची शक्यता नसल्याने, अशा संवेदनांची तरतूद निसर्गाला करावी लागत नाही. मात्र माणसात भावभावना निर्माण होत असल्याने सुख-दुःख, राग-लोभ, क्षोभ या अदृश्य गोष्टीही मेंदूला यातना देण्यास पुरेशा असतात. मेंदूला सुईने किंवा उष्णतेने चटके द्यावे लागत नाहीत. खूप दुरून दिलेले भावनिक चटके मेंदूस पुष्कळ क्लेश देऊ शकतात. अशा तऱ्हेने वेदना शारीरिक असो वा मानसिक- आपल्याला वाईट गोष्टींपासून दूर राहण्यास संकटसमयी मदत करते. Friend in need is a friend indeed असे इंग्रजीत म्हणतात. तर मराठीत म्हणू या 'कठीण समय येता कोण कामास येतो? ' तर ती वेदना!

वेदना

अशा प्रकारे वेदना ही सखी हे तर मान्यच करावे लागते. वेदनेमुळे आपले इजा पोहोचविणाऱ्या गोष्टींपासून संरक्षण होते. आपल्याला वेदना होते तेव्हा ती वेदनेच्या संवेदना देणाऱ्या कारणाच्या समप्रमाणातच असेल असे मात्र नाही. कारण वेदनेची संवेदना वेदनेच्या कारणावर अवलंबून नसून, त्याबाबतच मेंदूचे जे मत होते त्या मतावर अवलंबून असते. (Interpretation) हा मेंदूचा खेळ म्हणावयास हरकत नाही. जेव्हा मेंदूकडे त्वचेकडून वेदनेची संवेदना येते, त्या वेळी मेंदू इतर महत्त्वाच्या कार्यात गर्क असेल तर वेदना कमी जाणवते किंवा दुर्लक्ष करण्याइतकीच जाणवते, पण ती संवेदना मेंदू मोकळा (कमी व्यस्त) असताना आली तर त्या वेदनेची जास्त वेदनादायी अशी दखल घेतली जाते. जर वेदनेची संवेदना घेऊन येणाऱ्या संवेदनांकडे लक्ष दिले नाही, तर वेदना जाणवत नाही. म्हणजे वेदना ही केवळ संवेदनेत नसून, ती मेंदूच्या अभिव्यक्तीवर (Interpretation) अवलंबून आहे.

वेदनेची कार्यपद्धती

त्वचा व इतर अवयवांतील वेदनेचे रिसेप्टरकडून मज्जातंतूद्वारा वेदनेची संवेदना मेंदूतील सोमॅटोरसेन्सरी कॉर्टेक्सकडे येतात. एवढ्यावरच वेदनेची संवेदना निर्माण होत नाही. मेंदूतील या संवेदना जाणिवेत आणण्याचे कार्य कॉर्टेक्सच्या इतर भागाच्या कार्यावरही अवलंबून असते. त्यानंतर त्या गोष्टीकडे वेदना म्हणून पाहिले जाते. अशी संपूर्ण प्रक्रिया पूर्ण झाल्यावरच आपल्याला वेदनेची जाणीव होते. याउलट काही वेळा वेदनेची संवेदना मेंदूकडे प्रत्यक्ष न येतादेखील वेदना जाणवते. हा सर्व मेंदूचा खेळ असतो. अशी वेदनेची बाह्य संवेदना न येता जेव्हा

वेदनेची अनुभूती होते, त्याला 'न्यूरोपॅथिक वेदना' असे म्हणतात; परंतु ही वेदना काल्पनिकही नसते. वेदनेच्या स्मरणातून या वेदनेचा जन्म झालेला असतो. एखादी जखम असताना तिकडून येणाऱ्या वेदना जेव्हा ती जखम पूर्ण बरी झाल्यानंतरसुद्धा जाणवत राहतात, तेव्हा अशी परिस्थिती निर्माण होते. याचे मूळ, जखम बरी होण्यापूर्वी मेंदूत त्या वेदनेची स्मृती निर्माण होते व ती पुसली जात नाही, हे आहे. ही मेंदूने केलेली मेंदूचीच 'फसगत' या सदरात मोडते. अशाच प्रकारची न्यूरोपॅथिक वेदना मधुमेहाच्या आजारात व इतर काही धातूंच्या मज्जारज्जूंच्या आजारात पाहण्यात येतात.

जन्मजात वेदनामुक्ती शाप की वरदान?

वेदना ही संकटविमोचक आहे. माणसाला धोक्याचा इशारा देऊन सजग करते व गंभीर प्रकारचे शारीरिक नुकसान होण्यापासून वाचवते. जन्मापासूनच वेदनांची जाणीव मुळीच न होण्याचा एक क्वचित आढळणारा आजार आहे. याला वरदान समजावे का? आपण अशा एका बाळाच्या आईची परवड पाहू यात.

जेम्स नावाचा एक मुलगा होता. त्याला कसल्याच प्रकारची वेदनेची संवेदना जन्मापासूनच नव्हती. धारदार वस्तू किंवा अतिगरम वस्तू तो हसत हातात धरायचा. त्याला जखमा होत किंवा भाजतदेखील असे. तरीदेखील त्याला कसलाच त्रास जाणवत नसे. जिन्यावरून तो सरळ अंग टाकून देऊन मजेने गडगडत खाली येई. त्याला फ्रॅक्चर्स होत; पण वेदना नसत. त्याची आई रूथला ही डोकेदुखीच होऊन बसली होती. त्याला इजा होऊ नयेत म्हणून ती काय काय खबरदारी घेऊ शकणार? तिला जीव नकोसा झाला. बाकी सर्व बाबतींत जेम्स पूर्ण सक्षम होता, बुद्धिमानही होता. डॉक्टर्स या विकाराचे नेमके कारण शोधू शकले नाहीत. अशी मुले दुर्दैवाने अल्पायुषी ठरतात. यासाठी म्हणावे लागते 'वेदना ही सखी आहे. अशा सखीचा विरह न व्हावा.'

सखी

वेदनेशी मैत्रीच करणे आपल्या हिताचे आहे. वेदना ही एक दुःखकारी संवेदना. टोचणे, कापणे, चटका बसणे, हाड मोडणे किंवा जंतुसंसर्ग यामुळे आपल्याला वेदना होतात. तसेच भावनिक समस्यांमुळेही मन दुखावते; पण या वेदना आपल्याला अशा संकटांपासून दूर ठेवतात. आपल्या शरीराला होणाऱ्या इजा टाळणे किंवा झालेल्या इजा बऱ्या होणे, यासाठी वेदना आपली सर्वतोपरी मदत करतात. तसेच

भविष्यात इजा होऊ नये म्हणून सतर्कही करतात.

बहुसंख्य आजारांत वेदना हे एक प्रमुख लक्षण असते. वेदना प्रामुख्याने दोन प्रकारच्या असतात. अचानक सुरू होणाऱ्या व तीव्र किंवा ॲक्यूट. यांचा कालावधी १ ते ६ महिने गृहीत धरतात. यापेक्षा अधिक काळ टिकणाऱ्या वेदनांना 'क्रॉनिक' म्हणतात. कोणतीही वेदना एक तर नेमकी एका ठिकाणी केंद्रित असते किंवा ठिकाण नेमके न दाखवता येणारी विकेंद्रित असते. वेदना तीव्र कळांच्या स्वरूपात असते किंवा कमी तीव्र पण सतत भुणभुण लावणारी असते. पोटात थांबून, थांबून कळा येणाऱ्या तीव्र वेदना असू शकतात. काही वेळा इजा आहे त्या जागी असते, तर काही वेळा घशाचा किंवा जिभेचा आजार असताना कान दुखतो. याला 'रिफरड वेदना' म्हणतात. दोन ठिकाणी एकाच मज्जारज्जूचे हस्तक असतील तर त्यांचा असा समजुतीचा घोटाळा होतो. अशाच प्रकारे मूत्रनलिकेत खडा असेल तर वृषणामध्ये वेदना जाणवू शकते.

फसवी वेदना (Fantom Pain)

विक्रम वेताळाच्या गोष्टीत जसा वेताळ विक्रमाला फसवतो, तशी फसवी वेदना असेल तर त्याला 'फँटम वेदना' म्हणतात. अपघातामुळे किंवा युद्धात ज्यांना आपला पाय गमवावा लागतो, अशा लोकांना जखम बरी झाल्यावरसुद्धा आता अस्तित्वात नसलेल्या पायाच्या बोटांमध्ये वेदना होते, असे त्यांचा मेंदू सांगतो, याला 'फँटम वेदना' असे म्हणतात. हे दुर्दैवी लोक सोंग करीत नसतात. पाय कापला त्या ठिकाणी जे मज्जातंतूचे टोक असते त्याच्या उद्दीपनाने किंवा मेंदूतील या प्रकारच्या वेदनेच्या स्मृतीने परत नव्याने वेदनेची अनुभूती येत राहते. मेंदू फसतो आणि सांगतो, 'हो, पायाच्या बोटात वेदना होते आहे.' मज्जातंतूच्या कापल्या गेलेल्या टोकाभोवती बधिर करणारे लोकल ॲनस्थेटिकचे इंजेक्शन देऊन ही वेदना थांबू शकते.

मनोवेदना (Psychalgia)

दीर्घ काळाच्या मानसिक, भावनिक किंवा वर्तणुकीय (Behavioral) कारणांनी डोकदुखीसारखी वेदना होऊ शकते. त्याला 'मनोवेदना' म्हणतात. शारीरिक कारण नसलेल्या काही लोकांना वाटते ही खरी वेदना नसावी; मात्र शास्त्रज्ञांच्या मते ती पूर्ण खरी वेदना असते. बऱ्याच वेळा डॉक्टरांना एखाद्या आजाराचे किंवा लक्षणाचे कारण समजत नाही, तेव्हा ते मानसिक आहे असे म्हणण्याकडे डॉक्टरांचा कल

असतो. पण, आजच्या ज्ञानावर आधारित डॉक्टरला त्या आजाराचे कारण कळले नाही, असे प्रांजळपणे कबूल करणे जास्त इष्ट.

सहनशीलता

'परदुःख शीतल' अशी एक सर्वसामान्य माणसाची वागण्याची पद्धत असते. मला होतात त्या वेदना तीव्र, तू मात्र उगाच पराचा कावळा करतोस, अशी बहुसंख्य लोकांची धारणा असते. पण शास्त्रीय माहितीप्रमाणे निरनिराळ्या भौगोलिक ठिकाणी वसलेल्या जाती-जमातींमध्ये वेदना सहन करण्याच्या क्षमतेत फरक असू शकतो. हा फरक उष्णता, विद्युतप्रवाह किंवा इतर वेदनादायक (Stimuli) उद्दीपनांसाठी असू शकतो. जसा जाती-जमातीत फरक असतो, तसाच व्यक्ती-व्यक्तीतही असू शकतो. यासाठी चाचण्या घेता येतात. विद्युतप्रवाह किंवा दाब वाढवला तर काही काळ ती व्यक्ती सहन करू शकते. किती तीव्र विद्युतप्रवाह किंवा किती दाब सहन केला याचे मोजमाप करणे शक्य आहे. त्यावरून सहनशीलता मोजता येते. मग आप-पर दुःख शीतल की तीव्र हें ठरविता येते. त्याचप्रमाणे f-MRI या मेंदूच्या स्कॅनचाही उपयोग सहनशीलतेचे मूल्यमापन करण्यास उपयुक्त ठरू शकतो.

डॉक्टरांची डोकेदुखी

रुग्णांना होणाऱ्या डोकेदुखीचे नेमके कारण शोधणे व ती बरी करणे ही पुष्कळ वेळा डॉक्टरांची डोकेदुखी ठरते. डोकेदुखीची व्याख्या लौकिक अर्थापेक्षा थोडी व्यापक आहे. डोक्याचा कुठलाही भाग किंवा मान याचा त्यात समावेश होतो. डोकेदुखी हा आजार नसून, ते अनेकविध आजारांचे लक्षण आहे. डोके आणि मान यांत अनेक अवयव व उतींचा समावेश आहे. त्वचा, त्वचेच्या खालचा मेदाचा थर, स्नायू, रक्तवाहिन्या, हाडे, हाडांचे कवच (Periosteum) दात, कान, नाक, घसा, डोळे हे अवयव. सायनसेस (हाडांमधील पोकळ्या), तोंडातील अंतस्थ अस्तर (Mucosa) अशा अनेकविध गोष्टींच्या विकारांमध्ये दुखणे असू शकते. त्यामुळे डोकेदुखीची साधारणपणे दोनशे कारणे लक्षात आलेली आहेत. या शारीरिक कारणांखेरीज मानसिक कारणांनी होणारी डोकेदुखीही पुष्कळ प्रमाणात असते. डोकेदुखीचा पक्का बंदोबस्त करायचा असेल तर शक्यतो कारण शोधून त्याचा योग्य तो बंदोबस्त केला पाहिजे; मात्र हे नेहमी शक्य असतेच असे नाही. मग केवळ वेदनाशामक औषधांचा वापर करण्यावाचून पर्याय राहत नाही. डोकेदुखीचे नेमके कारण शोधणे, हीच डॉक्टरांची मोठी डोकेदुखी आहे, ती याच कारणामुळे.

डोकेदुखीच्या सुमारे दोनशे कारणांपैकी काही किरकोळ स्वरूपाची तर काही गंभीर स्वरूपाची असतात. ज्या डोकेदुखीचे नेमके कारण सापडत नाही त्यांना 'प्राथमिक डोकेदुखी' म्हणतात. ९० टक्के लोकांची डोकेदुखी या सदरात मोडणारी असते, तर १० टक्के रुग्णांत दुसऱ्या आजाराचे हे लक्षण असते. याला 'दुय्यम (Secondary) डोकेदुखी' म्हणतात. बहुधा या प्रकारात गंभीर स्वरूपाचा आजार त्या डोकेदुखीच्या मुळाशी असतो. उदा. एनकेफॅलायटीस, मेनिंनजायटीस, मेंदूचे ॲबसेस व ट्यूमर्स. अशा आजारात त्वरित निदान व तत्पर उपचाराचे महत्त्व अनन्यसाधारण आहे.

९० टक्क्यांत मोडणाऱ्या प्रायमरी डोकेदुखीची कारणे सर्दी, नाक चोंदणे, सायनसेस, इन्फेक्शन, अर्धशिशी किंवा मानसिक ताण यांत सापडतात व लवकर थांबतात. खोकणे, शिंकणे, व्यायाम, कुंथणे अशा कारणांनी प्रायमरी डोकेदुखी वाढते. क्वचित प्रसंगी झोप, संभोग अशा कारणांनीही काही लोकांना डोकेदुखी होते. टेन्शनची डोकेदुखी बहुधा डोक्यातल्या आणि मानेच्या स्नायूंमधील मज्जातंतूंच्या उद्दीपनाने होते.

अर्धशिशी (Migraine)

या डोकेदुखीच्या प्रकारात एका बाजूचे डोके दुखते. यात मध्यम ते तीव्र स्वरूपाची डोकेदुखी असते. हा डोकेदुखीचा परत परत उद्‌भवणारा क्रॉनिक प्रकार आहे. यात काही वेळा डोळे आणि नाकास पाणी सुटण्याचाही त्रास होतो. ही एका बाजूची डोकेदुखी २ तासांपासून ते ७२ तासांपर्यंत चालू राहते. यात मळमळ, उलटी याचबरोबर उजेड, आवाज किंवा वास यांना सेन्सिटिव्हिटी असू शकते. व्यायामामुळे अर्धशिशीचा त्रास वाढतो. साधारणपणे अर्धशिशीच्या एकतृतीयांश रुग्णांना काही पूर्वसूचना मिळते, त्याला 'ऑरा' असे म्हणतात. या पूर्वसूचना डोळ्यांसमोर विजा चमकणे, कानात काही आवाज ऐकू येणे किंवा स्नायूंच्या हालचाली, स्पर्श अशा अस्तित्वात नसलेल्या गोष्टींची संवेदना होणे, अशा स्वरूपात येतात.

कारणे

अर्धशिशीचे नेमके कारण सांगता येत नाही. या विकारात आनुवंशिकतेचा भाग असू शकतो. त्यामुळे राजकारणासारखी घराणेशाही या आजारात आढळते. स्त्रियांमध्ये होर्मोनल बदल होतात, तेव्हा हा त्रास होण्याची किंवा वाढण्याची

शक्यता बळावते. उदा. - पौगंडावस्था, मासिक पाळी, रजोनिवृत्ती. गर्भावस्थेत मात्र हा त्रास सहसा होत नाही. पुरुषांमध्ये पौगंडावस्थेपूर्वी, तर स्त्रियांमध्ये पौगंडावस्थेनंतर अर्धशिशीचे प्रमाण जास्त असते. अर्धशिशीच्या डोकेदुखीची कारणमीमांसा नेमकी कळलेली नाही. पूर्वी ती रक्तवाहिन्यांशी संबंधित आहे असा शास्त्रज्ञांचा समज होता. आता मज्जातंतू आणि रक्तवाहिन्या यांचा संयुक्त संबंध असावा असा त्यांचा अंदाज आहे. सेरेब्रल कॉर्टेक्सच्या विशिष्ट भागातील उद्दीपन आणि ट्रायजेमिनल नर्व्हच्या केंद्राचा वेदनांवरच्या नियंत्रणाचा अभाव, असे ते दुहेरी कारण असावे. अर्धशिशीच्या तीन पायऱ्या दिसून येतात. पहिली 'पूर्वसूचना' (Auro), दुसरी पायरी 'वेदनांची' आणि तिसरी 'शमनाची'.

ट्रिगर्स

ताण, भूक, थकवा, मासिक पाळी, स्त्रिया घेतात त्या संततिनियमनाच्या गोळ्या, गर्भधारणा, रजोनिवृत्ती हे सर्व ट्रिगर्स आहेत. तपासणीत सिरोटोनिनची रक्तातली पातळी वाढलेली आढळते.

निदान

डोक्याच्या अर्ध्या भागात दुखणे, ठणका लागणे, व्यायामाने डोकेदुखीत वाढ होणे, मळमळणे, उलट्या होणे, प्रकाश आणि आवाज सहन न होणे, अशा प्रकारचे ऑरासकट दोन किंवा ऑराशिवाय पाच वेळा ॲटॅक आले तर अर्धशिशी आहे, असे निदान केले जाते.

प्रतिबंधात्मक उपाय

औषधे, समतोल आहार, जीवनशैलीत बदल आणि शस्त्रक्रिया यांनी प्रयत्न करता येतो. यशाची खात्री नसते. काळ जाईल तशी तीव्रता कमी होऊ शकते किंवा वाढूही शकते. ज्यांचा हा त्रास पूर्णपणे थांबतो, त्यांना नशीबवान म्हणावे.

ट्रायजेमिनल न्यूराल्जिया

ट्रायजेमिनल नर्व्ह ही पाचव्या क्रमांकाने ओळखली जाणारी क्रेनियल नर्व्हची जोडी आहे. नर्व्ह न्यूरोपॅथीने बाधित होते तेव्हा जी वेदना चेहऱ्याच्या भागात असते,

ती असह्य असते. माणसाला या वेदनेइतकी तीव्र दुसरी वेदना होऊ शकत नाही. वयाच्या पन्नाशीनंतर सहसा हा त्रास सुरू होतो; पण कोणत्याही वयाचा अपवाद असू शकत नाही. पुरुषांपेक्षा स्त्रियांमध्ये हा विकार जास्त प्रमाणात आढळतो.

ट्रायजेमिनल नर्व्हच्या तीन प्रमुख शाखा आहेत. डोक्याचा भाग, वरच्या जबड्याचा आणि खालच्या जबड्याचा भाग यांना त्या तीन शाखा जातात. एका किंवा दोन्ही बाजूंच्या शाखांच्या प्रदेशात या वेदना होऊ शकतात. कापल्यासारखे, तीक्ष्ण हत्याराने भोसकले, विद्युत झटके दिले, प्रचंड दाब, भरडून काढणे, भयानक कळा, जळजळ किंवा स्फोटक अशा स्वरूपाच्या या तीव्र वेदना असतात. वेदनाशामकाने त्या सहजी कमी होत नाहीत. अशा वेदना कान, डोळा, ओठ, नाक, डोक्याची त्वचा (Scalp), कपाळ, दात, जबडे किंवा चेहऱ्याची बाजू अशा ठिकाणी जाणवतात. त्याची सुरुवात केवळ स्पर्शाने, वाऱ्याच्या झोताने, मोठ्या आवाजाने, अन्न चघळण्याने, बोलण्याने किंवा दात ब्रश केल्याने होते. या वेदना इतक्या तीव्र व असह्य असतात की, हे रुग्ण आत्महत्येचा विचार करतात.

कारणे

ट्रायजेमिनल नर्व्हच्या पॉन्सजवळील केंद्राजवळ नर्व्हच्या सूक्ष्म रक्तवाहिन्यांवर दाब पडल्याने या वेदना होत असाव्यात. या दबावाने नर्व्हच्या माएलिन आवरणाला इजा होऊन त्या नर्व्हचे अनियंत्रित व तीव्र उद्दीपन होत असावे. सी.टी., एम.आर.आय. सारख्या चाचण्यांचा निदानासाठी उपयोग होत नाही.

उपाय

मेंदूतज्ज्ञाकडून तपासणी करून घ्यावी. लवकरच्या स्टेजमध्ये निदान आणि योग्य ते उपचार झाल्यास हा त्रास थांबू शकतो; अन्यथा नाही. या विकारासाठी परिणामकारक औषधे उपलब्ध आहेत. या त्रासासाठी जी औषधे वापरावी लागतात, त्यामुळे गुंगी येते व त्रासही पूर्ण न थांबल्याने माणूस हवालदिल होतो. रेडिओ फ्रिक्वेन्सीचा वापर किंवा ग्लायकॉल अथवा अल्कोहोलच्या इंजेक्शनचा वापरही उपचारात केला जातो. पण या उपायांनी नर्व्हला इजा होते व बधिरपणा येतो. थोडक्यात, हे उपाय विनाशकारी आहेत. नकारात्मक आहेत. अलीकडे शस्त्रक्रिया करून दाब आणणाऱ्या रक्तवाहिन्या व ट्रायजेमिनल नर्व्हमध्ये एक छोटा स्पंज बसवता येतो. याचा सकारात्मक फायदा होऊ शकतो. औषधांचा उपयोग झाला नाही, तर शस्त्रक्रियेने निवडक लोकांना फायदा होऊ शकतो.

नक्राश्रू Facial Palasy

खूप आंबट पदार्थ चाखला तर आपला चेहरा वाकडा होतो. वाईट किंवा मनाविरुद्ध घटना घडली तरी चेहरा वाकडा होतो. या दोन्ही गोष्टी न घडता आपली इच्छा असो वा नसो काही वेळा चेहरा वाकडा होतो. बराच काळ टिकतो आणि हळूहळू पूर्वपदावर येऊ शकतो. हे घडते एका आजाराने. त्याला म्हणतात 'फेशियल पालसी'. तसेच माकड आणि मगरीच्या गोष्टीसारखे मगर खोटे अश्रू ढाळते त्याला 'नक्राश्रू' असे म्हणण्याची प्रथा पडली आहे. दुःख न होता, वेदना न होता फेशियल पालसीमध्ये असेच अश्रू ढाळले जातात. विशेषतः जेवणखाण करताना. यालाही गमतीने 'नक्राश्रू' म्हणावे काय?

फेशियल नर्व्ह ही जोडगोळीने असणारी सातव्या क्रमांकाची क्रेनियल नर्व्ह आहे. या नर्व्हमुळे चेहऱ्याच्या स्नायूंचे नियमन होते, डोळे व तोंडाच्या भोवतीच्या स्नायूंचा लगामही या नर्व्हच्याच हाती असतो. डोळ्याच्या झडपा Eyelids, कपाळाला आठ्या पाडणारे स्नायू, अश्रूनिर्मिती करणाऱ्या ग्रंथी आणि लाळेच्या ग्रंथी या सर्वांवर आधिपत्य गाजवते. अशी ही सम्राज्ञी म्हणजे 'फेशियल नर्व्ह'.

ही फेशियल नर्व्ह काही कारणाने अंशतः पॅरलिटिक होते. त्याला 'फेशियल पालसी' असे म्हणतात. हे दोन्ही बाजूंस क्वचित घडते; पण एकाच बाजूस घडणे, त्या मानाने जास्त प्रमाणात घडते.

मधुमेहाच्या रोग्यामध्ये फेशियल पालसीचे प्रमाण जास्त असते. हर्पीस, कानाचे आजार, कानाच्या हाडाचा अस्थिभंग, ब्रेन ट्यूमर, ब्रेन इन्फार्कट अशा अनेक कारणांनी फेशियल पालसी होऊ शकते. जे मूळ कारण असेल त्याचा उपचार करावा लागतो. पण असे कोणतेही कारण सापडत नसेल व फेशियल पालसी झाली असेल, तर त्याला एक विशिष्ट नाव आहे 'बेल्स पालसी'. फेशियल पालसीच्या ८० टक्के केसेस या प्रकारात मोडतात. प्राथमिक इतर कारण नसल्याने याला 'फेशियल नर्व्हचे डिसफंक्शन' म्हणतात.

लक्षणे

फेशियल पालसीचे कारण काहीही असले तरी लक्षणे तीच असतात; प्रमाण कमी-अधिक एवढेच. अशा रुग्णाच्या ज्या बाजूची फेशियल नर्व्ह पालसी आहे, त्या बाजूचा डोळा पूर्ण बंद होत नाही, डोळा मिचकावता येत नाही. हसताना तोंडाचा कोपरा नॉर्मल बाजूस ओढला जातो. तोंड वाकडे होते. कपाळावर आठ्या पालसीच्या बाजूला पडत नाहीत. भुवई उंचावता येत नाही. अश्रू त्या बाजूस कमी

येतात; पण पापण्यांची उघडझाप होत नसल्याने येणारे अश्रू गालावर ओघळतात. लाळ त्या बाजूला कमी येते, पण ती गालाबाहेर ओघळते.

फेशियल नर्व्ह ही एका हाडाच्या कॅनॉलमधून बाहेर येते. त्या नर्व्हला कुठल्याही कारणाने सूज आली तर नर्व्हवर दाब वाढतो व पालसी होते. बेल्स पालसीचे बरेच रुग्ण तीन आठवड्यांत काही उपचार न घेताही सुधारण्यास सुरुवात होते; पण स्टिरॉइड्स दिली, तर सुधारणा झपाट्याने होते. जर काही इतर प्राथमिक कारण नसेल म्हणजेच ती बेल्स पालसी नसेल, तर सी.टी., एम.आर.आय. अशा साधनांनी मूळ आजाराचे निदान व उपचार करणे अगत्याचे असते.

बरे होण्यास जास्त काळ लागला तर डोळा बंद करून ठेवावा; अन्यथा कॉर्नियाला जखमा होऊ शकतात. पालसी बरी होणार नाही असे वाटले तर शस्त्रक्रिया करून डोळे बंद करण्याची सोय किंवा तोंड वाकडे होणे टाळणे, या गोष्टी शक्य होतात.

अपंगत्व (Paralysis)

मेंदूच्या आजारात हात-पाय यांपैकी एक अवयव लुळा पडला तर त्याला 'मोनोप्लेजिया' म्हणतात. दोन्ही पाय लुळे पडले तर त्याला 'पॅराप्लेजिया' व दोन्ही हात व दोन्ही पाय लुळे पडल्यास त्याला 'क्वाड्रुप्लेजिया' असे म्हणतात.

कारणे

सेरेब्रल पालसी, स्पायनाबायफिडा मेनिंगोसील अशा उपजत आजारांनी एक किंवा दोन्ही हात-पाय लुळे पडू शकतात. मेंदूच्या इन्फेक्शन्स्मुळे एनकेफॅलायटिस, मेनिंजायटिस यामुळेही असे अंपगत्व येऊ शकते. मणक्यांचा टी.बी. झाला किंवा मणक्यांची फ्रॅक्चर्स झाल्यामुळे मज्जारज्जूस इजा पोहोचला, तर एक हात किंवा दोन्ही पाय, अथवा दोन्ही हात आणि दोन्ही पाय असे अपंगत्व येऊ शकते. मणक्यांच्या आजारांनी जेव्हा अपंगत्व येते, तेव्हा स्पर्श, वेदना या संवेदनाही नष्ट होतात. अशा वेळी रुग्णाला प्रेशर पॉइंटवर- विशेषतः पाठीवर जखमा- बेड सोअर होतात. अशा रुग्णांचा मल-मूत्र विसर्जनावरही ताबा नसतो. अशा रुग्णांची फार काळजीपूर्वक सेवा करावी लागते; अन्यथा रक्तवाहिन्यांत रक्त गोठणे, न्यूमोनिया असे आजार संभवतात. मज्जारज्जूच्या इजांचा उपचार करण्यासाठी स्टेम सेल्सच्या उपचारांवर संशोधन अजूनही प्रायोगिक अवस्थेत आहे. वैद्यकीय क्षेत्रातील काही लोक रुग्णाची दिशाभूल करून त्यांना फसवताना दिसतात. सावधान !

पॅरालिसिस बरा होणार?

मज्जापेशी किंवा मज्जातंतूंना इजा झाली तर ते निकामी होतात. त्यांच्यात पुनरुज्जीवनाची किंवा पुनरुत्थानाची क्षमता नाही, हे आजवरचे शास्त्रीय सत्य आहे. त्यामुळे मज्जारज्जूंना इजा झाली की दोन्ही पाय किंवा दोन्ही हात व पाय पूर्णपणे निकामी होतात. मल-मूत्रावर नियंत्रण राहत नाही. तसेच मेंदूला इजा झाली तर अर्धांगवायू होतो, तोही बरा होत नाही.

अलीकडे मज्जारज्जू व पेशींना हा हक्क कसा प्रदान करायचा यावर बरेच संशोधन चालू आहे. इम्पिरिअल कॉलेज लंडन व टुबिंजेन विद्यापीठ येथे यावर जे संशोधन झाले त्याचा अहवाल 'नेचर कम्युनिकेशन्स' या शास्त्रीय नियतकालिकात प्रसिद्ध करण्यात आला आहे. त्यात असे नमूद केलेले आहे की पी- 300/CBP निगडित घटक (PCAF) यांचा वापर करून रासायनिक प्रक्रियांच्या व जनुकीय घटनांच्या साहाय्याने मज्जापेशी किंवा तंतूमध्ये पुनरुज्जीवन शक्य आहे. प्रायोगिक तत्त्वांवर PCAF चे इंजेक्शन देऊन उंदरांमध्ये मज्जातंतूमध्ये पुनरुज्जीवित करण्यात यश आले. अशा प्रयोगानंतर पॅरालिसिस झालेल्या रुग्णांवर औषधोपचार उपलब्ध करण्याचा प्रयत्न सुरू आहे. आतापर्यंत साधारणपणे ३० टक्के मज्जातंतूमध्ये सुधारणा करण्यात यश लाभले आहे. या यशात एपिजेनेटिक कार्यपद्धतीने हे यश लाभत असल्याचे लक्षात आले. एपिजेनेटिकच्या तत्त्वांनुसार बदल न करता केवळ जनुकांच्या चालू-बंद Switch on or off या प्रक्रियेने हे बदल घडवून आणले जातात.

नाट्यमय चक्कर (Dramatic Fainting)

दैनंदिन जीवनात पुष्कळ वेळा एखादी व्यक्ती अचानक जागेवरच कोसळण्याची नाट्यमय घटना पाहण्यात येते. यात तुमची भूमिका नायक-नायिकेची किंवा प्रेक्षकाची असू शकते. पण, ही चक्कर येऊन पडण्याची घटना नाटक नसून वस्तुस्थिती असते. अशी नाट्यमय 'चक्कर' येऊन मूर्छित पडण्यास, 'व्हाजो व्हेगल चक्कर' बहुसंख्य वेळा जबाबदार असते. इतरही कारणे काही वेळा असू शकतात. खूप वेळ उभे असणे, बसलेले असणे, अंथरुणातून फार त्वरेने उठून उभे राहणे, (विशेषतः रक्तदाब कमी करण्याची औषधे चालू असताना) वेदना होणे, मनावर प्रचंड ताण येणे अशी, तर काही वेळा एखादी शस्त्रक्रिया पाहणे, रक्त पाहणे आणि क्वचित प्रसंगी झोप न मिळणे, डीहायड्रेशन होणे, खूप भूक लागणे, खूप गरम तापमान, मद्य, कोकेन, मारीजुआना, अफू असे नशिले पदार्थ, क्वचित

प्रसंगी लैंगिक उपभोग किंवा खूप गुदगुल्या अशा नाना कारणांनी अशी नाट्यमय चक्कर येऊ शकते.

या सर्व कारणांनी अशा रुग्णांमध्ये रक्तदाब कमी होतो. हृदयाचे ठोके कमी पडू लागतात. परिणामी मेंदूला रक्तपुरवठा कमी होतो. पर्यायाने मेंदूला गरजेइतका प्राणवायू व ग्लुकोज मिळत नाही व यामुळे चक्कर येते. हे लोक एकदम चरकातून काढलेल्या उसाच्या चोईसारखे पांढरेफटक पडतात. घामाने चिंब होतात व जागेवरच सावकाश किंवा ओंडक्यासारखे धाड्कन पडतात. पडण्यापूर्वी अशा लोकांना डोके हलके झाल्यासारखे वाटते, अंधारी येते, मळमळते, उलटीची भावना होते, संपूर्ण अंगात वाफा येतात किंवा थंडपणा, छातीत विचित्र भावना होतात, मनाचा गोंधळ उडतो, बोलण्यात अडथळा येतो आणि ते जमिनीवर कोसळतात. अशा वेळी जबरदस्त मार लागण्याची शक्यता असते. हे लोक काही सेकंद बेशुद्ध होतात.

आडवे झाल्यानंतर मेंदूचा रक्तपुरवठा वाढल्याने लोक पट्कन शुद्धीवरही येतात. थोडा वेळ नेमके कसे व काय घडले, हे त्यांना समजत नाही. आजूबाजूच्या लोकांनी अशा रुग्णांना एका कुशीवर असतील त्या ठिकाणीच झोपवावे, मान एका बाजूस व मागच्या बाजूस धरून ठेवावी. कपडे थोडे सैल करावेत. जास्त आक्रमक उपचाराची गरज नसते. नंतर थोड्या वेळाने व्यवस्थित शुद्धीवर आल्यावर उठून टेकून बसवावे. त्या वेळी पाणी, सरबत, चहा असे काही देण्यास हरकत नाही. बेशुद्धावस्थेत मात्र बळेच पाणीसुद्धा पाजण्याचा प्रयत्न करू नये.

रुग्णाला लवकर आडवे केले नाही आणि मेंदूचा रक्तपुरवठा लवकर सुरळीत झाला नाही तर या लोकांना फिट्स येऊ शकतात.

व्हाजो व्हेगल चक्करला Cardiac inhibitory प्रतिक्रिया' असे म्हणतात. ज्या कारणांमुळे एखाद्या व्यक्तीस असा त्रास होतो, त्या गोष्टी भविष्यात टाळणे, हाच खरा उपाय आहे.

चक्करचे गोलमाल (Vertigo)

'घर फिरले की वासेही फिरतात', अशी म्हण आहे. घर तर फिरू शकत नाही; पण गोल गोल चक्कर येते तेव्हा घरच काय पण सगळे जगच भोवती फिरल्याची भावना निर्माण होते. पाहू यात या चक्करची काय चक्कर आहे ते! आपल्याला चक्कर येते तेव्हा आजूबाजूच्या गोष्टी किंवा क्वचित प्रसंगी आपण गोल गोल फिरतो आहोत, अशी भावना होते. खरे तर दोन्ही गोष्टी फिरत नसताना या गोल फिरण्याच्या भावनेबरोबरच मळमळ व प्रसंगी उलटीही होऊ शकते. डोळ्यांचीही उजवीकडे-डावीकडे अशी भरभर हालचाल होते. (Nystagmus) ही आपोआप

होते. मुद्दाम केलेली नसते. या चक्कर येण्याची कारणे भिन्न असू शकतात. पोझिशनप्रमाणे अधूनमधून Paroxysml Positional

या प्रकारात गरगर फिरण्याची भावना डोक्याची, मानेची पोझिशन बदलताना होते. रुग्णाला खूप भीती वाटण्यासारखी चक्कर असते, पण त्याचे काही गंभीर परिणाम नसतात. ही चक्कर काही सेकंदांपासून काही मिनिटे इतका वेळच राहते. नंतर आपोआप कमी होते. या काळात दिसण्यात किंवा ऐकण्यात अडचण येते. कानाच्या आतील भागाच्या बिघाडामुळे अशी चक्कर येते. यात पेशंट पूर्ण शुद्धीवर राहतो.

मिनियर्स (Mineers Disease)

याचा अर्थ कानात विविध प्रकारचे आवाज येणे व चक्कर येणे. अशा काळात ऐकायलाही कमी येते. वयोमानाने शरीरभर झीज झाल्यामुळे Degenerative अंतर्कर्णात जे बदल होतात त्यातील अशाच अंतर (Inner Ear) कानाच्या वयोमानाने झालेल्या झिजेमुळे हा आजार होतो. यातही गरगरणे खूप जास्त प्रमाणात व हतबल करणारे असते. ही चक्कर काही मिनिटे, काही तास, तर क्वचित आठवडाभर टिकते; परंतु सहसा २४ तासांत कमी होते. कानामध्ये किणकिणणारे घंटानाद ऐकू येत असतात. तात्पुरता पण बराच बहिरेपणा या काळात जाणवतो. हा अ‍ॅटॅक संपल्यानंतर ऐकायला येणे पूर्ववत होते; पण जसजसा वेळ जाईल तसतसा दोन्ही कानांना हा त्रास होतो व एका किंवा दोन्ही कानांत दडे बसल्यासारखे होते. आजार बळावला तर मळमळणे, उलटी येणे, घाम येणे आणि पडणे असाही त्रास सुरू होतो व बहिरेपणा परत कमी होत नाही.

(Vestibular Neuronitis) व्हेस्टिब्युलर नर्व्ह ही कानाच्या सर्वांत आतल्या भागात असते. ऐकण्याच्या आणि शरीराचा तोल सांभाळण्याच्या कार्यात या नर्व्हचा सहभाग असतो. या नर्व्हला सूज आली की गरगरणे चालू होते. हे कधी तरी एखाद्या वेळेस किंवा मधूनमधून परतही होऊ शकते. सहसा हा त्रास एका बाजूच्या कानात होतो. ही चक्कर येण्याच्या वेळी उलटीही होऊ शकते. बऱ्याच वेळा सर्दी, घशाचे इन्फेक्शन याच्यानंतर अशी चक्कर येते. या प्रकारात बहिरेपणा येत नाही. क्वचित प्रसंगी डोळ्यांच्या हालचाली नकळत वाढतात. (Nystagmus)

लहान मेंदूचा स्ट्रोक (Cerebellar Stroke)

लहान मेंदूचा रक्तपुरवठा कुठल्याही कारणाने कमी झाला तर या मेंदूचा स्ट्रोक होतो.

या स्ट्रोकमध्ये गरगर फिरणे, डोकेदुखी, मळमळणे, उलटी होणे आणि तोल जाणे असाही त्रास होतो. या कारणाने येणारी चक्कर हे गंभीर आजाराचे लक्षण असते. त्यासाठी अतिदक्षता विभागात दाखल करून रुग्णाची तपासणी सी.टी., एम.आर.आय. स्कॅन करून त्वरित तातडीचे उपचार करावे लागतात; अन्यथा रुग्ण दगावतो. अशा आजारात चक्कर येण्याची इतर कारणे समजून गहाळ राहिल्यास घात होतो. तोल जाणे व रुग्णाची तपासणी यांवरून लहान मेंदूच्या स्ट्रोकचे निदान करता येते व यात सी.टी., एम.आर.आय. यांनी निश्चित निदान करता येते.

स्पाँडिलोसिस (Spondylosis)

स्पाँडिलोसिस हा सर्वसामान्य वापरातला शब्द झाला आहे. मान, हात, कंबर, सायटिका प्रकारचे दुखणे यांना सर्वसाधारणपणे 'स्पाँडिलोसिस' असे संबोधले जाते. त्याविषयीच्या मेडिकल सामान्य ज्ञानात थोडी भर घालणे उचित होईल.

मानेचा स्पाँडिलोसिस

वय वाढत जाईल त्या प्रमाणात मानेच्या मणक्यांमधील चकत्या झिजल्यामुळे (Degeneration) चकतीच्या गाभ्याभोवतालची कुर्चेची भिंत कमकुवत होते व अशा निर्माण झालेल्या दोषांतून चकतीतील आतला मांसल भाग (Pulp) लक्ष्मणरेषा ओलांडून बाहेर डोकावतो. अशा बाहेर डोकावणाऱ्या भागाचे प्रेशर मज्जारज्जू किंवा मज्जातंतू यांच्यावर पडल्याने त्या मज्जातंतूच्या कार्यात समस्या निर्माण करतात. सर्वप्रथम मानेत दुखणे, त्या मज्जातंतूच्या क्षेत्रात मान, खांदे, हात, हाताची बोटे यांपैकी कोठेही वेदना होणे, मुंग्या येणे, बधिरपणा येणे किंवा स्नायूंचे खच्चीकरण (Wasting) होणे, असा त्रास होतो.

कमरेचा स्पाँडिलोसिस

मानेच्या मणक्यात ज्या प्रक्रियेने मणक्यांमधील चकतीतील गाभा बाहेर डोकावतो, त्याच प्रक्रियेने जेव्हा कमरेच्या मणक्यांमधील चकतीचा गाभा त्या लेव्हलच्या मज्जातंतूंवर प्रेस होतात, तेव्हा कंबर, मांड्या, पाय दुखणे, त्यांच्यामध्ये मुंग्या येणे किंवा तेथील स्नायूंचे खच्चीकरण होणे, असा त्रास होतो. पायाच्या मागच्या बाजूने सायटिक नर्व्ह नावाची मोठी नर्व्ह (मज्जातंतू) आलेली असते. तिच्या मुळांवर जेव्हा दाब वाढतो, तेव्हा असा संपूर्ण पायात विशेषतः पृष्ठभागाकडून,

मांडीच्या मागच्या भागाकडून पायांपर्यंत त्रास होतो. वेदना, मुंग्या येणे, बधिरपणा किंवा स्नायूंची कमजोरी, असा त्रास होतो. त्याला 'सायटिका' असे म्हणतात. हा शब्द बऱ्याच रुग्णांना परिचित असतो.

उपाय

तक्रारी किरकोळ स्वरूपाच्या असतील तेव्हा (Traction) ताण, ठराविक प्रकारचे व्यायाम करणे, पुढे वाकणे टाळणे व जरूर पडल्यास इंजेक्शन किंवा बाहेर डोकावून मज्जातंतूवर दाब देणारा चकतीचा भाग शस्त्रक्रियेने काढून टाकणे, असा उपचार करावा लागतो. पूर्वी मोठी शस्त्रक्रिया करावी लागत असे; आता छोटे छेद घेऊन किंवा दुर्बिणीच्या साहाय्याने शस्त्रक्रिया करता येते. Minimally Invasiv Surgery या नवीन तंत्राच्या शस्त्रक्रियेमुळे रुग्णांचा त्रास बराच कमी झाला आहे.

मेंदूच्या आज्ञा

जांभई (Yawning) - शरीराच्या संरक्षणासाठी काही गोष्टी मेंदू घडवून आणतो. त्यात जांभई, शिंका, ठसका, खोकला, उचकी अशा प्रक्रियांचा समावेश आहे. उलटी, जांभई देणे ही काही मनुष्यप्राण्यांची मक्तेदारी नाही. प्राण्यांना व मनुष्यप्राण्यांना सर्वांनाच जांभई येते. तिला बोलवावे लागत नाही. 'मान ना मान, मैं तेरी मेहमान' या न्यायाने ती येते. कोणत्याही वयात अगदी आबालवृद्ध, नर-नारी सर्वांनाच कोणत्याही क्षणी, काळ वेळ यांचे काही बंधनही नाही. अनेक संशोधकांना अजून जांभई येण्याचे नेमके कारण डोके खाजवूनही समजलेले नाही. पण सर्वसाधारणपणे माणूस कंटाळला, थकला किंवा झोपाळला तर जांभई येण्याचा संभव खूपच. गमतीची गोष्ट तपासून पाहा. जांभईविषयी विचार करताना हा मजकूर वाचताना किती जांभया येतात ते मोजा. या विषयावर विचार केला किंवा वाचन केले तरी जास्त जांभया येतात, हे तुमच्या निदर्शनास येईल. आणखी एक गंमत म्हणजे ती सांसर्गिक आहे. समोरच्या माणसाने जांभई दिलेली पाहिली किंवा ऐकली तरी आपल्याला जांभई येते व आपली पाहून त्याला व आजूबाजूच्यांना. याचेही नेमके कारण समजलेले नाही. संशोधकांच्या मते सायंकाळी सूर्यास्तानंतर हवेचा दाब कमी होतो. ही संधी साधून संधिप्रकाशाच्या वेळी जांभई येण्याचे प्रमाण वाढते. शास्त्रज्ञांच्या मते जांभई येणे स्वाभाविक तसेच मानसिक असावे. त्यामुळेच ती सांसर्गिक असावी.

जांभई सुरू होताना दीर्घ श्वास प्रथम घेतला जातो. दीर्घ काळ संथ श्वसनाच्या वेळी फुप्फुसातील जे वायुकोष कार्यान्वित नसतात, ते अशा दीर्घ श्वसनाने कार्यान्वित होतात. तसेच नीलांमधून हृदयाकडे येणाऱ्या रक्ताचे प्रमाणही वाढते. या दोन्ही प्रक्रियांमुळे रक्तातील प्राणवायूचे प्रमाण वाढण्यास मदत होते. त्यामुळे जांभईआधी असलेली मरगळ कमी होते. प्राणवायूचा मेंदूला पुरवठा वाढतो. याच कारणासाठी मेंदूने जांभईचे प्रयोजन ठेवलेले असावे.

जांभईच्या प्रक्रियेत माणूस संपूर्ण अंग ताणतो. हातही ताणले जातात. गमतीचा भाग म्हणजे एखाद्या व्यक्तीला हाताचा पॅरलिसिस असला; त्यामुळे हात हालत नसला तरी तो जांभईच्या वेळी हलतो, ताणला जातो. ही आश्चर्याची गोष्ट आहे. या चमत्काराचे नेमके कारण समजत नाही. पण हा एक प्रतिक्षिप्त क्रियेचा भाग असावा. या प्रकारास पँडिक्युलेशन असे म्हणतात.

जांभईच्या कारणमीमांसेबद्दल असे वैद्यकीय मत आहे की, कुठल्याही कारणाने मेंदूला प्राणवायू कमी प्रमाणात मिळू लागला की तो जास्त प्रमाणात मिळवण्यासाठी मेंदूने शरीराला दिलेली ही आज्ञा असते. मेंदूच्या आज्ञेप्रमाणे माणूस प्रतिक्षिप्त क्रियेच्या माध्यमातून खोल श्वास आत घेतो. त्यामुळे फुप्फुसामार्गे प्राणवायू, जास्त प्रमाणात रक्त मेंदूपर्यंत पोहोचवले जाते. तसेच कार्बन मोनॉक्साइड व कार्बन डायऑक्साइडची रक्तातली व मेंदूतली पातळी खाली आणली जाते. असा मोठा श्वास सहजी घेता यावा म्हणून दोन्ही जबडे मोठा आ वासून श्वास आत घेतला जातो. त्याच वेळी दोन्ही कानांचे पडदेही ताणले जातात आणि त्यानंतर दीर्घ श्वास सोडला जातो.

काही शास्त्रज्ञांच्या मते, अकराव्या आठवड्याच्या गर्भासही जांभई येते; पण हे पटण्यासारखे नाही. कारण आईच्या उदरातल्या कोणत्याही गर्भाला श्वास घेण्याचीच सोय नाही. त्यांची फुप्फुसे कार्यरतच नसतात. अर्भकाच्या मेंदूला रक्तपुरवठा फक्त नाळेतून मातेच्या द्वाराच होत असतो. जांभईची आवश्यकताच असेल तर ती मातेला येणे पुरेसे आहे.

जास्त प्रमाणावर जांभया येण्याची लक्षणे काही आजारात दिसून येतात. झोपेचे विविध आजार, भीती (Anxiety) किंवा नैराश्य (Depression) असे आजार व चक्कर Fainting, अपस्मार Epilepsy मेंदूच्या रक्तवाहिन्यांतील अडथळे, मेंदूचा ट्यूमर, किडनी किंवा लिव्हर फेल्युअर या सर्व आजारांचा त्यात समावेश होतो.

शिंका (Sneezing)

शिंक येते तीही बिनआमंत्रणाची. एखादं काम करताना अपयश आले तर

'माशी शिंकली' असे म्हणण्याची प्रथा आहे. पण, खरे सांगायचे तर आपल्या श्वसनमार्गातील नको त्या पाहुण्यांना घराबाहेर काढण्याचा तो जीवनावश्यक असा एक राजमार्ग आहे. शिंक थांबवू म्हटल्याने थांबवताही येत नाही. मेंदूची आज्ञा प्रमाणम्. नाकापासून मोठी श्वासनलिका ते लहान शाखा सर्वांकडे, धूळ, धुरळा, विषाणू, बॅक्टिरिया यांना अडथळे निर्माण करून बाहेर थोपवण्याचा हा निसर्गाचा प्रयत्न असतो. नाकातील केस, अडथळ्याचा मार्ग, चिकट द्राव (शेंबूड) तसेच श्वासनलिकेतील चिकट द्राव (म्युकस) या सर्वच नकोशा पाहुण्यांना आपापल्या परीने थोपवण्याचा प्रयत्न करतात. त्यातून हे प्रयत्न अपुरे पडले तर मेंदूच्या आज्ञेप्रमाणे पोटाचे, छातीचे, श्वासपटलाचे सर्व स्नायू एकदम आकुंचन पावतात व प्रचंड वेगाने हवा फुफ्फुस, श्वासनलिका व नाक यातून बाहेर फेकतात. त्या वायुवेगाने नको ते पाहुणेही शरीराबाहेर फेकण्याचे उद्दिष्ट साधले जाते.

होस्ट मॅनिप्युलेशन

संशोधनांती असे दिसून येते की, सर्दीचे विषाणू नाकात गुदगुल्या करून आपल्याला शिंकण्यास भाग पाडतात. शिंकल्याने हवेत सूक्ष्म कणांद्वारा हे विषाणू पसरतात. श्वासाद्वारा दुसऱ्या व्यक्तीच्या नाकात स्थान मिळवतात व आपला संसार नव्याने थाटतात. आपले प्रजनन नव्या जागी जोमाने करतात. यालाच 'होस्ट मॅनिप्युलेशन' म्हणतात. इतरत्र दूरवर त्यांना इच्छित स्थळी विनासायास पोहोचवण्याचे काम होस्ट म्हणून आपणच करतो. म्हणून शिंकताना, खोकताना रुमाल वापरावा.

शिंका येण्याची अनेक कारणे आहेत. उदा. धूर, धुरळा, फुलांचे पराग, प्राणिजन्य धूलिकण, उग्र दर्प, विषाणू व बॅक्टिरिया तसेच खूप थंड हवा किंवा प्रखर सूर्यप्रकाश इ. यात सर्दीच्या विषाणूंबद्दल संशोधकांनी एक चांगला सिद्धान्त मांडलेला आहे. सर्दीचे विषाणू श्वसनमार्गात अतिथी म्हणून वास करतात. तेथे गुदगुल्या करून शिंक आल्याने माणूस त्यांना सूक्ष्म द्रवकणाच्या (Droplets) माध्यमातून परत वातावरणात सोडतो. हे द्रवकण त्यांच्या आजूबाजूच्या माणसांच्या श्वसनमार्गात शिरून आश्रय घेतात. अशा प्रकारे त्या विषाणूंचा प्रसार व नवीन जागी आणखी प्रजनन याद्वारा त्या विषाणूंचे प्रजननाचे (उत्क्रांतीचे) उद्दिष्ट साध्य करण्यात मदत होते. आहे की नाही नामी युक्ती! माणसाकडून ते आपले ईप्सित साध्य करण्यात यशस्वी होतात. अतिथी देवो भव !

उचकी (Hiccup)

उचकी लागली की 'कोणत्या तरी प्रेमळ व्यक्तीने आठवण केली,' असे म्हणतात.

होतो गिळित घास आणि उचकी जेव्हा मला लागली....

या कवितेची मला तर नेहमी आठवण येते. खरं तर उचकी हा दैनंदिन जीवनात येणारा एक नित्याचाच अनुभव. प्रेमळ व्यक्तीने आठवण काढण्याचा आणि तिचा तसा अर्थाअर्थी संबंध आहे असे मात्र वाटत नाही. शास्त्राला तर ते संमत नाहीच. उचकी अगदी जन्मल्यापासून ते आयुष्याच्या अंतिम घटकेपर्यंत केव्हाही, कोणालाही लागू शकते. बहुतेक वेळा ती क्षणिक येते अन् जाते. तिच्याकडे लक्ष देण्याची फारशी गरज पडत नाही. पण, उचकी येण्याचं नेमकं कारण शोधूनही अजून तरी सापडलेलं नाही. मात्र प्रेयसीच्या डोळ्यांतून ओघळणारे अश्रू पाहून जसे अरसिक शास्त्रज्ञ त्यात हायड्रोजनचे दोन व ऑक्सिजनचा एक अणू असल्याचे सांगतील, तशीच शास्त्रीय मीमांसा उचकीचीही केली जाते.

अचानक झटक्यात दचकल्यासारखी क्रिया व 'अं!' असा घशातून येणारा आवाज ही उचकीची लक्षणे. आपल्या श्वासपटलाचे (Diaphragm) अचानक झटक्याने आकुंचन होणे व हा घशातून येणारा आवाज, यांना एकत्रितपणे उचकी असे संबोधले जाते. तत्पूर्वी एक श्वास आत घेणे व उचकीच्या क्षणी तो झटक्यात बाहेर टाकणे, एवढ्या क्रिया या छोट्या उचकीत होतात. यात या श्वासपटलाचे किंवा त्याला जाणाऱ्या फ्रेनिक नर्व्हचे क्षणिक उद्दीपन झालेले असते व श्वास आत घेताना अन्ननलिकेचे तोंड क्षणभर एपिग्लॉटिसमुळे बंद झालेले असते.

उचकीची कारणे

अतितिखट किंवा गरम पदार्थांचे सेवन, बकाबका खाणे किंवा गटागटा पेय पिणे, मानसिक ताण, नैराश्य, मोठ्याने हसणे किंवा रडणे (हुंदके देत), मद्यसेवन करणे अशा वेळी बऱ्याचदा उचकी लागते; पण खूपदा सकृत्दर्शनी काही कारण नसतानाही लागते. जठरातील आम्ल अन्ननलिकेत उलटे आल्याने किंवा घशात त्रास झाल्यानेही उचकी लागू शकते. सर्वसाधारणपणे उचकी क्षणिक येते व थांबते.

दीर्घ उचक्या

दीर्घ काळ चालणाऱ्या व सतत किंवा बराच वेळ येणाऱ्या उचक्या मात्र त्रासदायक वाटतात. त्या तासन्‌तास, दिवसेंदिवस किंवा आठवडाभर चालतात. तेव्हा मात्र माणूस अगदी हैराण होतो. तो व नातेवाईक चिंताग्रस्तही होतात. अशा उचक्या मात्र कुठल्या तरी काळजी करणाऱ्या आजाराची नांदी घेऊन येतात. यात डायबेटिस, किडनी फेल्युअर, मेंदू व मज्जा संस्थेचे आजार अशा आजारांचा समावेश होतो. झोपेच्या समस्या, भीती व नैराश्यासाठी वापरली जाणारी औषधे व्हाजोवेगल अॅटॅक, फिट्स, मेंदूचा स्ट्रोक, ट्यूमर, यकृताचे गंभीर आजार आणि अफूचे व्यसन या कारणांचा त्यात समावेश होतो.

उपचार

क्षणिक काळ टिकणाऱ्या उचक्यांवर उपचार करण्याची गरज पडत नाही. दीर्घ काळ चालणाऱ्या उचक्यांची कारणमीमांसा करून मूळ कारण शोधून त्याचा उपचार करणे अगत्याचे असते. पण, जर तसे काही कारण सापडले नाही व उचक्या असह्य होत असतील तर श्वासपटलाच्या फ्रेनिक नर्व्हला ब्लॉक देतात किंवा ती नर्व्ह क्रश करतात. मात्र यातल्या कुठल्याच उपायांनी उचकी थांबण्याची ग्वाही देता येत नाही. अलीकडे वेगस नर्व्हला उद्दीपित करून उचकी थांबवण्याचा प्रयत्नही केला गेला आहे.

हताश होऊन म्हणायची पाळी येते–

‘बाई यांना लागली कुणाची उचकी?’

ठसका आणि खोकला (Cough)

आपल्या श्वसनमार्गातून फक्त हवेचे आत स्वागत होते. धूळ, धुरळा, परागकण किंवा विषाणू, बॅक्टिरिया यांना मज्जाव करण्यासाठी मेंदूने शिंकेची सोय केलेली आहेच. अन्नाचा आणि श्वसनाचा मार्ग अगदी सख्ख्या शेजाराचा आहे. दोन्ही गोष्टी नित्यनियमाने शेजाऱ्याची खोडी न करता चालू असतात. क्वचितच अन्नाने आगळिक केली आणि बारीक कण जरी श्वसनमार्गाकडे वळला, तर त्याचा जोरदार प्रतिकार क्षणार्धात केला जातो, त्याला आपण ‘ठसका लागणे’ असे म्हणतो. बोलण्यातला ठसक्याचा मात्र यात सुतरामही संबंध नाही. कोणाला ठसका लागला की आपण लगेच पाणी पिण्याचा सल्ला देतो, ते सर्व अन्न अन्ननलिकेतून जठराकडे जावे

म्हणून. ठसका लागल्यावर 'वर बघ, सासू टांगली आहे', असे म्हणण्याचाही प्रघात आपल्याकडे सर्रास आढळतो. यासाठी दोरही खूप बळकट हवा. याचा काही उपयोग होतो असे नाही. (खोकलाही तसाच) काही गोष्टी श्वासनलिकेतून बाहेर टाकण्याच्या उद्देशाने मेंदूने केलेली आज्ञा आहे. यात 'कोरडा खोकला' व चिकट द्राव - 'म्युकस बाहेर टाकणारा (प्रॉडक्टिव्ह) खोकला' असे दोन प्रमुख प्रकार आहेत.

नाक चोंदणे, घसा सुजल्यामुळे खवखवणे, सायनसचे इन्फेक्शन यांमध्ये कोरडा खोकला येतो. श्वासनलिका किंवा फुफ्फुसाचे इन्फेक्शन झाले तर बहुधा म्युकस, क्वचित पू किंवा रक्त बाहेर टाकणारा ओला खोकला असतो.

इन्फेक्शन असेल तर त्याचा योग्य तो उपचार, ॲलर्जी असेल तर त्यावरचे औषध, नाक चोंदले असेल तर वाफाऱ्याने किंवा औषधाने ते मोकळे करणे तर कोरड्या खोकल्यासाठी ॲंटिटसिव्ह औषधांचा उपचार करावा लागतो.

हसा आणि निरोगी व्हा!

सुखद घटनांनी, गुदगुल्या केल्याने किंवा विनोदी प्रसंगाने माणसाला हसू येते. हे घडण्यासाठी मेंदूचा उजवा-डावा भाग व विशेषतः हायपोथॅलॅमस हा प्रमुख नियंत्रक व खरे तर संपूर्ण मेंदूच सहभागी होतो. डोपामाईन नावाच्या रासायनिक द्रव्यामार्फत ही हास्याची निर्मिती होते. हसण्याचा सकारात्मक परिणाम एकंदर आरोग्यावर होतो. तर मंडळी हसा आणि निरोगी व्हा! अगदी हास्यक्लबमध्ये जाऊनही.

मळमळ-उलटी-सुलटी (Nausea and Vomiting - Diarrhoea)

आपल्या शरीराला ऊर्जा मिळते ती अन्नाद्वारा. अन्न व द्रवपदार्थ सेवनानंतर जठरात जातात. त्यावर प्रक्रिया होऊन नंतर पुढील कार्यवाही आधी पचन, शोषण यासाठी लहान आतड्याकडे व उरलेला मलोत्सर्जनासाठी मोठ्या आतड्याकडे पाठविला जातो.

घेतलेल्या अन्नात शरीराला अपायकारक काही असेल तर ते उलटे परत बाहेर काढण्याच्या प्रक्रियेचा भाग म्हणजे मळमळ व उलटी. तसेच अन्नमार्गात कुठेही अडथळा (Obstruction) निर्माण झाला तर पोट दुखणे व उलटी या गोष्टी मेंदूकडून घडविल्या जातात. काही वेळा अन्नातील जंतू जठरातील आम्लामुळे सुरुवातीस त्रास देत नाहीत, पण आतड्यात गेल्यावर आपले दात दाखवतात. तेव्हा अशा गोष्टी लवकर बाहेर टाकण्यासाठी मेंदू आतड्यांची हालचाल वाढविण्याची

व अधिक द्रवरूप पदार्थ आतड्यात स्रवून असे नकोसे पदार्थ सुलट्या दिशेने मोठ्या आतड्याच्या मार्गे गुदाशयातून त्वरेने बाहेर टाकण्याची त्याला आज्ञा देतो. आपण जुलाब (सुलटी) म्हणतो. थोडक्यात नकोशा गोष्टी उलट-सुलट जो जवळचा मार्ग असेल तिकडून शरीराबाहेर शक्य त्या त्वरेने पोहोचवण्याची आज्ञा मेंदू योग्य त्या अवयवांना देऊन आपला हेतू साध्य करतो.

अपस्मार (Epilepsy)

आपल्याला अनपेक्षित लाभ झाला तर आनंद वाटतो, उत्तेजित झाल्यासारखे वाटते. अशी उत्तेजना हवीहवीशी असते. मात्र आपल्या मेंदूला अशी मेंदूत होणारी अचानक, अनपेक्षित उत्तेजना नको असते. ती विद्युतलहरींच्या स्वरूपात असते. ती EEG या यंत्राने अभ्यासतादेखील येते. ती कागदांवर आलेखांद्वारा नोंदवलेली असते. जर मेंदूच्या कॉर्टेक्समध्ये जास्त प्रमाणात विद्युत उत्तेजना निर्माण झाली, तर त्या व्यक्तीस झटके आल्यासारख्या स्नायूंच्या हालचाली, अल्पावधीची बेशुद्धी व तोंडाला फेस येणे, अशी लक्षणे दिसतात. त्याला 'अपस्माराचा' किंवा 'एपिलेप्सीचा झटका' असे म्हणतात. या अपस्माराचे तीन प्रकार त्यांच्या सौम्यतेच्या प्रमाणात व काही भिन्न स्वरूपामुळे पडतात.

ग्रँडमाल प्रकारात- रुग्णास बऱ्याच वेळा आगाऊ सूचना मिळते. त्याच्या डोळ्यांसमोर प्रखर उजेड दिसणे, कानात विचित्र आवाज येणे किंवा एखादा वास येणे असे प्रकार घडू शकतात. त्याला (ऑरा) 'पूर्वसूचना' म्हणतात. त्यानंतर शरीराच्या एका भागातील स्नायू व नंतर संपूर्ण शरीरातील स्नायू जोरजोरात आकुंचन पावतात, तोंडातून फेस येतो. हे लोक काही वेळा ओरडतात किंवा त्यांच्या घशातून विचित्र आवाज येतात, जीभ चावली जाऊ शकते व त्यानंतर शुद्ध हरपते.

जागे झाल्यावर थोडा वेळ काही आठवत नाही. डोके जड होणे किंवा दुखणे असाही त्रास होतो. बऱ्याच वेळा असे झटके झोपेत येतात, पण जागेपणी उभे असताना आला तर पडून इजा होण्याची शक्यता असते. वाहन चालवताना, पोहताना, आगीजवळ काम करताना अपघात संभवतात. झटक्याच्या काळात नकळत मल-मूत्र विसर्जन कपड्यातच होऊन जाऊ शकते, थकवा येतो, नैराश्य येऊ शकते.

अशा झटक्यांची तीव्रता व वारंवारिता कमी-अधिक असू शकते. औषधांनी ७० टक्के लोकांना बऱ्यापैकी आराम लाभतो, पण हा आजार पूर्ण बरा होत नाही. या आजारात आनुवंशिकतेचा काही प्रमाणात भाग असतो, तर काही वेळा पूर्वी

मेंदूस मार लागल्याने, मेनिंजायटिस, एनकेफॅलायटिस किंवा ब्रेन ट्यूमर अशा आजारांमुळे अपस्माराचे झटके येतात. अशा इतर आजारांमुळे होणाऱ्या अपस्मारास 'दुय्यम (Secondary) Epilepsy म्हणतात. मेंदूच्या रक्तवाहिन्यांचे विकार टेपवर्मचे मेंदूतील लार्व्हा, मेंदूचा मलेरिया यातही असे झटके येतात. जेव्हा अशा विविध कारणांनी अपस्माराचे झटके येतात, तेव्हा त्या त्या आजाराच्या निराकरणानंतर हा अपस्माराचा त्रास पूर्णपणे थांबतो. अपस्माराच्या निदानासाठी ई.ई.जी., सी.टी., एम.आर.आय. अशा साधनांचा उपयोग होतो.

उपचार

रुग्णास जेव्हा असा झटका येतो, तेव्हा त्याला त्वरित एका कुशीवर झोपवावे, जीभ चावू नये म्हणून व श्वासाचा मार्ग मोकळा राहावा म्हणून एअर वे किंवा टंग डिप्रेसरचा उपयोग (घरातला चमचासुद्धा) करावा. जर असे झटके तीव्र स्वरूपात व पाठोपाठ येत असतील तर त्याला 'Status Epilepticus' म्हणतात. अशा वेळी रुग्णास अतिदक्षता विभागात ठेवणे गरजेचे असते. फेनोबार्बिटोन, फेनिटॉइन सोडियम, डायझीपाम अशा औषधांचा उपयोग अपस्मारावर नियंत्रण ठेवण्यास होऊ शकतो. न्यूरो फिजिशियनच्या सल्ल्याने हे सर्व करावे. २-४ वर्षे उपचाराने त्यावर नियंत्रण आले तर औषधे बंद करावीत; पण गरज पडली तर पुन्हा सुरू करावीत.

कानाने रंग ओळखणे (Synesthesia)

जर एखादी व्यक्ती कानाने रंगाचे ज्ञान प्राप्त करते म्हटले तर त्याला वेडे ठरविण्यात येईल, पण हो, हे शक्य आहे !

जसे एखादा हात-पाय गमावल्यानंतर त्या भागाच्या केंद्राच्या शेजारील मंडळी क्रॉस वायरिंगने नसलेला अवयव असल्याची संवेदना मेंदूला देतात (Phantom sensation) तसाच प्रकार काही वेळा जिन्सच्या म्युटेशनने घडू शकतो. अशा प्रकारच्या मेंदूतील अनियमित क्रॉस वायरिंगला 'सायनेस्थेशिया' असे म्हणतात. अशा व्यक्तींना संगीताची ठराविक धून ऐकवली तर विशिष्ट रंगाची जाणीव होते. C- शार्प = लाल रंग तर F- शार्प = निळा रंग मेंदूच्या फ्युजीफॉर्म गायरसमध्ये रंगाचे दृष्टिज्ञान देणारे केंद्र व आकड्यांचे क्रम दर्शविणारे केंद्र शेजारी चिकटून असते. जिन्स म्युटेशनच्या दोषात क्रॉस वायरिंग झाल्यामुळे ऐकण्याने रंगज्ञान होते ही मजेशीर वाटणारी सत्य घटना आहे.

चेहरांधळेपणा

डोळ्याने पाहिलेल्या प्रतिमेत डोळा, ऑप्टिक नर्व्हखेरीज मेंदूतील विविध ठिकाणची तीस केंद्रे यांचा सहभाग असतो. डोळ्यांकडून आलेल्या सर्व प्रतिमांचे विश्लेषण करून प्रतिमेचे अंतिम स्वरूप मेंदू ठरवतो. या कामात फ्युजीफॉर्म गायरसचा महत्त्वाचा वाटा असतो. या भागात दोष निर्माण झाला तर चेहरे ओळखण्याच्या क्रियेत अडथळा निर्माण होतो. त्याला 'चेहरांधळेपणा' किंवा 'प्रोसोपोग्नोसिया' असे संबोधले जाते. असे रुग्ण पाहू शकतात, वाचू शकतात; पण आप्तस्वकीयांचेसुद्धा चेहरे ओळखू शकत नाहीत; मात्र त्यांचे आवाज ओळखू शकतात.

माझा बाप तोतया (Capragas Syndrome)

काही वेळा मेंदूला जबर मार लागल्याने शुद्धीवर आल्यावर रुग्ण स्वकीयांचे चेहरे ओळखतो, आवाज ओळखतो; पण त्यांच्याबद्दलच्या भावना हरवून बसतो. तेव्हा त्याला स्वकीयांचा चेहरा घेऊन आलेली व्यक्ती नक्की तोतया आहे असे सतत वाटते. दृष्टी आणि भावनांची केंद्रे जोडणाऱ्या वायर्स तुटल्यामुळे हा प्रकार घडतो. फोनवरचा आवाज मात्र स्वकीयाचाच आहे, हे तो सांगू शकतो.

रंगआंधळा Colour Blind आणि गती आंधळा Motion Blind मेंदूतील तीस केंद्रे दृष्टीच्या विविध विश्लेषणाचे कार्य करतात. व्ही ४ हे केंद्र रंगाच्या ज्ञानासाठी, तर मिडल टेम्पोरेल लोब हलणाऱ्या गतिमान वस्तूंच्या दृष्टिज्ञानासाठी उपयुक्त असते. व्ही ४ हे केंद्र मेंदूच्या दोन्ही अर्धगोलातील भागात क्षतिग्रस्त झाले तर रंगज्ञान नष्ट होते. मात्र MT ला इजा झाली तर हलणारी वस्तू कोणत्या दिशेने येते, जाते, तिचा वेग याबद्दलचे ज्ञान रुग्णाला मुळीच होत नाही. अशा व्यक्तींच्या अंगावर वाहन आले तरी त्यांना अजिबात कळत नाही. त्यांना रस्त्यावर चालणे शक्य होत नाही.

दुर्लक्ष (Neglect Syndrome)

मेंदूच्या उजव्या पराइटल लोबला इजा झाली तर त्या रुग्णाचे सीमित Spatial ज्ञान नष्ट होते. तो त्यांच्याकडे डावीकडून येणाऱ्या वस्तूचा मार चुकवू शकत नाही. वाटेतले अडथळे पार करू शकत नाही. डाव्या परायटल लोबला इजा झाली तर उलट्या बाजूस ही समस्या येते.

◆

मज्जा संस्थेचे आजार

मनोकायिक आजार

ज्या आजाराच्या निर्मितीत, लक्षणात किंवा बरे होण्यात मानसिक कारणे कार्यरत असतात, ती रुग्णाच्या आजारांच्या मुळाशी असतात. अशा आजारांना 'मनोकायिक' आजार असे म्हणतात. त्यामुळे जे लोक सतत ताणतणाव किंवा नैराश्यात असतात, त्यांना असे आजार जडतात. मन प्रसन्न तर शरीर निरोगी. मन करा रे प्रसन्न!

शारीरिक आजाराचे कारण, त्यांची लक्षणे किंवा त्यांचा उपचार जेव्हा मानसोपचाराने करावा लागतो, तेव्हा अशा आजारांना 'मनोकायिक आजार' असे म्हणतात. जे रुग्ण चिंता (Anxiety) किंवा नैराश्य याची शिकार असतात, तेव्हा त्यांना शारीरिक किंवा मनोकायिक आजार होण्याचा संभव जास्त असतो. मानसिक ताणतणावाने हायपोथॅलॅमस, पिट्युटरी किंवा ॲड्रिनल ग्लँडकडून स्ट्रेस होर्मोन्सची जास्त प्रमाणात निर्मिती होते. त्यामुळे शरीराची प्रतिकारशक्ती क्षीण होते. शरीरातील पेशी, अवयव किंवा कार्यसंस्था यांना त्यामुळे हानी पोहोचते. संपूर्ण शरीरच इन्फेक्शन, कॅन्सर्स व इतर आजारांना सहजी बळी पडते. स्ट्रेस होर्मोन (Cortisol) ची पातळी वाढल्याने हृदय, जठर, त्वचा, सांधे, कोलॅजेन या अवयवांवर किंवा उतींवर जास्त प्रमाणात परिणाम होतो. अशा रुग्णांना अँजायना (छाती दुखणे) हृदयाच्या ठोक्यांची अनियमितता, धाप लागणे, डोकेदुखी, अर्धशिशी, उच्च रक्तदाब, क्रानसचा आजार, अल्सरेटिव्ह कोलायटीस, इरिटेबल बॉवेल सिंड्रोम, एक्झिमा, मेदवृद्धी, सांध्यांचे आजार, अंगावर रॅशेस उठणे असे एक ना अनेक प्रकारचे त्रास सुरू होतात.

उपचार

मनोकायिक आजारासाठी मानसोपचारतज्ज्ञ व फिजिशियन, सर्जन यांनी संयुक्तपणे उपचार करणे योग्य. मानसोपचारतज्ज्ञ मनातले विचार बोलून मोकळे करण्यात रुग्णाला मदत करतात. अशा रुग्णांना सामूहिक गटाने समुपदेशन व उपचार, औषधे, योगा, प्राणायाम, ध्यानधारणा अशा उपचारांचा चांगला उपयोग होतो.

एड्स

एच.आय.व्ही. व्हायरसमुळे होणारा 'एड्स' हा आजार अलीकडच्या काळातला आरोग्याशी निगडित असा बहुचर्चित आजार आहे. सामान्य माणासास याविषयी थोडी माहिती असते; पण त्याच्या मेंदू व मज्जा संस्था यावर होणाऱ्या परिणामाची फारशी माहिती नसते. एड्स या आजारात प्रामुख्याने रुग्णाच्या प्रतिकारशक्तीवर घाला पडतो. ती क्षीण किंवा नष्ट होते. हे इन्फेक्शन निष्काळजीपणाने केलेल्या लैंगिक संबंधांमुळे होण्याचे प्रमाण जास्त. रक्त, वीर्य व व्हजायनल सिक्रीशन्सद्वारा हे व्हायरस पसरते. इंजेक्शनची सुई, सिरींज किंवा रक्त दिले तर त्यातूनही या व्हायरसचा प्रसार होतो. रक्ताद्वारा गर्भवती मातेकडून आपल्या बाळालाही त्याची लागण होते.

एड्सच्या आजाराचा धसका खूप मोठा असतो. आजार झाला किंवा होण्याची संभावना वाटली तरी मनुष्य खचून जातो. त्याला मनाचे विकार जडतात. पण प्रत्यक्ष हे इन्फेक्शन झाले तर त्यात मेंदू व मज्जा संस्था बाधित होतात. कित्येक वेळा इतर लक्षणे दिसत नसूनही मेंदूच्या लक्षणांमुळे या आजाराकडे लक्ष वेधले जाते. त्याचे प्रमाण ६० टक्के आहे. याउलट एड्सने दगावलेल्या रुग्णांचे शवविच्छेदन केले तर त्यांच्यापैकी ७५ ते ९० टक्के लोकांच्या मेंदूमध्ये हे व्हायरस घर करून बसलेले आढळतात.

अशा रुग्णांमध्ये व्यक्तिमत्त्वबदल, मूडचे बदल, विस्मरण (Dementia) नैराश्य आणि इतर मानसिक आजारांची लक्षणे दिसतात. प्रतिबंधात्मक उपाय करणे उत्तम; पण हा आजार झाल्यास तज्ज्ञ डॉक्टरांकडून उपचार आवश्यक.

पार्किनसन्स आजार (Parkinson's Disease)

सर्वच शास्त्रांचे वैद्यकीय शास्त्रात जे मोठे योगदान अलीकडच्या काही दशकांत लाभले आहे, त्यामुळे माणसाला दीर्घायुष्याचे वरदान प्राप्त झाले आहे. पण, त्यामुळे अनेक नवे आजारही वाढले आहेत. मेंदूच्या ऱ्हासामुळे होणारा असाच

दुसरा आजार म्हणजे 'पार्किनसन्स आजार' होय. या मेंदूच्या ऱ्हासाखेरीज अजून तरी दुसरे कारण या आजारासाठी समजलेले नाही.

पार्किनसन्स आजारात हालचालीत वयोमानाने समस्या निर्माण होतात. शरीराच्या हालचाली एकंदरीत मंद झालेल्या असतात. स्वस्थ बसलेले असताना थरथरणे, शेवया वळण्याची (Pill Rolling) हालचाल, याखेरीज मख्ख चेहरा, शरीराचा ताठरपणा आणि अडखळत चालणे, अशी लक्षणे दिसतात. बुद्धिमांद्यही येते. नैराश्य आणि विसराळूपणा वाढतो.

साधारणपणे ०.००२ टक्के लोक या विकाराची शिकार होतात. या लोकांच्या मेंदूतील डोपामाइन रसायनाची पातळी खालावलेली असते. त्यांच्या मेंदूतील 'सबस्टँशिया नायग्रा' या भागाचा ऱ्हास झालेला आढळतो. ज्या लोकांच्या मेंदूस वरचेवर इजा होते, अशा लोकांना हा आजार सहजी होतो. तसेच हेरॉइन या पदार्थाचे सेवन करणाऱ्यांनाही होतो.

उपचार

या आजाराला प्रतिबंधात्मक किंवा बरा करणारा उपचार आज तरी उपलब्ध नाही. लॅराडोपा आणि कार्बीडोपा या औषधांनी या रुग्णांच्या मेंदूतील डोपामाइनची पातळी तात्पुरती वाढण्यास मदत होते. काही न्यूरोसर्जन्स मेंदूतील डोपामाइन पातळी वाढविण्यास ॲड्रिनल ग्लँडचा गाभा मेंदूत रोपण करतात. त्याचा थोडा उपयोग होतो. पार्किनसन्सच्या रुग्णांचे नैराश्य कमी करण्यासाठी त्यांना औषधे देता येतात. शॉकचाही थोडा उपयोग त्यासाठी होतो.

सेकंडरी डोकेदुखी

अन्य कोणत्या तरी आजारामध्ये डोकेदुखी हे एक लक्षण असते, तेव्हा त्याला 'सेकंडरी' डोकेदुखी म्हणतात. मात्र त्यांना दुय्यम लेखण्याची चूक बिलकूल करू नये. खरे तर त्यांच्याकडे प्राधान्याने लक्ष देणे अगत्याचे असते.

तज्ज्ञ डॉक्टरांकडून त्वरित निदान करून घेऊन मूळ आजारावर उपचार करून घेण्यास प्राधान्य देणे आवश्यक असते.

प्राथमिक कारणे

एनकेफॅलायटिस, मेनिंजायटिस हे जंतूंचे आजार. मेंदूत किंवा मेंदूभोवती

रक्तस्राव ब्रेन ट्यूमर्स - कॅन्सर किंवा बिनाइन, मेंदूच्या रोहिण्या किंवा नीलांचे जंतुसंसर्ग आणि अॅक्यूट क्लोजड अँगल ग्लॉकोमा अशी एक प्राथमिक कारणांची यादी करता येईल.

एनकेफॅलायटिस (Encephalytis)

मेंदू हा सर्वांत महत्त्वाचा अवयव असल्याने, त्याला अभेद्य कवटीच्या तिजोरीत तर ठेवले आहेच; पण कोट, शर्ट व बनियन अशा तिहेरी कपड्यांतही लपेटलेले असते. सर्वांत बाहेरचा टफ कोट म्हणजे 'ड्युरा', त्याखालचा सदरा म्हणजे 'अॅरॅकनॉइड' आणि मेंदूच्या अंगाशी घट्ट कपडा म्हणजे 'पाया' या तिन्हींना एकत्रितपणे 'मेनिंजेस' असे संबोधले जाते. शरीरातील इतर अवयवांइतके सहज मेंदूकडे सूक्ष्म जंतूंना प्रवेश मिळत नाही; पण जेव्हा विषाणू किंवा बॅक्टेरिया मेंदूकडे पोहोचतात, बहुधा रक्तातून- तेव्हा त्यांचा सारा मारा होतो तो प्रथम या तिन्ही आवरणांवर. प्रत्यक्ष मेंदूत अॅबसेस त्यामानाने विरळाच.

एंटेरोव्हायरस, इन्फ्लुएन्झाचे, हर्पीसचे, गोवर, गालगुंड, रुबेला आणि रेबीज असे अनेक व्हायरसेस मेनिंजेसवर आक्रमण करतात- त्याला 'एनकेफॅलायटीस' असे म्हणतात. असा संसर्ग झालेल्या रुग्णांना अचानक ताप, डोकेदुखी, मानेचा स्टीफनेस, उलटी, अशक्तपणा, प्रकाश सहन न होणे, असा त्रास होतो. त्यानंतर मनाचा गोंधळ, चिडचिड, गुंगी येणे व तोल जाणे, असा त्रास होतो. त्यानंतर परिस्थिती आटोक्यात आली नाही, तर बेशुद्धावस्था, फिट्स येणे आणि पॅरॅलिसिस अशी चिन्हे दिसून रुग्ण कोमात गेला तर ही फार वाईट चिन्हे समजावीत. या आजाराचे प्रमाण लहान मुलांमध्ये जास्त असते. अशा रुग्णांना हॉस्पिटलमध्ये दाखल करून सपोर्टिव्ह उपायांबरोबरच श्वसनासाठी व्हेंटिलेटर मशिनचीही गरज पडते. विषाणूंवर परिणामकारक अशी प्रतिजैविके फारशी नाहीत. यात काही रुग्ण दगावतात, तर काही रुग्णांमध्ये कायमस्वरूपी पॅरॅलिसिससारखे काही दोष कायमचे राहतात.

नको ती बढती

प्रत्येक मनुष्याला आपल्या करिअरचा आलेख वर वर चढणारा असावा, असे वाटते. ते शिक्षण असो, अर्थार्जनाचा आलेख असो, शारीरिक क्षमतेचा आलेख असो; प्रत्येकालाच चढता आलेख हवा असतो. मात्र वाईट गोष्टींमध्ये तो नकोही असतो. तिथे उतरता आलेखच बरा वाटतो. जी. बी. सिंड्रोम हा एक मज्जारज्जूंचा आजार आहे. त्यात पायाकडून स्नायूंचे पॅरॅलिसिस सुरू होते व झपाट्याने वरच्या

दिशेने आक्रमण करीत जाते. हा प्रकार वर चढत गेला तर श्वासपटल व छातीचे स्नायू यांच्या पॅरॅलिसिसमुळे माणूस दगावू शकतो.

जी. बी. सिंड्रोम (G. B. Syndrome)

एक प्रकारच्या विशिष्ट विषाणूंमुळे (Virus) पेरिफेरल नर्व्ह्जवर संकट येते. या विषाणूंमध्ये एक अँटिजेन असते. त्याला प्रतिकार म्हणून आपल्या प्रतिकारशक्तीकडून हल्ला होतो. पण काही वेळा दुर्दैवाने आपल्या प्रतिकार करणाऱ्या शिपायांची दिशाभूल होते व ते आपल्याच पेरिफेरल नर्व्ह्जच्या मायेलिन शीथवर (नर्व्ह्जचे कवच) हल्ला करतात. याला 'ऑटो इम्युन प्रतिक्रिया' म्हणतात. थोडक्यात, आपणच आपल्या पायावर धोंडा मारतो. परिणामी त्या नर्व्ह्ज ज्या स्नायूंना उत्तेजना देतात, ते स्नायू पॅरलाइज होतात. याची सुरवात पायाच्या नर्व्ह्जवर होते आणि झपाट्याने ते वरच्या (डोक्याच्या) दिशेने प्रगती करू लागतात. त्यामुळे वर वर पॅरॅलिसिसचे लोण पोहोचते. श्वासाच्या स्नायूंवर परिणाम झाला की जिवावरचे संकट निर्माण होते. स्नायूंच्या पॅरॅलिसिसबरोबरच काही स्पर्शसंवेदना व मल-मूत्रसंवेदनांवरही परिणाम घडू शकतो. सर्व स्नायूंमध्ये जास्त व्यायामाने व्हाव्यात तशा वेदनाही होतात. त्यासाठी वेदनाशामक उपयोगी पडते. मात्र जिवाला असलेला संभाव्य धोका लक्षात घेता, अशा रुग्णांना अतिदक्षता विभागात ठेवून जरूर तर व्हेंटिलेटरचा वापर करावा लागतो.

बॅक्टेरियल मेनिंजायटिस

सामान्यपणे मेनिंगोकोकाय, न्यूमोकोकाय अशा बॅक्टेरियांमुळे मेनिंजायटिस होतो. क्वचितच इतर जंतू आढळतात. अशा रुग्णांपैकी १०-१५ टक्के रुग्ण २४ तासांतच दगावतात आणि जे जगतात त्यांच्यात गंभीर स्वरूपाचे दोष राहू शकतात.

या जंतूंचा संसर्ग रुग्णाच्या आसपास ३-४ फूट जवळ असणाऱ्या नातेवाइकांना हवेतून होण्याची बऱ्यापैकी शक्यता असते. ती टाळण्यासाठी खबरदारी घ्यावी. लहान मुलांना मेनिंजायटिसची प्रतिबंधक लस टोचावी. त्याला म्हणतात. 'TAB Vaccine'

'टी. बी. मेनिंजायटिस' मेनिंजायटिसचा हा प्रकार भारतात व अविकसित देशांमध्ये जास्त प्रमाणात आढळतो. ताप येणे, डोकेदुखी, मानेचा स्टीफनेस अशी लक्षणे दिसतात. सी.एस.एफ. या मेंदूभोवतीच्या द्रवाचे परीक्षण करून मेनिंजायटिसच्या प्रकाराचे निदान करता येते. सी.टी., एम.आर.आय. यांचा थोडा उपयोग होतो. टी.बी.मुळे मेनिंजायटिस झाल्याचे निदान होण्यास ८-१० दिवस लागू शकतात.

पण इतर लक्षणांवरून शंका जरी आली तरी टी.बी. चा उपचार त्वरित सुरू करावा; अन्यथा रुग्णाचा प्राण वाचवण्यात अपयश येऊ शकते. एकतृतीयांश रुग्णांना हायड्रोकेफॅकलस होतो.

कॅव्हर्नस सायनस थ्रॉम्बोसिस

'कॅव्हर्नस सायनस' नावाचे एक नीलांचे (व्हेन) जाळे डोळ्याच्या मुख्य नर्व्हजच्या तळाला असते. डोळे, चेहरा, दात आणि कान यांकडून येणाऱ्या काही छोट्या व्हेन्स (नीला) कवटीच्या आत या कॅव्हर्नस सायनसकडे रक्त नेतात, त्यामुळे या भागातील इन्फेक्शनचे जंतू या कॅव्हर्नस सायनसकडे पोहोचतात. ते जंतू इतरत्र मेंदूत पसरू नयेत म्हणून निसर्गाची एक नामी युक्ती असते. जंतू तेथे पोहोचले की त्यातील रक्त गोठते. (थ्रॉम्बोज होते.) त्यामुळे जंतू रक्ताबरोबर मेंदूच्या इतर भागात पसरू शकत नाही. पण रक्त गोठल्यामुळे काही लक्षणे दिसतात. कॅव्हर्नस सायनस थ्रॉम्बोसिस हा एक जीवघेणा आजार आहे. ३०-५० टक्के रुग्ण यात दगावतात. चेहऱ्यावर, तोंड-नाकाभोवती पुटकुळी झाल्यास ती दाबून फोडण्याचा प्रयत्न करू नये. चेहऱ्याच्या या भागास त्यामुळे 'चेहऱ्याचा धोक्याचा भाग' असे म्हणतात. Dangerous Area of face.

लक्षणे

तीव्र डोकेदुखी, एका किंवा दोन्ही डोळ्यांच्या भोवतीचा भाग लालसर होणे, सूज आणि अस्वस्थता वाटणे, डोळ्यांच्या झडपा (Eyelids) हलविता न येणे, डोळे फिरविता न येणे, दृष्टी कमी होणे किंवा प्रतिमा डबल दिसू लागणे. डोळ्याभोवती दुखणे, बधिरपणा येणे, कमालीचा थकवा येणे व नंतर फिट्स येणे, असा लक्षणांचा क्रम असतो.

कॅव्हर्नस सायनसमध्ये रक्त गोठवून जंतुप्रसार थांबवण्याचा निसर्गाचा प्रयत्न असला तरी त्या क्लॉटमुळे मेंदूतील प्रेशर वाढल्याने मेंदूला इजा पोहोचून रुग्ण दगावण्याची शक्यता असते.

निदान

सी.टी., एम.आर.आय., रक्ताची व सी.एस.एफ.ची तपासणी यांमुळे रोगनिदान सहज होते.

उपचार

उच्च मात्रेमध्ये गुणकारी प्रतिजैविकांचा त्वरित शिरेतून वापर सुरू करावा. स्टीरॉइड्स आणि रक्त पातळ करणाऱ्या औषधांचा उपयोग अवश्य करावा. जर औषधी उपायांना रुग्ण दाद देत नसेल तर शस्त्रक्रिया करून कवटीत जमलेला अधिक द्रव ड्रेन करावा लागतो.

मेंदू पू (Brain Abscess)

मेंदूत पू होण्याचे कारण कान, सायनेस आणि दातांतून होणारा जंतूंचा शिरकाव हे असू शकते. तसेच फुप्फुसे, हृदय, किडनीज, यकृत येथून जंतू रक्ताद्वारा मेंदूत येऊ शकतात. अपघाताने कवटीचा छेद करून आत आलेली घाण, मेंदूच्या ऑपरेशनमुळे होणारा जंतूंचा संसर्ग अशा विविध कारणांनी मेंदूत पू होऊ शकतो.

मेंदूत पू झाला तर त्याचे दोन परिणाम होतात. एक जंतूंमुळे तर दुसरा कवटीच्या आत मोकळी जागा नसल्याने 'पू' जी जागा व्यापतो त्यामुळे कवटीतील प्रेशर वाढते, शिवाय आजूबाजूच्या महत्त्वाच्या मेंदू केंद्रांवर दाब व संसर्ग यांमुळे विपरीत परिणाम होतो. तसेच ब्रेनस्टेमवर प्रेशर किंवा मेंदूत जलवृद्धी (Hydrocephalus) असेही प्रकार घडतात व ते खूप हानिकारक असतात.

लक्षणे

ताप, थकवा, तीव्र डोकेदुखी, मनाचा गोंधळ, उलट्या, बोलण्यात अडचण, पॅरॅलिसिस, गुंगी येणे, फिट्स आणि कोमा अशा चढत्या क्रमाने लक्षणे दिसून येतात.

तज्ज्ञ डॉक्टरांकडून तपासणी सी.टी., एम.आर.आय. स्कॅन्स यांमुळे निदान करणे अवघड नसते.

उपचार

मेंदूत दुसरीकडून जंतू आलेले असतात. त्या प्राथमिक कारणांचा उपचार आवश्यक असतो. मेंदूतला पू शस्त्रक्रियेने काढणे व परिणामकारक प्रतिजैविके योग्य प्रमाणात व गरज असेपर्यंत नियमितपणे देणे, कोमा होण्यापूर्वी तत्परतेने सर्व उपचार केले तर रुग्ण बरा होण्याची शक्यता असते. एकदा जर रुग्ण कोमात

गेला तर निभाव लागणे कठीण असते. तातडीने उपचार केले तर या आजारात मृत्यूचे प्रमाण ५-२० टक्के इतके आहे; अन्यथा खूप जास्त आहे.

ब्रेन ट्यूमर्स

पेशींची त्यांच्या कार्याच्या गरजेपेक्षा जास्त वाढ होते, त्याला 'ट्यूमर' म्हणतात. अशी वाढ तुलनात्मकदृष्ट्या कमी वेगाने होते. पेशी आपल्या कक्षा पार करून बाहेर जात नाहीत किंवा भरकटल्यासारखे वर्तन करत नाहीत, त्याला 'बिनाइन (नॉन कॅन्सरस) ट्यूमर' असे म्हणतात. पण याच पेशींची वाढ खूप वेगाने होते व त्या लक्ष्मणरेषा पार करून कक्षेबाहेर जातात, भरकटतात व दूरवर पोहोचू शकतात. तेव्हा त्या इतरत्र विहार करतात व तेथे वाढून रुग्णाच्या मृत्यूस कारणीभूत होतात, तेव्हा त्यांना 'कॅन्सर' म्हणतात.

सर्वसामान्य रीतीने वाढणाऱ्या पेशी किंवा बिनाइन ट्यूमरमधल्या पेशी या मूळ उती (Tissue) प्रमाणेच दिसतात. त्याला Differenciation, Maturity असे म्हणतात. कॅन्सरच्या पेशी खूप वेगाने वाढताना त्यांना परिपक्वता येत नाही. त्याला Dedifferentiation किंवा 'अपरिपक्वता' म्हणतात. कॅन्सरच्या पेशी अधिक प्रमाणावर अन्नपाणी वापरतात, त्यामुळे इतर पेशींची उपासमारही होते.

खंगणे

मेंदूमध्येही बिनाइन आणि मॅलिग्नंट (कॅन्सर) असे दोन्ही प्रकारचे ट्यूमर आढळतात, पण बिनाइन ट्यूमरचे प्रमाण तुलनात्मकदृष्ट्या अधिक असते.

कवटीच्या आत किंवा (स्पायनल कॉर्ड) मज्जारज्जू दोन्हींच्या ट्यूमर्समध्ये साधर्म्य असल्याने, दोन्हींच्या ट्यूमर्सना 'ब्रेन ट्यूमर्स' असे संबोधण्याची प्रथा आहे. असे ब्रेन ट्यूमर्स हे मेंदूचे न्यूरॉन्स ग्लायल पेशी, एपेंडायमल पेशी, मेनिंजेसच्या पेशी, रक्तवाहिन्यांच्या पेशी, क्रेनियल नर्व्हज, पिट्यूटरी ग्रंथी अशा अनेक प्रकारच्या पेशींपासून निर्माण होऊ शकतात. या सर्वांना 'प्रायमरी ब्रेन ट्यूमर्स' म्हणतात, तर शरीराच्या इतर कोठल्याही पेशींपासून निर्माण झालेले कॅन्सर जेव्हा भरकटून मेंदू किंवा स्पायनल कॉर्डमध्ये येतात व वाढतात तेव्हा त्याला 'सेकंडरी ट्यूमर्स' असे संबोधतात.

मेंदूचे ट्यूमर्स कोठेही व कोणत्याही वयात होणे शक्य असते. पण लहान मुलांमध्ये मागच्या बाजूस Posterior Cranial Fossa तर नंतरच्या वयात कवटीच्या मधल्या व मागच्या भागात होण्याची शक्यता जास्त असते.

मेंदू कवटीत बरोबर बसेल एवढीच जागा असते. कवटी खूप मजबूत व प्रसरण पावण्यास असमर्थ असल्याने मेंदूच्या ट्यूमरला वाढण्यासाठी मोकळी जागा नसते. त्यामुळे ब्रेन ट्यूमरमुळे जागा व्यापल्याने व कवटीतील प्रेशर वाढल्याने दुहेरी समस्या निर्माण होतात. पहिली मेंदूच्या ज्या निरोगी भागावर दाब पडतो त्यामुळे त्या भागाच्या कार्याची हानी होते, तर दुसरी कवटीतील प्रेशर वाढल्यामुळे निर्माण होणाऱ्या अनेक समस्या. रुग्णाची काळजीपूर्वक तपासणी केली तर मेंदूच्या ज्या कार्यावर अनिष्ट परिणाम झालेला आहे त्याचे ज्ञान होते व सी.टी., एम.आर.आय. व मेंदूच्या इतर स्कॅन पद्धतींनी ब्रेन ट्यूमर कोणत्या भागात झालेला आहे, याचे नेमके निदान करणे शक्य होते.

लक्षणे

डोके खूप दुखणे, उलट्या, मनाचा गोंधळ, डोळ्यांच्या बाहुल्यांचे मोठे होणे आणि डोळ्यांच्या आतील भागाचे निरीक्षण यांनी कवटीतल्या वाढीव प्रेशरची खात्री पटते. हाच ट्यूमर मेंदूतील सी.एस.एफ. या द्रावाच्या अभिसरणात व्यत्यय आणत असेल तर ही लक्षणे लवकरपासून आणि जास्त प्रमाणात दिसून येतात. यामुळे कोनिंग ऑफ ब्रेनमुळे ब्रेन स्टेम या अति महत्त्वाच्या भागावर प्रेशर येऊन मृत्यू संभवतो.

उपचार

चट्कन रोगनिदान व तातडीने उपाययोजना अत्यावश्यक असतात. शस्त्रक्रिया आवश्यक असते. जेव्हा ट्यूमर शस्त्रक्रियेला सहजी हाती लागणारा नसतो, तेव्हा ट्यूमरपर्यंत पोहोचण्यासाठी मार्गात येणाऱ्या नॉर्मल मेंदूची- त्याच्या कार्याची हानी अटळ होऊन बसते.

मेंदू सुजलाय (Swollan headed)

एखादा माणूस यशामुळे आपल्याच तोऱ्यात वागताना दिसतो तेव्हा 'यश डोक्यात भिनले आहे' किंवा 'मेंदू सुजलाय' म्हणण्याची पद्धत आहे. पण, जर माणूस डोक्यावर पडला किंवा इतर काही इजा मेंदूला झाली तर मेंदू खरोखरीच सुजतो. ही मात्र खूप गंभीर बाब असते. डोक्याला मार (Head Injury) हा तसाच गंभीर विषय आहे. किरकोळ वाटणारा धक्का, जबरदस्त अपघाती किंवा वैमनस्यातून

झालेला आघात, युद्धातल्या जखमा, अशा अनेक कारणांनी डोक्याला व मेंदूला धक्का पोहोचू शकतो. काही वेळा डोक्याच्या त्वचेला नुसते टाके पडतात. एखाद्या स्प्रिंगचा दरवाजा पुढच्या माणसाने सोडला आणि दुसऱ्याच्या कपाळावर आपटला तर ती किरकोळ घटना आहे असे वाटते. डोके थोडे दुखतेय म्हणून ती व्यक्ती झोपते, ती कधीच परत उठत नाही.

डोक्यावर जखम झाली तर रक्तस्राव लवकर थांबत नाही. कारण तिथल्या रक्तवाहिन्या आकुंचन पावू शकत नाहीत. बराच वेळ दाबून धरली किंवा टाके घालून जखम शिवली तर रक्त थांबू शकते. मेंदूचे अनन्यसाधारण महत्त्व जाणून निसर्गाने त्याच्या सुरक्षिततेसाठी कडेकोट बंदोबस्त करून ठेवलेला आहे तो अभेद्य कवटी देऊन. त्याच्या आत तीन वस्त्रे, शिवाय ड्युरा व ॲरॅकनॉइड या दोन वस्त्रांमधून झुळझुळ वाहणारा सी.एस.एफ.चा प्रवाह उत्तमपैकी शॉक ॲबसॉर्बर व पोषकद्रव्य म्हणून काम करतो. सर्वांत आतील अंगाबरोबरचे वस्त्र पायाकेटर मेंदूच्या रक्तवाहिन्यांचे जाळे संपूर्ण मेंदूच्या पृष्ठभागावर पसरवते. मेंदूचे वजन शरीराच्या वजनाच्या फक्त दोन टक्के, तर मेंदूचा ग्लुकोज व प्राणवायूचा वापर त्या मानाने संपूर्ण शरीराच्या वापराच्या २० टक्के इतका असतो.

कवटीला जबर मार बसला तर कवटीचे मजबूत हाडही फ्रॅक्चर होते. त्यामुळे कवटीचे हाड व ड्युराचा कोट यामध्ये रक्तस्राव झाला तर त्याला Extradural 'एक्स्ट्राड्युरल हिमॅटोम' असे म्हणतात. तेच रक्त ड्युरा आणि ॲरॅकनॉइड थरांमध्ये झाले तर 'सबड्युरल हिमॅटोमा' असे म्हणतात. ॲरॅकनॉइड व पायामेटर यांच्यामध्ये रक्तस्राव झाला तर त्याला 'सबॲरॅकनॉइड रक्तस्राव' म्हणतात. हे सर्व थरांतले रक्तस्राव रुग्णाच्या जिवावर उठतात. या सर्वांचे न्यूरोसर्जन्सनी त्वरित निदान व उपचार केले तर मात्र हे रोगी जगू शकतात. जेव्हा ड्युरा कोट आणि कवटीचे हाड या दोन्हीत छेद होतो, तेव्हा कानातून, नाकातून किंवा जखमेतून सी.एस.एफ. लीक होऊ शकतो व अशा छेदांमुळे इन्फेक्शनचे प्रमाण वाढते. वेगवान वस्तू बंदुकीची गोळी किंवा स्फोटकाचे तुकडे कवटी छेदून मेंदूत प्रवेश करू शकतात. त्वरित शस्त्रक्रिया करून ते काढले नाहीत, तर इन्फेक्शनची शक्यता खूप वाढते, मेंदूत रक्तस्रावही होतो. या जखमांमुळे मृत्यूची शक्यता वाढते. रक्त व असे तुकडे काढून परिणामकारक प्रतिजैविके लवकरात लवकर द्यावीत. अशा लोकांना अतिदक्षता विभागात ठेवणे इष्ट.

कंकशन

हेड इंज्युरीमध्ये काही वेळा कवटीचे फ्रॅक्चर, रक्तस्राव अशा वरकरणी गंभीर

वाटणाऱ्या गोष्टी नसल्या तरी मेंदूला जर जबरदस्त धक्का लागला, मेंदू कवटीच्या आत हलला तर काही काळ बेशुद्धावस्था व नंतर डोकेदुखी-उलटी आणि संपूर्ण रिकव्हरी याला 'कंकशन' असे म्हणतात.

हेड इंज्युरीच्या सर्व रुग्णांवर कमीत कमी ४८ तास बारकाईने लक्ष ठेवावे लागते. काही वेळा गंभीर स्वरूपाची लक्षणे लवकर दिसतात, तर काही वेळा काही तासांनी किंवा काही दिवसांनी मेंदूत हळूहळू रक्त जमत गेल्याचे लक्षात येते.

लक्षणे व उपचार

डोक्याला मार लागल्यानंतर झोपेची गुंगी वाटणे, मनाचा गोंधळ उडणे, वर्तणुकीत बदल होणे, डोकेदुखी सुरू होणे, उलटी येणे, डोळ्यांच्या बाहुल्यांच्या आकारात फरक पडणे आणि शुद्ध हरपणे, अशी लक्षणे दिसतात. नाकातून, घशातून किंवा कानांतून रक्त किंवा सी.एस.एफ. लीक असू शकतो. मेंदूचा चेंदामेंदा झाला किंवा रक्तस्रावाने त्याच्यावर दाब आला, तर मज्जा संस्थेची तपासणी करून काही विशिष्ट लक्षणे दिसतात. Neurodeficit त्यानंतर सी.टी., एम.आर.आय. करून योग्य तो उपचार न्यूरोसर्जन्स करतात.

कॉन्ट्रेकूप इंज्युरी

आपल्या शरीराच्या उजव्या बाजूचे नियंत्रण मेंदूचा डावा भाग, तर डाव्या बाजूचे नियंत्रण मेंदूचा उजवा भाग नेहमी करतो. मेंदूच्या ज्या बाजूला मार लागला असेल त्याच्या विरुद्ध बाजूचा हात-पाय लुळा पडतो. क्वचित प्रसंगी कवटीला ज्या बाजूस मार लागला त्याच बाजूचे शरीर लुळे पडलेले पाहण्यात येते. याचे कारण कवटीला जरी उजव्या बाजूस मार लागला तरी माराच्या धक्क्याने मेंदू कवटीच्या आतील विरुद्ध बाजूला आतून घासून त्याला माराच्या उलट्या दिशेच्या मेंदूच्या भागास इजा पाहोचते. त्यामुळे मेंदूने कंट्रोल केलेल्या त्या विरुद्ध दिशेचा भाग लुळा पडतो. म्हणजेच कवटीच्या उजव्या बाजूस मार लागून शरीराचा उजवा भागच बाधित होतो. हा विरोधाभास वाटला तरी तो खोटा असतो. कारण मेंदूला मार लुळ्या पडलेल्या बाजूच्या विरुद्ध दिशेलाच लागलेला असतो. यालाच 'कॉंट्रेकूप इंज्युरी' असे म्हणतात.

सर्व प्रकारच्या जबरदस्त प्रहारांनी मेंदूला जेव्हा इजा पोहोचते, तेव्हा मेंदूला खरोखरीच सूज येते. पण ती पचवण्यासाठी कवटीच्या आत मोकळी जागा नसते. त्यामुळे इतर अवयव सूज सहन करू शकतात, तसे मेंदूच्या बाबतीत घडत नाही.

मेंदूची सूज कमी करण्यासाठी गुणकारी औषधे उपलब्ध आहेत. त्यांचा त्वरित उपयोग केल्याने, जादा हानी टळते. शिवाय जरूर तेव्हा शस्त्रक्रिया करून कवटीला होल्स (छिद्रे) पाडल्यानेही फायदा होतो व हानी कमी होते. थोडक्यात, मेंदू सुजणे अजिबात परवडत नाही; मग ती सूज यशाची असो वा आघाताची!

◆

मेंदू संपावर

आजच्या उद्योग जगतात कामगारांचे संप सतत ऐकण्यात किंवा पाहण्यात येतात. कामगारांनंतर हळूहळू अधिकारी लोकही संपावर जाऊ लागले; पण एखाद्या मोठ्या उद्योगाचा मालकच संपावर गेला, असं कधी ऐकिवात नाही. माणसाचे शरीर ही एक विशालकाय इंडस्ट्री आहे. या इंडस्ट्रीचा कर्ता-करविता, मालक मेंदू हा आहे. हो हा मेंदू कधी कधी काम बंद करतो, म्हणजेच संप पुकारतो. हा संप फार काळ चालला तर गंभीर परिणामापासून मृत्यूपर्यंत कठीण प्रसंग येतो. मेंदू सतत क्षणाचीही उसंत न घेता माणसाच्या जन्मापासून अंतापर्यंत अथक, कठोर परिश्रम घेत असतो. जरी तो संपावर गेला तरी अत्यावश्यक सेवा अबाधित राखण्याकडे मेंदूचा कल असतो. श्वसनाचे कार्य, हृदयाचे कार्य, पचन संस्था आणि उत्सर्जन संस्थांचे कार्य आणि शरीरातील बऱ्याच पेशींना जीवनावश्यक सुविधा चालू ठेवतो, असा जबाबदारीने काम करणारा मेंदू संपावर का व कसा जातो?

मेंदू अथक काम करीत असल्याने त्याची अन्नाची व ऊर्जेची गरजही साहजिकच जास्त असते. शरीराच्या वजनाच्या प्रमाणात मेंदूचे वजन फक्त दोन टक्के असले तरी त्याची ग्लुकोज व प्राणवायूची गरज शरीराच्या संपूर्ण गरजेच्या वीस टक्के एवढी जास्त असते. याच कारणासाठी निसर्गाने मेंदूला दर मिनिटाला ७५० ते १००० सी.सी. याची योजना केली आहे. काही कारणाने तो रक्तपुरवठा कमी दाबाने, कमी प्रमाणात किंवा कमी ग्लुकोज अथवा कमी प्राणवायूच्या स्वरूपात झाला, तर माणसाची कंबख्ती ओढवल्याशिवाय राहत नाही. मेंदूचा रक्तप्रवाह अनेक कारणांनी कमी होऊ शकतो. पहिला मेंदूच्या रक्तवाहिनीचे ॲथरोस्क्लेरॉटिक पॅचमुळे अरुंद होणे, दुसरे मेंदूची रोहिणी किंवा नीला यांमध्ये रक्ताची, चरबीची किंवा बॅक्टेरियाची गुठळी अडकणे, तसेच मेंदूच्या रोहिण्या व नीला यांच्या विकृत जाळ्यांपासून किंवा रोहिणीचा (ॲब्युरिझम) फुगा फुटून रक्तस्राव होऊन किंवा कोणत्याही इतर कारणाने रक्तपुरवठा खंडित झाला किंवा रक्तस्रावाने बराच दाब मेंदूच्या पेशींवर (न्यूरॉन्स) निर्माण झाला तर त्या पेशी मृत होतात व त्यांचे कार्य

थांबते. ज्या ज्या पेशींचे कार्य थांबते, त्याचे परिणाम दिसून येतात. आज्ञावाहक (मोटर) मज्जांना (Neurones) क्षती पोहोचली तर त्या ज्या भागास जोडलेल्या असतात, त्या भागाचे पॅरॅलिसिस होते. इतर कार्य करणाऱ्या न्यूरॉन्सना इजा पोहोचली तर त्यांचे कार्य थांबते. तो तो भाग, विभाग संप पुकारतो. अशा प्रकारे रक्तवाहिन्यांचे अडथळे, जास्त प्रमाणात अतिरक्तदाबाचे, मधुमेहाचे रुग्ण, तसेच वयस्कर रुग्णांमध्ये जास्त प्रमाणात आढळतात.

रोहिणी-नीला यांच्या (AVM) जाळ्यांच्या ॲन्युरिझमची विकृती त्या मानाने तरुण व्यक्तींमध्ये पाहण्यात येते. जबर मार बसल्याने मेंदूत विविध पातळ्यांवर होणाऱ्या रक्तस्रावाच्या गाठी व मार बसल्यामुळे मेंदूलाच सरळ इजा होण्याचे प्रमाण अपघातग्रस्त रुग्णांत प्रामुख्याने आढळते. त्यामुळे पॅरॅलिसिस होणे, हेही खूप वेळा पाहण्यात येते. अशा विविध कारणांनी पॅरॅलिसिस होण्यापूर्वी काही रुग्णांना सावधानतेचा इशारा देणाऱ्या घटना घडतात. त्यात रोहिणीचे तात्पुरते आकुंचन (Spasm) किंवा रक्ताच्या छोट्या गुठळ्या, ही कारणे असू शकतात. याला 'ट्रॅझिअंट इस्किमिक ॲटॅक' (TIA) असे म्हणतात. अशा रुग्णांनी मेंदूच्या सी.टी., एम.आर.आय. किंवा अँजिओग्राफी अशा तपासण्या करून घेणे व उच्च रक्तदाब किंवा मधुमेह असेल तर त्यांच्यावर त्वरित नियंत्रण मिळविणे, अत्यावश्यक असते.

लक्षणे- मेंदू संपावर जाण्याची लक्षणे म्हणजे सर्वसाधारणपणे चालण्यास अडचण येणे, तोल जाणे, स्नायूंमधील सुसूत्रता (Co-ordination) लोप पावणे, मुंग्या येणे, गरगरणे, बधिरपणा व बोलण्यात अडथळा येणे, अंधूक किंवा धूसर दिसणे, अचानक असह्य डोके दुखणे, मनाचा गोंधळ उडणे व हाता-पायांना पॅरॅलिसिस होणे, लुळे पडणे अशी असतात. तसेच वास न येणे, चव न समजणे, ऐकायला कमी येणे, गिळायला त्रास होणे, डोळ्याच्या पापण्यांची उघडझाप करता न येणे आणि अखेर श्वसनात अडथळा निर्माण होणे किंवा हृदयाच्या स्पंदनात अनियमितता येणे, नाडीचे ठोकेही मंद गतीने सुरू होणे इ.

किरकोळ स्वरूपाचे स्ट्रोक आले तर लक्षणे खूप कमी असली तरी काही न्यूरॉन्स जायबंदी होतातच. मोठ्या प्रमाणावर स्ट्रोक असेल तर तातडीची वैद्यकसेवा प्राणरक्षणासाठी अत्यावश्यक असते.

तपासण्या

रुग्णाची संपूर्ण तपासणी करावी. त्यात प्रामुख्याने मज्जा संस्थेची तपासणी, रक्तदाब, नाडीचे ठोके यांची नोंद घेणे, रक्तातील साखर, लिपिड्स व कोलेस्टेरॉल

यांची तपासणी, जरूर तेथे सोनोग्राफी, कलर डॉपलर कॅरॉटिड अँजिओग्राफी, सी.टी., एम.आर.आय. या तपासण्या युद्ध पातळीवर कराव्या लागतात. हृदयात रक्ताच्या गुठळ्या आहेत का, हे पाहण्यासाठी इकोकार्डिओग्राफीची आवश्यकता असते.

उपचार

टिश्यू फ्लाजमिनोजेन अॅक्टिव्हेटर त्वरित नीलेतून इंजेक्शनद्वारा द्यावे लागते. हे स्ट्रोकची लक्षणे दिसू लागल्याबरोबर त्वरेने देणे फार अगत्याचे असते. रक्तवाहिनी ब्लॉक झाली असेल तर अँजिओप्लास्टी (बलून डायलेटेशन व स्टेंट) लवकर करावी लागते. याउलट रक्तस्राव होत असेल तर अॅन्युरिझमचे क्लिपिंग, एंबोलायझेशन (Block) करणे आवश्यक असते. हे उपचार पुरेसे नसतील तर कवटी उघडून शस्त्रक्रिया करणे भाग असते. प्राथमिक व आवश्यक त्या इतर उपचारांनंतर पॅरॅलिसिसपासून लवकर पूर्वस्थितीत येण्यासाठी फिजिओथेरपी खूपच महत्त्वाची असते. हल्ली स्टेम सेल्सचे उपचार प्रायोगिक तत्त्वांवर चालू आहेत.

प्रतिबंधात्मक उपाय

पॅरॅलिसिस होऊच नये यासाठी काळजी घेणे सर्वोत्तम. त्या दृष्टीने मधुमेह, रक्तदाब, कोलेस्टरॉल, लिपिड्स यांच्या रक्तातील पातळीवर सतत लक्ष ठेवणे व त्यांचे नियमन करणे. तंबाखू, मद्य यांपासून कोसो दूर राहणे, तसेच दैनंदिन जीवनातील ताणतणाव यांची पातळी खाली ठेवणे. यासाठी शारीरिक व्यायाम, ध्यानधारणा, योगा, प्राणायाम यांचा चांगला फायदा होतो. काही संशोधकांच्या मते टोमॅटोजचा जास्त वापर किंवा मेडिटेरिनियन पद्धतीचा आहार यामुळे स्ट्रोकचे प्रमाण कमी होते.

वर्तणुकीतील बदल (Personality Change)

स्ट्रोकमुळे, पॅरॅलिसिस झालेल्या लोकांच्या वागण्यात बराच फरक झालेला आढळतो. हा मेंदूचा प्राणवायू व रक्तपुरवठा कमी झाल्याने असतो. या लोकांचे मूड फार पट्कन बदलतात. त्यांना त्यांच्या भावनांवर पट्कन नियंत्रण ठेवणे शक्य होत नाही. क्षणात रडतील तर दुसऱ्याच क्षणी हसतील- दोन्हीही विनाकारण. त्यांच्यात भीती (Anxiety), नैराश्य (Depression), किरकिरेपणा व निष्क्रियता दिसून येते. या सर्व भावना नियमित करणाऱ्या मेंदूच्या भागाला इजा पोहोचल्यामुळे

हे बदल झालेले असतात. तसेच काही रुग्णांत अनियंत्रित आक्रमकता येते. ती बोलण्यातून किंवा वागण्यातून दिसून येते व अकारण असते. तसेच विस्मरण व स्मरणशक्तीविषयक इतर अडचणीही येऊ शकतात.

या रुग्णांना नातेवाइकांकडून सहानुभूतीची वागणूक व डॉक्टर, मानसोपचारतज्ज्ञ यांच्या उपचारांची आवश्यकता असते.

'कॅरॉटिड आर्टरी डिसीज'

आपल्या मानेतून वर संपूर्ण डोक्याला रक्तपुरवठा कॅरॉटिड आर्टरीद्वारा होतो. त्यातील इंटर्नल कॅरॉटिड मेंदूला रक्तपुरवठा करते. जशा हार्टच्या आर्टरीज ब्लॉक होतात, तशाच कॅरॉटिड आर्टरीज ब्लॉक होऊ शकतात. खरे तर अँथरोस्क्लेरॉसिसमुळे शरीरातल्या कुठल्याही आर्टरीज ब्लॉक होतात. अशा ब्लॉकच्या उपचारासाठी स्टेंटचा वापर करून रेडिऑलॉजिस्ट अशा रुग्णांना होणारा संभाव्य धोका खूप कमी करू शकतात. ओपन सर्जरीपेक्षा हा उपचार खूप सुलभ आहे.

ॲन्युरिझम्स

मेंदूतील ॲन्युरिझम्स (फुगे) हे तेथील आर्टरीच्या कमजोर वॉलमुळे असतात. मेंदूतले हे ॲन्युरिझम खूप छोटे असले तरी त्यातून रक्तस्राव होऊन रुग्ण दगावण्याचा संभव असतो. इंटरव्हेन्शनल रेडिऑलॉजिस्ट यात विशिष्ट पदार्थ किंवा कॉइल घालून तेथून होणारा रक्तस्राव थांबवू शकतात.

प्रतिबंधात्मक उपाय

कोणत्याही आजाराचा उपचार करण्यापेक्षा तो आजार टाळण्याचा कसून प्रयत्न करणे शहाणपणाचे असते. त्यासाठी प्रतिबंधात्मक काळजी घेणे अगत्याचे असते. स्ट्रोक टाळण्यासाठी रक्तदाब, मधुमेह यांच्यावर कंट्रोल ठेवावा लागतो. तंबाखूचे सेवन करू नये. वजन नियंत्रित ठेवावे, मिठाचे प्रमाण अन्नात कमी ठेवावे, ताणतणाव टाळावेत, सौम्य शारीरिक व्यायाम, योगा, प्राणायाम व ध्यानधारणा असे उपाय करावेत. अन्नात टोमॅटोचे प्रमाण जास्त असलेले चांगले. मेडिटरेनियन डाएट चांगले समजले जाते.

◆

धर्माचा इतिहास व उत्क्रांती

देव, धर्म, मुक्ती, मोक्ष यासंबंधीचे तत्त्वज्ञान समजून घेण्यासारखे आहे. त्याच्यामागचा कोट्यवधी वर्षांचा इतिहास समजून घेणे आवश्यक आहे. त्याची सुरुवात पृथ्वीच्या व पृथ्वीवरील जीवसृष्टीच्या इतिहासाशी निगडित आहे.

पृथ्वीचा जन्म साधारणपणे ४-५ बिलियन वर्षांपूर्वी झाला. अतिशय तप्त पृथ्वी, वातावरणात ऑक्सिजन नसणे, वारंवार होणारे भूकंप, ज्वालामुखींचे प्रचंड उद्रेक, सोसाट्याचे वारे, वादळे, चक्री वादळे, जलप्रलय व हिमयुगे अशा निरनिराळ्या संकटांचा सतत मारा, त्यामुळे पृथ्वीवर कुठल्याही प्रकारची जीवसृष्टी नव्हती. नंतर पृथ्वीच्या पोटातून येणाऱ्या (ज्वालामुखीच्या वेळी) पाण्याच्या वाफेने, ढग व पाऊस यांचे प्रमाण वाढले व पृथ्वीच्या खोलगट पृष्ठभागांवर पाण्याचे प्रचंड साठे निर्माण झाले. तेच आजचे सागर-महासागर. वातावरणात व पृथ्वीच्या उदरात अनेक रसायने होती. त्यांच्या एकमेकात रासायनिक क्रिया सतत होत होत्या. त्यांपैकीच एका संयुगाने DNA ची निर्मिती झाली असावी व त्यामुळे नंतर प्रथम समुद्रात एकपेशीय जीवनिर्मिती Planctons झाली असावी, असा शास्त्रज्ञांचा कयास आहे. या प्लँक्टॉन्सनी फोटोसिन्थेसिसद्वारा वातावरणात प्राणवायू निर्माण केला. त्यानंतर समुद्रात पाणवनस्पती, जलचर प्राणी, नंतर उभयचर प्राणी, त्यानंतर जमिनीवर सूक्ष्म जीव, वनस्पती, प्राणी, पक्षी व अखेर बुद्धिमान माणूस अशी उत्क्रांती झाली असावी, असे शास्त्रज्ञांना वाटते. या प्रत्येक पायरीच्या उत्क्रांतीसाठी हजारो, लाखो वर्षे खर्ची पडली.

या उत्क्रांतीमध्ये वानराचा नर झाला, असे चार्ल्स डार्विन या शास्त्रज्ञास वाटते. या शृंखलेत काही Missing Links आहेत हेही सर्व शास्त्रज्ञांना कमी अधिक प्रमाणात मान्य आहे. विशेषतः मानवी मेंदूने जेव्हा ९५० ग्रॅमपासून १४०० ग्रॅमची उंच उडी घेतली, या काळातल्या मधल्या काही शृंखला सापडत नसाव्यात.

माणूस जसजसा प्रगत व प्रगल्भ होत गेला तसतसा तो मोठ्या टोळ्या करून राहू लागला. त्या वेळच्या टोळ्यांच्या म्होरक्यांनी आचारसंहिता आखल्या. त्यालाच

'धर्म' ही संज्ञा प्राप्त झाली. भौगोलिक मोठी अंतरे, एकमेकांशी संपर्काची साधने यांचा अभाव यामुळे स्वाभाविकपणे जगाच्या पाठीवरील भिन्न समूहांमध्ये वेगवेगळ्या आचारसंहिता (धर्म) असणे पटण्यासारखे आहे.

एरिक फॉन डॅनिकेनने एक अभ्यासपूर्ण पुस्तक लिहिले आहे. 'Chariots of The Gods' तसेच टी.व्ही.वर ज्या शास्त्रीय वाहिन्या आहेत त्यातून 'Ancient Aliens' नावाने बरीच शास्त्रीय माहिती शक्य तेवढ्या पुराव्यांनिशी उपलब्ध होते. यातून अश्मयुगीन माणसांना उच्च तर सोडाच पण कुठलेही तंत्रज्ञान उपलब्ध नसताना इजिप्तचे पिरॅमिड बांधणे, नाजकाच्या पठारावर प्रचंड मोठी धावपट्टी बांधणे, ग्रह-ताऱ्यांचे ज्ञान करून घेणे, पृथ्वीचा नकाशा तयार करणे या गोष्टी कशा शक्य होणार? ॲडमिरल पिरिरीसऱ्याच्याकडचा नकाशा आजही उपलब्ध आहे. या नकाशात बर्फाच्छादित अंटार्क्टिकाचा बर्फाखालच्या भूभागाचा नकाशाही आहे, जो अलीकडचे उच्च तंत्रज्ञान उपलब्ध होण्यापूर्वी काढणे शक्य नव्हते व संपूर्ण पृथ्वीचा नकाशा फक्त जमिनीवर वावरून दिसणे शक्य नाही, म्हणजे उंच अंतराळातून पाहूनच तो तयार करायला हवा व त्यासाठी अंतराळातून पाहून सर्व प्रकारचे उच्च तंत्रज्ञान वापरून नकाशा करायला हवा. अश्मयुगीन माणसाजवळ ते नक्कीच नव्हते. या गोष्टी कशा शक्य होणार?

थोडक्यात, या सर्व प्रगत तंत्रज्ञानाच्या गोष्टी पृथ्वीवर (त्या वेळच्या पृथ्वीवासी सोडून) कोणीतरी प्रगत तंत्रज्ञान असलेल्या परग्रह प्रजातीने केल्या असल्या पाहिजेत. पूर्वीच्या गुहांमधील पेंटिंग्ज पाहिल्यावर त्यात अंतराळयान व त्यात बसलेल्या अंतराळवीरांचे चित्र आहे. अर्धा माणूस- अर्धा सिंह (Sphinx) अर्धा मासा, अर्धा पक्षी- पंखासहित अशी अनेक चित्रे आहेत. आजही माणूस ज्या गोष्टी पाहतो त्याचे चित्र सहजी रेखाटतो. असे भिन्न प्राणी संकराने कोणी केले असतील तर किंवा त्याने मानवी स्त्रीशी समागम करून किंवा तिच्या बीजावर संकर करून जर नवीन बुद्धिमान प्रजाती निर्माण केली असेल तर मेंदूचा आकार ३५०-९५० ग्रॅमपासून एकदम १४०० ग्रॅम का झाला, याचे अनुमान करता येईल. असे प्रगत परग्रहवासीय जर त्यांच्या यानातून पृथ्वीवर आले तर पृथ्वीवासीयांच्या दृष्टीने ते आकाशातून (स्वर्गातून) पृथ्वीवर अवतरले. त्यांचे ज्ञान, वागणे, तंत्रज्ञानाची ताकद याने अश्मयुगीन माणूस स्तिमित झाला, भारावून गेला व नतमस्तक होऊन त्या सर्व शक्तिमान ईश्वरास वंदन करू लागला, तर आश्चर्य वाटू नये. बरेच शास्त्रज्ञ आणि इतिहासकार हे डॅनिकेनच्या परग्रहवासीय व त्यांच्या तंत्रज्ञानाचे पुरावे मान्य करत नाहीत.

आताचा पृथ्वीवासीय आज आपल्या तंत्रज्ञानाने चंद्रावर, मंगळावर पोहोचला तोही त्या त्या ग्रहांच्या आकाशातून (स्वर्गातून) तेथे जर अश्मयुगीन माणासासारखे

जीव असते तर तेही असेच स्तिमित व नतमस्तक झाले असते. आपणही चंद्राच्या किंवा मंगळाच्या भिन्न भागांवर उतरतो. तसेच हे परग्रहवासी पृथ्वीवर निरनिराळ्या भूभागांवर उतरले. सर्वच ठिकाणच्या अप्रगत पृथ्वीवासीयांच्या लेखी ते स्वर्गातून आले. खूप शक्तिशाली आहेत. काहीही करू शकतात. अतिशय ज्ञानी आहेत. थोडक्यात, प्रत्यक्ष 'देव' आहेत. भौगोलिक भिन्नतेमुळे त्या देवांच्या नावात भिन्नता असणे सहज समजण्यासारखे आहे.

काळ जसजसा जातो तसतसा समाजिक धारणा, विचार यांतही कळत नकळत बदल होत जातो. पण, ज्या गोष्टी पूज्य किंवा ज्यांचा धाक वाटतो अशा गोष्टींचा माणसाच्या मनावरचा पगडा दीर्घ काळ समाजमानसावर राहतो. देव, धर्म याचा पगडा जगभरच्या समाजमानसावर अजूनही पुष्कळ तगडा आहे.

जसजसा माणूस शास्त्राची प्रगती साधू लागला, तसातसा जे पाहिले जे प्रत्यक्ष अनुभवता येते त्यावर विश्वास ठेवू लागला. शास्त्राने मांडलेले सिद्धान्त जगाच्या पाठीवर कोठेही प्रयोग केले तरी बदलत नाहीत, याची प्रचिती आली. त्यामुळे सुशिक्षित, शास्त्रीय विचारांची कास धरणाऱ्या माणसातला देवभोळेपणा, अंधश्रद्धा कमी होऊ लागली आहे. मृत्यूनंतर पुनर्जन्म ही संकल्पनाही मागे पडू लागली आहे. त्यामुळे ऐहिक वाद, या जन्मीच आपल्याला योग्य वाटते त्या गोष्टींचा उपभोग घेण्याची वृत्ती जगभरच वाढीस लागली आहे.

आजही समाजमानसाच्या मोठ्या भागावर देव, धर्म, धर्ममार्तंड यांचा पगडा मोठा आहे. या श्रद्धा गाढ्या आहेत. सर्वच धर्मांचं तत्त्वज्ञान हे धर्माचरण, त्याग, पूजा, भक्ती, ध्यानधारणा, वैराग्य, आत्मक्लेश व समाधी (जिवंतपणी प्राणत्याग) अशा निरनिराळ्या साधनांनी ज्ञानप्राप्ती व मोक्षाचा मार्ग सुचवते. मात्र प्रत्येक समाजाला फक्त आपला धर्म श्रेष्ठ वाटतो. इतर धर्मांचे तत्त्वज्ञान चुकीचे वाटते. या वादातून जगभरच अनादी कालापासून धर्म (अधर्म) युद्धे झाली व आजही होत आहेत. या धर्मयुद्धांनी जेवढी जीवित व वित्तहानी झाली व होईल त्याची गणती करणे शक्य नाही. सर्वधर्मीय 'मोक्ष', 'हेवन', 'जन्नत' अशा भिन्न भिन्न नावाने संबोधतात त्या मोक्षाविषयी बोलू यात.

मोक्ष

मोक्ष, विमोक्ष, मुक्ती-विमुक्ती, निर्वाण, जन्नत व इतर अनेक नावांनी मानवाच्या अंतिम लक्ष्याचा वेध घेतला जातो.

माणूस या जन्मी जे भले-बुरे कर्म करतो, त्याप्रमाणे त्याला पुढच्या जन्मी कोणती गती (कोणता जन्म) प्राप्त होणार हे धर्ममार्तंड सांगतात. पूजा, अर्चा,

ध्यान, ईशस्तवन, त्याग, आत्मक्लेश व समाधीपर्यंतचे उपाय माणसास सुचवले जातात. पण सूक्ष्म जीव, वनस्पती, प्राणी, पक्षी यांना हे कसे काय जमणार? त्यांनी मोक्ष मिळावा म्हणून काय करावे? माणसासही या जन्मी पाप केल्याने जर कीडा-मुंगीचा जन्म मिळाला तर त्याला परत मनुष्यजन्म घेऊनच पुण्य संपादन करून मोक्ष मिळणार. मग कीडा-मुंगीने मनुष्यजन्म आधी मिळवला पाहिजे यासाठी कसे पुण्य संपादन करावे, हे त्यांच्यातील धर्ममार्तंड सांगत असतील का? त्यांचे देवही वेगळे असतील का?

या जन्मी पुण्य व इतर सर्व उपाय करून इहलोकीची यात्रा संपविली की आत्मा देवाच्या आज्ञेप्रमाणे दुसऱ्या कोणत्या तरी देहात पुन्हा जन्म घेतो. त्याला 'पुनर्जन्म' असे म्हणतात. आत्मा अमर आहे. माणसे रोज कपडे बदलतात त्याप्रमाणे तो शरीर बदलत राहतो. या जन्म-मृत्यूच्या चक्रातून कायमची सुटका म्हणजे मुक्ती, मोक्ष किंवा विमोक्ष! या अवस्थेत ब्रह्मांडाचे अंतिम ज्ञान प्राप्त झालेले असते. अंतिम सत्य समजलेले असते, चिरशांती मिळते, परत देह बदलण्याच्या– पुनर्जन्माच्या समस्येतून कायमची सुटका मिळते. त्यानंतर तुमचा आत्माही एका मोठ्या आत्म्यात (देव) विलीन होऊन जातो. अनंतात अंतर्धान पावतो. अशा प्रकारे मोक्षप्राप्ती होते अशी बऱ्याच धर्मांची शिकवण असली तरी तत्त्वज्ञांमध्ये मतभिन्नताही आहे. काहींच्या मते, तुम्ही तुमच्या संसारात राहा, ब्रह्मचर्याश्रम, गृहस्थाश्रम, संन्याशाश्रम व वानप्रस्थाश्रम असे पुरुषार्थांचे योग्य तऱ्हेने पालन करा. तर, काही तत्त्वज्ञ संभोगातून समाधीकडे जाण्याचा मार्ग सुचवितात. (हा किती सोपा उपाय!). तालासुरात, ठेक्यावर दीर्घ काळ नृत्य करण्यात ध्यानधारणेसारखे सामर्थ्य असते, असे सांगितले जाते. या उपायांनीही मनःशांती मिळते असे सांगितले जाते. पण मोक्षप्राप्तीला कदाचित हे पुरेसे ठरत नाही.

मोक्षसाधना

मोक्ष किंवा मोक्षसाधनेचे विविध मार्ग यांवर विद्वानांमध्ये मतभिन्नता आढळते. मोक्ष या संकल्पनेबाबतच आधी मतभिन्नता असल्याने मोक्षप्राप्तीच्या मार्गांबद्दलही मतभिन्नता असणे स्वाभाविक आहे. कोणत्याही ऐहिक (physical) गोष्टींच्या प्राप्तीसाठी ती दृश्य असल्याने, निश्चित मार्गही सांगता येणे शक्य आहे; पण संकल्पनेबद्दल (Metaphysical) व त्यांच्या प्राप्तीबद्दल प्रचंड मतभिन्नता आढळणारच. मत-मतांतरे 'पिंडे पिंडे मतिर्भिन्नः' या न्यायाने असणारच. यात कोणतीही मापनपद्धती (फुटपट्टी) लागू होणार नाही. तरीही सर्व तत्त्ववेत्त्यांमध्ये

जीवनमुक्ता- म्हणजे या आताच्या जीवनापासून मुक्ती व विदेहमुक्ता- म्हणजे सर्वच प्रकारच्या देहापासून कायमची मुक्ती, असा मतप्रवाह आहे. विदेहमुक्ती किंवा मोक्षप्राप्तीनंतर तुमचा आत्मा तुमचा–आमचा राहत नाही, तो अनंतात (देवात्म्यात), सर्वव्याप्त अशा एकाच आत्म्यात विलीन होतो, त्याला वेगळे स्वरूप (आयडेंटीटी) शिल्लक राहत नाही. तुमचा आत्मा देवस्वरूप होतो.

अशा तऱ्हेने देव हा एकच विश्वरूप आत्मा आहे हे मान्य केले, तर मग पृथ्वीवर आपत्काली देव अवतार घेतात, हे कसे? देवाच्या आत्म्याला जन्म-मृत्यूच्या चक्रातून मुक्ती मिळाली नाही, असे समजावे का?

जर मनुष्याला अंतिम ज्ञानप्राप्तीसाठी खडतर मार्ग अवलंबून प्राणत्याग करणे आवश्यक असेल आणि आयुष्याचे सार्थक त्यातच असेल, तर माणूस जन्मानंतर ज्ञानसंपादनासाठी शालेय शिक्षण, विविध विषयांचा सखोल अभ्यास, त्यावरील संशोधन यावर परिश्रम व वेळ नाहकच खर्च करतो आहे. हा शिक्षण घेण्याचा वेडेपणा सगळ्या जगाने बंद करणे आवश्यक आहे का? निरक्षरता हेच वरदान समजावे का? अंतिम ज्ञानाच्या प्राप्तीच्या ओढीने इतर सर्व शिक्षण बंद करून त्याला नीर, क्षीर, विवेक समजावे का?

मुक्तीच्या, मोक्षाच्या वाटेवर जे जाऊन परत आले, अशा लोकांच्या अनुभवाचा विचार केला तर त्यांनाही वाटते त्यांचा आत्मा देहातून बाहेर पडला, वायुवेगाने अंधाऱ्या बोगद्यातून प्रकाशाकडे झेपावला, त्याला देव व आप्तस्वकीयांचे आत्मे भेटले. हे अनुभव मरणासन्न अवस्थेत मिळतात. त्यासाठी आधी पाप-पुण्याची, ध्यान, दान आत्मक्लेश कशाचीच अट नाही. फक्त यमराजाची काहीतरी चूकभूल झाली, पाप-पुण्याचा घडा अजून पूर्ण भरला नाही म्हणून परत पृथ्वीवर उलट रवानगी, हे काय गौडबंगाल? यमदेवाचा (देवच ना) हिशोब किंवा अंदाज चुकतोच कसा? या विषयावर शास्त्रीय अभ्यास केला तेव्हा असे आढळले की, कोणत्याही कारणाने मेंदूचा, विशेषतः डाव्या अर्धगोलाच्या टेंपोरल लोबचा रक्तपुरवठा (ऑक्सिजन पुरवठा) कमी झाला किंवा या भागात इपिलेप्सीचे केंद्र असेल किंवा या भागाचा मेंदूचा ट्यूमर झाला तर अशा प्रकारचे अनुभव रुग्ण सांगतात. कोणत्याही कारणाने रक्तदाब खूप कमी झाला किंवा प्राणवायूचे, रक्तातले प्रमाण खूप कमी झाले तर अशा भावनांची मेंदूत नोंद होते. केटामिन नावाचे भुलीचे औषध किंवा एल.एस.डी. सारख्या मादक द्रव्याच्या सेवानानेही रुग्ण असेच अनुभव (पारलौकिक, पारमार्थिक) कथन करतात.

सामान्य इतरेजन जे अशा स्वर्गाच्या परतीच्या प्रवासाला गेलेले नाहीत, अशांमध्येसुद्धा देव, स्वर्ग, आत्मा या संकल्पना पिढ्यान्‌पिढ्या, शतकानुशतके खोलवर रुजलेल्या असतात. तशी त्यांची या गोष्टींवर अढळ (अंध) श्रद्धाच

असते. मेंदूच्या– खास करून डाव्या टेम्पोरेल लोबमध्ये (AVM) रोहिणी व नीलांचे ॲबनॉर्मल जाळे किंवा ॲन्यूरिझम (रोहिणीवरचा फुगा) किंवा जबर मार बसल्याने रक्तस्राव झाला तरी असे पारलौकिक अनुभव निश्चित आल्याचे हे रुग्ण छातीठोकपणे सांगतात. या विषयावर जिलबोल्ट टेलर या डॉक्टर (मेंदूरचनाशास्त्रज्ञ) महिलेने AVM मधून रक्तस्राव झाल्याकारणाने स्वानुभव लिहिले आहेत. "My Stroke of Insight" या पुस्तकात नमूद केलेले आहेत. तेही असे स्वर्गीय अनुभवच आहेत. त्यानंतर ती पृथ्वीवर परतली. तिला शस्त्रक्रियेनंतर पूर्ण बरे होण्यास तब्बल आठ वर्षे लागली. तिला आजही वाटते 'आज मी ब्रह्म पाहिले!' (स्ट्रोक आला त्या दिवशी).

जर मेंदूला रक्त व पर्यायाने प्राणवायूचा पुरवठा कमी झाल्याने ही अवस्था प्राप्त होते, आपण अनंताचा भाग झालो आहोत, आपल्याला विलक्षण शांती लाभली आहे असे मरणासन्न अवस्थेत जाणवत असेल, तर बहुधा प्रत्येक माणसाला (जगभरच) मृत्युशय्येवर एका क्षणी अशी अनुभूती येत असली पाहिजे. पण, दुर्दैवाने ते हे अनुभव कथन करण्यास जिवंत राहिले नाहीत. ज्यांनी परतीचे तिकीट काढले होते ते लोक आपले अनुभव कथन करतात. हे अनुभव नक्की घेतल्याचा त्यांना विश्वास असतो, कारण त्यांच्या मेंदूनेच तशी नोंद केलेली असते. प्रत्यक्षात जरी हे अनुभव आलेले नसतील, तरीही प्रत्यक्ष जीवनातही अशा मेंदूला खऱ्या वाटणाऱ्या घटनांची नोंद मेंदू घेत असता- प्रत्यक्ष ती घटना न घडताही.

माणसांच्या मेंदूचा डाव्या टेम्पोरेल लोबचा रक्तपुरवठा कमी करणे व अभ्यास करणे, असे प्रयोग करणे तात्त्विक व कायदेशीर प्रणालींना कदापि मान्य होणार नाही. पण CT & MRI अशा स्कॅन्सचा उपयोग करून मेंदूशास्त्रज्ञांनी तिबेटियन बुद्ध भिख्खूंच्या मेंदूचा अभ्यास केला. हे भिख्ख्यू ध्यान व प्राणायाम यांच्या प्रदीर्घ सरावाने आपल्या मेंदूतील डाव्या भागाचा रक्तपुरवठा कमी करून अशा पारलौकिकतेचा अनुभव घेऊ शकतात, असीम शांती मिळवू शकतात, असे दिसून आले आहे.

मॅथ्यू रिकार्ड

हा एक ६६ वर्षांचा भिख्खू आहे. तो स्वतः जनुकशास्त्राचा अभ्यासक आहे. तो ध्यानधारणेद्वारा मेंदूत असामान्य अशा गॅमा लहरी निर्माण करण्यास सक्षम आहे. या लहरी स्मरणशक्ती, लक्षकेंद्रीकरण व कॉन्शसनेस निर्माण करतात. यापूर्वी असे कोणी साध्य केलेले नाही. या प्रक्रियेत त्यांना अनन्यसाधारण आनंदाची अनुभूती होते. त्यांच्या मते, जसे व्यायामाने शरीरसौष्ठव वाढवता येते, तसेच मेंदूच्या ध्यानधारणेच्या व व्यायामाच्या सरावाने हे त्यांना शक्य होत आहे. यात काही दैवी

चमत्कार नाही. डेव्हिड लिंच या शास्त्रज्ञाने ट्रान्सेडेंटल मेडिटेशनने (T.M.) कॉन्शसनेस, क्रिएटिव्हिटी वाढवून माणसाच्या बुद्धीची, मनाची कक्षा विस्तारित करता येते, असे नमूद केले आहे.

विज्ञान व अध्यात्म या विषयांवर जेव्हा चर्चा-वाद होतात, तेव्हा जेथे विज्ञान संपते तेथे अध्यात्म सुरू होते, असा युक्तिवाद धर्मांचे ठेकेदार करीत असतात. डोके गहाण न ठेवता विचार केला तर विज्ञान संपते, म्हणजे काय? विज्ञान ही एक ज्ञानशाखा आहे. सतत शास्त्रीय पद्धतीने संशोधन करून त्यात चिरंतन भर पडत असते. विज्ञानाचे शास्त्रीय निकष आहेत. प्रयोगाने ते सिद्ध करता येतात. जगात कोठेही कोणत्याही जाती-धर्माच्या माणसाने तोच प्रयोग केला तर निष्कर्षही तोच येतो, ही विज्ञानाची ढोबळ व्याख्या. शास्त्रज्ञ खरेच शोध नव्याने लावतात का? खरे तर नाही. झाडावरून फळ खाली पडले हे पाहून आयझॅक न्यूटनने गुरुत्वाकर्षणाचा सिद्धान्त मांडला. झाडाचे फळ किंवा हवेत फेकलेली वस्तू परत पृथ्वीवर पडते ती पृथ्वीच्या गुरुत्वाकर्षणामुळे हे विश्लेषण न्यूटनने केले. नवा शोध म्हणण्यापेक्षा निसर्गात लपलेल्या या पृथ्वीच्या जन्मापासून असलेल्या शाश्वत सत्याची उकल न्यूटनने विचारांती केली, असे म्हणणे योग्य होईल. हीच गोष्ट सर्व शास्त्रीय शोधांबद्दल म्हणता येईल. सर्व गोष्टी निसर्गनियमांनी चालल्या आहेत; अनेक गोष्टी पेरल्या आहेत, त्यांची उकल करण्याचे काम शास्त्रज्ञ करतात. हे गुपित शोधून काढतात. खरे तर, हे सर्व शोध नवे न म्हणता निसर्गदत्त नियमाची उकल म्हणणे रास्त होईल. हा शोध घेण्याचा प्रयत्न, उकल करण्याचा प्रयत्न, ही कधी न संपणारी गोष्ट आहे. म्हणजेच शास्त्र संपते हे शक्य नाही. अध्यात्मात वर्णन केलेल्या स्वर्ग, आत्मा या संकल्पनांचा उगम कशात आहे, याचाही शास्त्रज्ञांनी अलीकडच्या काळात उलगडा केला आहे.

पृथ्वीच्या व्युत्पत्तीपासूनच अनेक उत्पात निसर्गात घडताना दिसतात. धरणीकंप, ज्वालामुखी, सुनामी, वादळे, चक्री वादळे, महापूर, जलप्रलय, वडवाग्नी, वीज कोसळणे ते हिमयुग. जवळजवळ ४-५ बिलियन वर्षे हा प्रपात मोठ्या प्रमाणात चालू होता. अद्यापही चालू आहेत; पण प्रमाण तुलनेने घटले आहे. त्यानंतरच काळाच्या तुलनेत अलीकडे पृथ्वीवर जीवसृष्टी निर्माण झाली. मनुष्य तर क्षणापूर्वीचा बच्चा. माणसाचा काळ तसा लाख-दीड लाख वर्षांचा. त्यात त्याने देव-धर्म या संकल्पना गेल्या ४-५ हजार वर्षांत मांडल्या व त्यांना घट्ट कवटाळून बसला आहे. पृथ्वीवरचे पानही देवाच्या इच्छेशिवाय हलत नाही. तोच कर्ता, करविता आहे, सर्वशक्तिमान आहे, ही सामान्य माणसाची श्रद्धा आजही आहे. पृथ्वीवर जे काही चांगले घडते, ती देवाची कृपा व जे काही वाईट ती त्याची अवकृपा, याचेच फळ.

शिक्षणाने, शास्त्रीय उकलींमुळे यात मंद गतीने इष्ट बदल घडतो आहे.

सुरुवात तर झाली. गतीही वाढेल हे तरुण पिढी ओळखून आहे. पिढ्यान्‌पिढ्यांचे संस्कार पुसट होऊन नव्या युगाची सुरुवात होण्यास ज्ञानाधिष्ठित, शास्त्रांवर आधारित समाज निर्माण होण्यास अजून काही काळ जाऊ द्यावा लागणार आहे.

◆

स्वर्गीय अनुभव!

जगाच्या पाठीवर अनेक भिन्न संस्कृती वावरत आहेत. भौगोलिक अंतर, वैविध्य यांमुळे भिन्न देशांत पुष्कळ भिन्न प्रकारच्या संस्कृती पाहावयास मिळतात. प्रत्येक संस्कृतीच्या आपल्या अशा विशिष्ट विचारधारा, रूढी, परंपरा आहेत. तरीही देव, धर्म या संकल्पना सर्वत्र पाहण्यात येतात. प्रत्येकाचे देव, त्यांची नावे, त्यांच्या मूर्ती किंवा अमूर्त धर्माची शिकवण, कर्मकांडे यात पुष्कळ तफावत असेल; पण सगळीकडे काही साधर्म्य पण आढळते. बहुतेक सर्व संस्कृतींत जन्म-मरण-पुनर्जन्म, स्वर्ग व स्वर्गात देवांचा वास यात सारखेपण आहे. मानवजन्मात सत्कर्मे केल्याने स्वर्गप्राप्ती, तर दुष्कर्माची शिक्षा म्हणजे नरकयातना यातही बरीच एकवाक्यता आढळते. स्वर्गाचा रस्ता आकाशाकडे, तर नरकाचा पृथ्वीच्या पोटात खोलवर कुठेतरी. जिवंतपणी मात्र कोणी स्वर्ग किंवा नरक पाहू शकत नाही. मेल्याशिवाय स्वर्ग किंवा नरक दोन्ही दिसत नाही. जगभरच्या संस्कृतींची पुरातन काळापासूनची शिकवण स्वर्ग व नरक, देव, दानव व पिशाच्च, आत्मा या सर्व संकल्पनांवर विश्वास ठेवण्यास शिकवते.

एकोणिसाव्या शतकात मरणाच्या उंबरठ्यावरून परतलेल्या काही रुग्णांनी स्वर्गाचे परतीचे तिकीट काढून सर्व स्वर्गीय अनुभव घेऊन या पृथ्वीवर परत आल्याचे अनुभव ऐकावयास व वाचावयास मिळाले. म्हणजेच त्यांना मेल्याशिवाय स्वर्ग दिसला. अहो आश्चर्यम्! या विषयावर जॉन वेस व रेमंड मूडी या लेखकांनी विस्तृत लिखाण केले आहे. ते खूप लोकप्रियही झाले. ज्या व्यक्तींना हृदयविकाराचा तीव्र झटका आला, मेंदूला जबर मार बसला, विद्युतशॉक, रक्तस्त्रावाचा शॉक, श्वास गुदमरणे किंवा इतर अनेक कारणांनी रक्तदाब कमालीचा खालावल्यानंतर अशा लोकांनी शॉकमधून बाहेर आल्यावर आपले जे अनुभव कथन केले आहेत, त्यांत विलक्षण साधर्म्य आहे. या अनुभवांना 'निअर डेथ एक्स्पिरिअन्स-NDE' असे संबोधले जाते.

आत्म्याचे अनुभव (NDE)

शरीरापासून अलग झाल्याची भावना (आत्मा) द्रवरूप किंवा वायूप्रमाणे तरंगणे, डॉक्टर लोकांची व इतर कर्मचाऱ्यांची तुमच्या शरीरावर उपचार करण्याची लगबग पाहून हसू येणे, त्यानंतर स्वर्गाकडे प्रयाणाची सुरुवात. शिडी चढणे किंवा एका विशाल अंधाऱ्या बोगद्यातून प्रवास, शेवटी प्रखर उजेड, आजूबाजूला व स्वर्गात असंख्य आत्म्यांचा वावर, पूर्वी निवर्तलेल्या आप्तस्वकीयांच्या आत्म्यांची भेट व अखेर देवाची प्रत्यक्ष भेट. या आनंदाला ना सीमा ना अंत! एक असीम शांततेची व सुखाची भावना! आत्मतत्त्वात विलीन झाल्याची सुखाची भावना. एखादाच चुकला फकीर (आत्मा) रस्ता चुकून शोकसागरात, रडण्या-भेकण्याच्या व यातना अनुभवत असलेल्या आत्म्यांच्या सान्निध्यात नरकात पोहोचतो. ख्रिश्चनांना येशू, हिंदूंना ब्रह्मा, विष्णू, महेश, गणपती, राम, कृष्ण, बुद्धांना बुद्ध, जैनांना तीर्थंकर, शिखांना त्यांचे गुरू तर मुस्लिम बांधवांना अल्लाचे दर्शन होते. हा अनुभव जर लहान मुलांना आला तर त्यांना मात्र असे विशिष्ट देव किंवा पूर्वजांचे आत्मे भेटत नाहीत. कारण त्यांनी पाहण्यापूर्वीच ते देवाघरी गेलेले असतात. संस्कारांचा भाग म्हणून देवादिकांचाही परिचय झालेला नसतो. थोडक्यात, ज्या विचारांचे संस्कार मनावर झालेले नाहीत ते दिसत नाही किंवा अनुभवास येत नाही. आफ्रिकन संस्कृतीत भावना अशी आहे की सर्व पाप-पुण्याचा हिशोब व फळ या जन्मीच मिळते. त्यांना देव-स्वर्ग-नरक असे विचार NDE मध्ये शिवतसुद्धा नाहीत. थोडक्यात, जे मेंदूत पेरलेले असेल तेच उगवते. या सर्व लोकांना ज्ञानप्राप्ती झाल्याची भावनाही होते, ती संपूर्ण ब्रह्मांडाची. त्यांना या स्वर्गाच्या सीमेवरून परतण्याची इच्छा नव्हती. अगदी अनिच्छेनेच ते परत या भूतलावर आपल्या पूर्वीच्या देहात प्रवेश करते झाले, असेही त्यांना वाटत असते.

ज्या लोकांना हे अनुभव (NDE) आलेले आहेत, असे लोक त्यांच्या त्या अनुभूतीवर ठाम असतात. नंतरच्या आयुष्यात हे लोक अव्यवहारी, पूर्वीपेक्षा अधिक धार्मिक, उदार वृत्तीचे झालेले आढळतात. प्रत्यक्ष आयुष्यात ते किंवा त्यांचा शरीर सोडून गेलेला आत्मा स्वर्ग, नरक कोठे गेलेला नसतो; पण त्यांच्या मेंदूत तशी पक्की नोंद झालेली असते. त्यांना असे अनुभव घेतल्याची पूर्ण खात्री मात्र वाटत असते.

तर्कसंगती (Logic)

मेंदूशास्त्रज्ञ 'जाणीव' या विषयाचा अभ्यास करताना मेंदूच्या विविध प्रतिमांचा

अभ्यास करतात. त्यात EEG, C.T., MRI, f-MRI अशा प्रतिमांचा समावेश होतो. मानसिकता, भावभावनांचा अभ्यास करताना असे लक्षात येते की, मेंदू व मज्जारज्जूंच्या सुसूत्र व तंत्रशुद्ध सहभागामुळे ते शक्य होते. पण जी माणसे मृत्यूच्या दारातून परत येतात त्यांच्या मनातील विचार, भावभावनांचा असा तंत्रशुद्ध अभ्यास केला जात नाही. कारण अशा लोकांचा प्राण वाचविणे, ही डॉक्टरांची प्राथमिकता असते. त्यांच्या मेंदूतील प्रक्रियांचा अभ्यास करण्यास उसंतही नसते आणि अशा आणीबाणीत तशी डॉक्टरांचीसुद्धा मानसिकता नसते.

हृदयविकाराचा झटका आलेल्या उंदराच्या मेंदूवर असा अभ्यास केला तर त्याच्या मेंदूत खूपच लगबगीच्या हालचाली दिसून आल्या. अलीकडे २००८ मध्ये डिगूझ आणि २००९ मध्ये ओलाफ ब्लँक यांनी अशा मृत्यूच्या उंबरठ्यावर असलेल्या लोकांच्या मेंदूचा अभ्यास केला. पार्नियानेही २०१० मध्ये तसाच अभ्यास केला. मृत्यूच्या प्रक्रियेची सुरुवात झाल्यानंतरही काही काळ मेंदूतील विचारप्रक्रिया, जाणिवा या कार्यरत राहतात. अशा वेळी EEG चा आलेख शून्यावर आला असला तरीही त्याच्या f-MRI वर मेंदूतील या कार्याची नोंद दिसून येते. या सर्व शास्त्रज्ञांच्या मते मृत्यू ही प्रक्रिया संपूर्ण मेंदूच्या स्ट्रोक या सदरात मोडणारी घटना आहे. जसे मेंदूचा स्ट्रोक आलेल्या रुग्णाच्या डोक्यात विचार येत असतात, आजूबाजूची जाणीव असते, तशीच मृत्यूच्या प्रक्रियेच्या सुरुवातीस होत असतात. जे मृत्यूच्या उंबरठ्यावरून परत येतात ते NDE चे कथन करतात. मेलेला ते करू शकत नाही, इतकंच.

संगणकीय मानसिकता (Computational Psychology) अंतराळ प्रवास व वावर तसेच विमान चालवण्याचे किंवा तत्सम शिक्षणासाठी, अभ्यासासाठी सिम्युलेशन (Simulation) या तंत्राचा पुष्कळ उपयोग होतो. त्याच तंत्राचा उपयोग करून एस. एल. थॅलरने १९९३ मध्ये कृत्रिम न्यूरॉन्स व न्यूरल नेटवर्कच्या साहाय्याने आत्म्याच्या अनुभूतीचा (Near Death Experience) अभ्यास केला. या कृत्रिम न्यूरोन्सच्या मृत्यूचा अनुभव बोलका आहे. त्यात NDE मध्ये रुग्णांना येणाऱ्या घटना अनुभवता आल्या. शरीरापासून आत्मा वेगळा झाल्याची भावना आयुष्याच्या सारिपाटाचा धावता आढावा, खोल अंधाऱ्या बोगद्यातून प्रवास, स्वर्ग, देव, आप्तजनांचे आत्मे यांचे दर्शन अशा सर्व घटना कृत्रिमरीत्या निर्माण झाल्याचा आभास निर्माण झाला. तसेच या अनुभवात पूर्वी न अनुभवलेल्या स्मृतीसुद्धा घुसडता आल्या.

थोडक्यात सांगायचे तर आत्म्याचे अनुभव NDE's हे खरे जगलेले अनुभव किंवा धर्माचरणाने प्रत्यक्ष अनुभवलेले जग नाही, हे सिद्ध झाले. हा सर्व मरणाच्या पंथाला लागलेल्या मेंदूच्या मनाचा खेळ आहे, हे सिद्ध झाले. जगातील कोठल्याही

भौगोलिक किंवा जाती-धर्माचा मेंदू मरताना प्राणवायूचा पुरवठा बंद होऊन एकाच प्रकाराने मरतो, हे निश्चित सिद्ध झाले. प्राणवायू मिळेनासा झाल्यावर मेंदूत ज्या रासायनिक क्रिया घडतात, त्यामुळे मेंदूतील सर्व कार्य बंद पडताना एक प्रकारचे सुंदर, चित्र-विचित्र भास होतात. थोडक्यात NDE's हा मरणाच्या पंथाला लागलेल्या मेंदूतील एक घटनाक्रम आहे.

केटॅमिन नावाच्या भूल देण्याच्या औषधाने अशा अनुभवांपैकी बरेच अनुभव येतात. याचा अर्थ मृत्यूच्या पंथावरील मेंदूत केटॅमिनसारखा एखादा रासायनिक पदार्थ प्राणवायूच्या कमतरतेमुळे निर्माण होत असला पाहिजे. डॉ. रोनाल्ड सीगल या मानसोपचार तज्ज्ञाला NDE चे आध्यात्मिक किंवा अद्‌भुत अनुभव फोल वाटतात. त्याचा अध्यात्माशी संबंध नाही, असे त्याचे ठाम मत आहे. त्याने काही स्वयंसेवकांना एल.एस.डी. हे मादक द्रव्य दिले तर त्यांनाही असा NDE चा अनुभव सातत्याने आला. हा प्रयोग कोणालाही, कोठेही करून पाहता येणारा आहे. टेम्पोरेल लोब या मेंदूच्या भागात एपिलेप्सीचे केंद्र असेल किंवा मेंदूच्या या भागाचा रक्तपुरवठा खंडित झाला (Infarct) किंवा या भागाचा ट्यूमर झाला तर अशा रुग्णांना NDE's चा अनुभव (भास) होतो. मृत्यूच्या छायेत असल्याची भीतीची भावना किंवा तसा आभासही मेंदूच्या या भागाला उद्दीपित करून NDE's निर्माण करू शकतो. या भागाचा रक्तपुरवठा खंडित होऊन ज्या रुग्णांना स्ट्रोक (पॅरॅलिसिस) होतो, त्यांनाही असे पारलौकिक अनुभव येतात. याचे एक उत्तम उदाहरण म्हणजे डॉ. जिल बोल्ट टेलर.

डॉ. जिल या ३७ वर्षीय महिला मेंदूशास्त्रज्ञाला रक्तवाहिन्यांच्या जाळ्यातून रक्तस्राव झाल्याने स्ट्रोक झाला. मेंदूशास्त्रज्ञ असली तरी आधी काहीही त्रास नसल्याने तिला AVM असल्याची पूर्व कल्पना नव्हती. हा स्ट्रोक आला त्या वेळी तिला पारलौकिक अनुभूती NDE's चा अनुभव आला. तिने नंतर आठ वर्षांनी या संकटातून बाहेर पडल्यानंतर My Stroke of Insight असे पुस्तक लिहिले आहे.

अशा आजारामुळे किंवा मृत्यूच्या उंबरठ्यावर येणाऱ्या पारलौकिक अनुभूतींचे विश्लेषण करणे, धर्माच्या किंवा विज्ञानाच्या कसोटीवर सहज सोपे नक्कीच नाही. याबद्दलचे माझे विचार थोडक्यात मांडावेसे वाटतात. त्यासाठी मेंदूच्या उत्क्रांतीचा थोडा विचार करावा लागतो.

पृथ्वीवरील प्राणिमात्रांमध्ये सर्वांत जास्त उत्क्रांत मेंदू मनुष्य प्राण्यास लाभला आहे, हे तर सर्वमान्य आहे. पण उत्क्रांतीवरच्या-खालच्या पायरीवरच्या प्राण्यांचा मेंदूचा अभ्यास केला तर तो खूप साधा व छोटा होता. मेंदूचे मुख्य कार्य त्या प्राण्यास जगण्यात मदत करणे, त्यासाठी अन्नपाण्याची सोय करून घेणे, इतरांपासून शक्य तेवढे स्वसंरक्षण करणे आणि प्रजनन करण, हे आहे. मेंदू जसजसा उत्क्रांत

होत गेला, तसतसे त्याचे स्वरूप, आकारमान, वजन आणि क्षमता यांमध्ये आमूलाग्र बदल झाला. ही सगळी कार्ये करणारा मेंदूचा जीवनावश्यक भाग माणसाच्या हाइंड ब्रेन या भागात सामावलेला आहे. त्यात नंतर मिडब्रेन आणि शेवटी फोअरब्रेन यांची विकासाबरोबर भर पडली माणसाच्या मेंदूत, तर हा शेवटचा हुशार बाहुबळी पाहुणा एकदम शिरजोर बनला. त्याचे कारण त्याने आपल्या अक्कल हुशारीने माणसाला बोलणे, स्मरणशक्ती, विचार, कल्पनाशक्ती व बुद्धिमत्ता अशा अलौकिक असामान्य अशा संपदा दिल्या. यामुळेच मनुष्य सर्व प्राणिजगतावर आधिपत्य गाजविण्यास सक्षम झाला. तरीही जेव्हा अस्तित्वाचा प्रश्न येतो, तेव्हा या हुशार पाहुण्यापेक्षा जास्त महत्त्व असते ते जगण्याचे. त्यासाठी जुने ते सोने या न्यायाने हाइंड ब्रेन व मिडब्रेन यांची गरज जास्त सरस ठरते. त्यामुळे बाका प्रसंग आला तर सर सलामत (हाइंड व मिडब्रेन) तर पगडी (फोअर ब्रेन) पचास या उक्तीप्रमाणे निसर्ग हा महत्त्वाच्या जुन्या मित्रावरच भरवसा ठेवतो. श्वसन, हृदयक्रिया हे टिकविण्यावर जास्त भर देत असतो. त्या मानाने भाषा, विचार, कल्पना, बुद्धिमत्ता यांना दुय्यम प्राधान्य राहते. ते आधी लयास जाते. हे घडताना डाव्या मेंदूवर अवलंबून भाषा, बोलणे, विचार व स्मरणशक्ती, तार्किकता आधी संपते. त्या मानाने उजवा मेंदू धार्मिक भावना, माणुसकीच्या तात्त्विक भावना जपणारा थोडा उशिरा बाद होतो. स्वाभाविकच कोणत्याही कारणाने आलेल्या मेंदूच्या स्ट्रोकमध्ये डावा तार्किक मेंदू आधी बाद होतो व त्या व्यक्तीस आध्यात्मिक व पारलौकिक अनुभूतीचा आभास होतो. उजवा मेंदू अजून कार्यरत असल्याने उपचारांमुळे किंवा अन्य कारणाने अधिक हानी टळली तर ती व्यक्ती जिवंत राहते; पण आता डाव्या मेंदूचे लंगडेपण असल्याने उजवा मेंदू व्यक्तिमत्त्वावर स्वार होतो व त्या रुग्णाच्या बोलण्यावागण्यात अधिक मानवी, धार्मिक वृत्तींचा संचार झालेला दिसून येतो. या रुग्णांना आलेले इतर अनुभव आत्मा शरीरापासून भिन्न झाल्याची भावना, स्वर्गीय व मृतात्म्यांचे दर्शन त्यामुळे रेंगाळत राहतात. खरेही वाटतात. असे लोक नंतरच्या आयुष्यात प्रेमळ, धार्मिक, त्यागी भावनेने इतरांकडे पाहतात. खरे तर डावा मेंदू दुखावल्याने ते कमी व्यवहारी झालेले असतात, इतकेच. NDEच्या अनुभवानंतर २१ टक्के लोकांमध्ये फार बदल घडत नाहीत; पण १९ टक्के लोकांतला व्यवहारीपणा खूपच कमी होतो; संतवृत्ती बाणल्यासारखे, तर उर्वरित ६० टक्के लोकांमध्ये वर्तणुकीत आमूलाग्र बदल घडतो.

सारांशाने असे म्हणता येईल- मेंदूच्या विशेषतः डाव्या मेंदूचा रक्तपुरवठा, ३-४ मिनिटे खंडित झाला, तर त्यांच्या मेंदूत ज्या रासायनिक क्रिया घडतात त्यामुळे त्यांना पारलौकिक अनुभूती आल्या, असे वाटते. वय आणि संस्कार

यांवरही या पारलौकिक अनुभवांत भिन्नता आढळते. ज्या मुलांवर देव-धर्माचे संस्कार अद्याप झालेले नाहीत, त्यांना देव दिसत नाही. ज्या आजी, आजोबांना त्यांनी पाहिलेले नाही त्यांचे आत्मे भेटत नाहीत. थोडक्यात जे मेंदूत पेरलेले आहे ते पारलौकिक अनुभवांत उगवलेले आढळते. मेंदूचा रक्तपुरवठा खंडित झाल्यानंतर जे जगतात ते अनुभव (भासांचे) सांगतात, तर ज्यांचा अंत झाला, ते असे अनुभव सांगण्यास जिवंत नसतात, एवढेच.

◆

धर्म आणि विज्ञान यांची सांगड

आपल्या मराठी भाषेत एक म्हण आहे. 'स्वतः मेल्याशिवाय स्वर्ग दिसत नाही' आता जमाना बदलला आहे. न मरताही स्वर्ग दिसल्याचे सांगणारे बरेच महाभाग भेटतात. त्यांना स्वर्गाचा रस्ता, स्वर्ग, देव-देवता (अप्सराही) आणि प्रियजनांचे आत्मे भेटल्याचे ते छातीठोकपणे सांगतात. यालाच पारलौकिक अनुभूती किंवा NDE असे संबोधले जाते.

ज्या महानुभावांना असे अनुभव आले त्यांचा अभ्यास वैज्ञानिकांनी गेली काहीशे वर्षे केला आहे. ज्या रुग्णांना शॉकला सामोरे जावे लागते त्यांचा रक्तदाब कमी होतो व मेंदूला त्यामुळे रक्तप्रवाह कमी पडतो किंवा अल्पकाळ खंडित होतो. हा शॉक अनेकविध कारणांनी होऊ शकतो. हृदयविकाराचा तीव्र झटका, मेंदूला जबर मार, मेंदूत विविध कारणांनी होणारा रक्तस्राव, मेंदूच्या रक्तवाहिनीत अडथळा, तीव्र रक्तस्राव, विद्युत झटका, श्वास गुदमरणे किंवा इतर अनेक कारणांनी होऊ शकतो. असे रुग्ण जेव्हा शॉकमधून बाहेर येतात, तेव्हा त्यांना आलेल्या पारलौकिक अनुभवांचे ते रसभरीत वर्णन करतात. माझा आत्मा शरीरापासून विलग झाला. ऑपरेशन थिएटरच्या छताकडे जाऊन स्थिरावला व माझा जीव वाचवण्यासाठी डॉक्टर व इतर कर्मचारी किती धावपळ करताहेत पाहून मला हसू आले. नंतर माझा आत्मा प्रवाही होऊन आकाशाच्या दिशेनं प्रवासास निघाला. एका खोल अंधाऱ्या बोगद्यातून बराच प्रवास केला. नंतर शेवटी प्रखर उजेड लागला. स्वर्गातील देव देवतांची भेट डोळ्यांचे पारणे फेडत होती. अवतीभवती पूर्वी मृत्यू पावलेल्या प्रियजनांचे आत्मे घुटमळत होते. 'अहा! जीवन धन्य धन्य झाले' अशी तृप्तीची भावना फारच सुख समाधान देणारी होती. या स्वर्गीय सुखात अविरत डुंबत राहावे असे वाटत होते; पण कसे कोणास ठाऊक, पण परतीचा प्रवास सुरू झाला. अगदी नको वाटत होते; पण बिनातिकीट प्रवाशाला टी.सी.ने गाडीखाली उतरवावे तसे परत या भूतलावर अनिच्छेने परत येऊन पडावे लागले. परत आपल्याच देहात प्रवेश करावा लागला. पार्थिव परत सचेत झाले. नंतरच्या आयुष्यात ते अधिक

सहिष्णू व धार्मिक बनले.

बव्हंशी लोकांचा असा सुखद अनुभव. पण काही दुर्दैवी आत्मे रस्ता भटकून नरकात गेले. त्यांना दुःख, रडणे, भेकणे, शारीरिक पीडा यांचा अनुभव आला. ते मात्र स्वेच्छेने भूतलावरील आपल्या देहात प्रवेश करते झाले. या रुग्णांमध्ये मात्र धार्मिक किंवा सहिष्णू वृत्ती आली नाही.

असे पारलौकिक अनुभव इतरही अनेक मार्गांनी आलेले दिसतात. त्यात अति मद्यसेवन, मादक द्रव्य सेवन L.S.D., केटॅमिन हे औषध यांचाही समावेश आहे. तसेच दीर्घ काळ नृत्य, ध्यानधारणा हेही मार्ग आहेत.

धर्ममार्तंड व तत्त्वज्ञ जेव्हा शास्त्रज्ञांशी वाद घालतात, तेव्हा त्यांचे आग्रहाचे प्रतिपादन असते. जेथे विज्ञान संपते, तेथे अध्यात्म सुरू होते. साधकबाधक विचार केला तर विज्ञानाला अंत आहे का... ते कोठे संपते याचा विचार करायला हवा. विज्ञान संपत तर नाहीच; पण थांबतही नाही. विज्ञानात नित्यनियमाने सतत काम चालू असते. प्रती क्षण त्यात नवनवीन भर पडत असते. शास्त्रज्ञ शोध लावतात असं म्हणण्याचा प्रघात आहे. ते खरेच शोध लावतात का? मला वाटते नाही! झाडाचे फळ जमिनीवर पडलेले पाहून न्यूटनने गुरुत्वाकर्षणाचा सिद्धान्त मांडला. विचार करा! त्या क्षणापूर्वीही अनादी अनंत काळापासून झाडाचे फळ खाली येऊन जमिनीवरच पडत होते. गुरुत्वाकर्षण काही त्या दिवशी सुरू झाले नाही. ते पृथ्वीच्या व्युत्पत्तीपासूनच अस्तित्वात होते. न्यूटनने फक्त या निसर्गनियमाचा उलगडा करून तो सिद्धान्त मांडला. पण न्यूटनने गुरुत्वाकर्षणाचा शोध लावला असे अशास्त्रीय विधान आपण सर्रास करतो. पण तसे बोलण्याचा, लिहिण्याचा पायंडा मात्र रूढ झाला आहे. जे गुरुत्वाकर्षणाच्या शोधाचे, तेच इतर शोधांच्या बाबतीतही म्हणणे योग्य. शास्त्रज्ञ निसर्गात लपलेल्या तत्त्वांचा उलगडा (Demystify) करतात. नव्याने शोध लावत नाहीत. निसर्गात असंख्य गुपिते दडलेली आहेत. काहींचा उलगडा आजच्या घटकेस झालेला आहे आणि नवनवीन गुपितांचा उलगडा भविष्यातही सतत होत राहणार. ही सातत्याने घडत राहणारी गोष्ट आहे. संपणारी गोष्ट नाही. म्हणजेच शास्त्राला अंत नाही. त्यामुळे जेथे शास्त्र संपते, तेथे अध्यात्म सुरू होते, असे म्हणणे रास्त नाही.

धर्ममार्तंड शाश्वत सत्याबद्दलही सतत बोलत असतात. ज्ञानप्राप्ती (पारलौकिक) देव या संकल्पना आहेत. त्याला कसलाही पुरावा देता येत नाही. अंतिम सत्याबद्दलही तेच म्हणता येईल.

निसर्गात घडणाऱ्या अनेक घडामोडींचा उलगडा झालेला नव्हता, तेव्हा धर्ममार्तंड अशा घटनांना देवाची कृपा, अवकृपा, प्रारब्ध अशी संज्ञा देत असत. त्यातूनच पाप, पुण्य, पुनर्जन्म अशा संकल्पनाही रूढ झाल्या. गमतीची गोष्ट

पाहा– नैसर्गिक आपत्ती, महापूर, धरणीकंप, ज्वालामुखी, चक्री वादळे, दुष्काळ या गोष्टी पृथ्वीवर पाप वाढल्याने, देव कोपल्याने होतात असे मानले जाते. आता हे पाप कोण करते तर माणूस. वनस्पती किंवा प्राणी यांना पाप-पुण्याचे रस्तेच बंद आहेत. तरीही तेही पाप करतात असे गृहीत धरू. या सर्वांच्या पापांचे प्रायश्चित्त म्हणून ही सर्व निसर्गनिर्मित संकटे देव निर्माण करतो, असेही समजू यात. मग प्रश्न पडतो, जेव्हा पृथ्वीवर कुठलीच जीवसृष्टी अस्तित्वात नव्हती, तेव्हा कोणीच पाप करण्याचा प्रश्न नव्हता. पण या जीवसृष्टी निर्मितीच्या आधीच्या काळात देवाच्या कोपाने निर्माण होणाऱ्या या भयानक घटना घडविण्याचे देवाला प्रयोजनच नव्हते. पण वस्तुस्थिती मात्र अगदीच विपरीत आहे. जीवसृष्टीच्या निर्मितीच्या आधी तर प्रलय, भूकंप, ज्वालामुखी व वादळे ही खूप अधिक प्रमाणात व अधिक रौद्र स्वरूपात का घडत होत्या?

तसेच अलीकडे वारंवार येणारी केदारनाथसारखी नैसर्गिक आपत्ती, देवाची तीर्थयात्रा करणाऱ्या देवभक्तांवर का यावी. देवाच्या दर्शनास जाण्याने पाप वाढते आहे काय? आणि तेही हजारो भक्तांचे एकाच वेळी? आणि एवढ्या सामर्थ्यवान देवांच्या मंदिरातील मूर्तींचे रक्षण करण्यासाठी बंदूकधारी यत्किंचित मानवास का शस्त्र धारण करावे लागते, याचाही उलगडा होत नाही. दुर्दैवाची गोष्ट अशी की, मनुष्य पापभीरू व देवभीरू आहे. त्याला या देवा-धर्माच्या संकल्पना पटल्या नाहीत तरी त्याबद्दल उघडपणे बोलून दाखवण्याचे धाडस होत नाही. चुकून देव असलाच तर कशाला त्याचा रोष ओढवून घ्यायचा? हे केवळ मेंदूवरील संस्कारांनी खोलवर रुजलेल्या देवभोळेपणाचे द्योतक आहे. पिढ्यान्‌पिढ्यांचे संस्कार पुसट होण्यासही वेळ लागतो. संपण्यास तर खूपच. हल्ली शिक्षणाचा वाढता प्रसार, स्वतंत्रपणे विचार करण्याची वृत्ती व डोळसपणाने विश्वास ठेवण्याची धारणा यांमुळे युवा पिढीने यात बदल घडविण्यास सुरुवात केली आहे. विज्ञानाधिष्ठित दृष्टिकोनाच्या दिशेने वाटचाल सुरू केली आहे. या विचारप्रवाहाला गती येऊ लागली आहे. पण अजूनही सर्वसामान्य माणसाने असा विचार करण्यास बराच काळ लागणार आहे. विज्ञान संपते तेथे अध्यात्म सुरू होते, ही धारणाही कमी होऊ लागली आहे. पण आता अंतिम ज्ञान, मोक्ष या संकल्पनांचे शास्त्रीय स्पष्टीकरण उपलब्ध होऊ लागले आहे. ध्यानधारणेनेही अशा अनुभूती NDE घेता येतात, ज्ञानप्राप्ती होते व आत्मानुभूती किंवा पारलौकिक ज्ञान प्राप्त करता येते, हे तिबेटमधील बौद्ध भिख्खूंच्या मेंदूचा अभ्यास करून शास्त्रज्ञ सांगत आहेत. अध्यात्म आणि विज्ञानाने 'माझेच खरे, मीच श्रेष्ठ'ची भावना सोडून एकमेकांत संवाद साधावा व जो सिद्ध करू शकेल, त्यांचे म्हणणे मान्य करावे, हे उचित होईल.

◆